ദൈവത്തിനെത്ര വയസ്സായി?

AF741483

INSIGHT PUBLICA

Nadakkavu, Kozhikode, Kerala, 673011
www.insightpublica.com
e-mail: insightpublica@gmail.com
Title: **Daivathinethra Vayasayi**
Author: Rajagopal Vakathanam
(Malayalam)
First Edition: May 2022
Book Design: kjvj@insight

Printed and Published by
InsightinPublica Printers & Publishers Pvt. Ltd.
ISBN 978-93-5517-296-9
₹ 249

ദൈവത്തിനെത്ര വയസ്സായി?

എന്തുകൊണ്ട് നാസ്തികത

അഡ്വ. രാജഗോപാൽ വാകത്താനം

INSIGHT PUBLICA ®

ഗ്രന്ഥകർത്താവിന്റെ കൃതികൾ

ആര്യദ്രാവിഡ വിവാദവും ഭഗവദ്ഗീതയുടെ രാഷ്ട്രീയവും
നാരായണഗുരു നവോത്ഥാന നായകനോ?
ജാതിവ്യവസ്ഥയുടെ രാഷ്ട്രീയഭൂമിക
അയ്യങ്കാളിയുടെ ചരിത്ര പ്രസക്തി
നിരീശ്വരതയുടെ അനിവാര്യത
മതവും വിദ്യാഭ്യാസവും ന്യൂനപക്ഷാവകാശവും
അമൃതാനന്ദമയിയും ആഗോളവൽക്കരണവും
സംവരണത്തിന്റെ രാഷ്ട്രീയം
യുക്തിചിന്ത
യുക്തിവാദം എന്ത്? എന്തിന്? എങ്ങനെ?
ജ്യോത്സ്യവും ശാസ്ത്രവും
മരണക്കുരുക്കുകൾ ഉണ്ടാകുന്നത്.
രാമജന്മഭൂമിയോ ബാബറി മസ്ജിദോ?
പ്രശ്നം ജാതി തന്നെ
യജ്ഞസംസ്ക്കാരവും ക്ഷേത്രവിമോചനവും : നവബ്രാഹ്മണിക അധിനിവേശം
ഏക സിവിൽകോഡും മതരാഷ്ട്രവാദവും
മതഭീകരതയുടെ മാരകവഴികൾ
പവനസ്മൃതികൾ (എഡിറ്റർ)
ചാവേർനിലങ്ങൾ (നോവൽ)

ലഘുകൃതികൾ

വൈക്കം സത്യാഗ്രഹം : ഒരു ചതിയുടെ ചരിത്രം
പുണ്യാഹത്തിന്റെ രാഷ്ട്രീയം
ഭഗവദ്ഗീത മാനവികതയുടെ ശത്രു
ഇസ്ലാമിക രാഷ്ട്രീയവും മുസ്ലീം ഭീകരവാദവും
ആഗോളവൽക്കരണവും സാംസ്ക്കാരിക ജീർണ്ണതയും
എക്സ്പ്രസ് ഹൈവേ : വിനാശത്തിന്റെ സ്വപ്നപാത
സ്മാർട്ട് സിറ്റി : വികസനത്തിലെ പകൽക്കൊള്ള
നരേന്ദ്രൻ കമ്മീഷൻ റിപ്പോർട്ടും സംവരണത്തിന്റെ രാഷ്ട്രീയ വിവക്ഷകളും
ന്യൂനപക്ഷാവകാശവും മതനിരപേക്ഷതയും
ആൾദൈവങ്ങളുടെ അവതാരലക്ഷ്യം
മതഭീകരതയും പാഠപുസ്തകവിവാദവും
യാഗത്തിന്റെ രാഷ്ട്രീയം
നിരീശ്വരതയുടെ അനിവാര്യത
മതഭീകരതയുടെ മാരകവഴികൾ
ദൈവം എന്നെ ബ്രാന്റ് അമ്പാസിഡർ
ഇന്ത്യയുടെ രക്ഷയ്ക്ക് മതനിരപേക്ഷത
ജാതി ചോദിക്കുന്ന കേരളം

കേരള യുക്തിവാദി സംഘം ജനറൽ സെക്രട്ടറിയും വൈസ് പ്രസിഡണ്ടുമായി ദീർഘകാലം ഇപ്പോൾ സെക്രട്ടേറിയറ്റ് അംഗം. യുക്തിരേഖയുടെ എഡിറ്റർ. കേരള മിശ്രവിവാഹ വേദി പ്രസിഡണ്ട്..

വ്യവസായ വാണിജ്യ വകുപ്പിൽ വ്യവസായ വികസന ഓഫീസറായി റിട്ടയർ ചെയ്തു.

ഭാര്യ: ജോസി പി.പോൾ

മക്കൾ: അഡ്വ. മനിത മൈത്രി, മനുജ മൈത്രി

മരുമക്കൾ : ആഷിഷ് രാജു,സിന്റോ തോമസ്

കൊച്ചുമകൾ : അയാൻ ആമി

വിലാസം : വാകത്താനം പി.ഒ, കോട്ടയം . 686538

ഫോൺ :9447973962

atheist vakathanam@gmail.com

FB/YouTube : Rajagopal Vakathanam

അഡ്വ. രാജഗോപാൽ വാകത്താനം

ഇല്ല ദൈവം, ദേവശാപങ്ങൾ മിഥ്യകൾ
ഇല്ലില്ല ജാതി മതങ്ങൾ
പരേതർക്കു ചെന്നിരിക്കാൻ
ഇല്ല സ്വർഗ്ഗവും നരകവും
ഇല്ല പരമാത്മാവുമില്ലാത്മമോക്ഷവും
മുജ്ജന്മമില്ല, പുനർജന്മമില്ല
ഒറ്റജന്മം നമുക്കീയൊറ്റജീവിതം

മുളകിലെരിവ്, പച്ചമാങ്ങയിൽ പുളിപ്പ്
പാവലിൽ കയ്പ്, പഴത്തിലിനിപ്പ്
ഇതുപോലെ നൈസർഗികം മർത്യബോധം
ഇതിൽ ഈശ്വരനില്ല കാര്യവിചാരം

- കരീപ്പുഴ ശ്രീകുമാർ (ചാർവ്വാകൻ)

ഉള്ളടക്കം

മുഖമൊഴി

നാസ്തിക്യം പ്രതീക്ഷയാണ്

- താങ്കൾ ഒരു ദൈവവിശ്വാസിയാണോ?
- എന്താ സംശയം
- ഏതു ദൈവത്തിലാണ് വിശ്വസിക്കുന്നത്?
- ഒരേയൊരു ദൈവത്തിൽ
- അത് ഏതു ദൈവമാണ്?
- അല്ലാഹ
- അതല്ലാതെ വേറെ ദൈവങ്ങളില്ലേ?
- മറ്റുള്ളതൊന്നും സത്യദൈവമല്ല
- എന്ന് എങ്ങനെ പറയാനാവും?
- ഖുറാനിലുണ്ട്, ലാ ഇല്ലാ ഇല്ലള്ളാഹ്
- അപ്പോൾ മറ്റു മതങ്ങളിലെ ദൈവങ്ങൾ?
- അതൊക്കെ കപട ദൈവങ്ങളാണ്
- അപ്പോൾ അതിൽ വിശ്വസിക്കുന്നവരൊക്കെ?
- കപടവിശ്വാസികളാണ്
- താങ്കളാണ് യഥാർത്ഥവിശ്വാസി?
- സംശയമെന്ത്, അവരൊക്കെ നാസ്തികരാണ്

ലോകജനസംഖ്യയിൽ 20 ശതമാനം വരുന്ന മുസ്ലീങ്ങൾ മാത്രമാണ് സത്യവിശ്വാസികൾ എന്ന് ഓരോ മുസ്ലീമിനോടു ചോദിച്ചാലും പറയും. 33 ശതമാനമുള്ള ക്രിസ്ത്യാനികളോടു ആരാഞ്ഞാലും ശേഷിക്കുന്നവരൊക്കെ അവിശ്വാസികളും നരകാഗ്നിയിൽ വീഴുന്നവരുമാണ്. ഹിന്ദുക്കളുടെ കാര്യത്തിൽ ഈ ചോദ്യമേ ഉദിക്കുന്നില്ല.

തങ്ങൾ ഒഴിച്ചുള്ളവരൊക്കെ അവിശ്വാസികളോ നാസ്തികരോ ആണെന്ന് ഓരോ വിശ്വാസിയും ശാഠ്യം പിടിക്കുമ്പോൾ ലോകത്ത് നാസ്തികർക്കാണ് മുൻതൂക്കം എന്നു പറയേണ്ടിവരും.

ശക്തിയായ ഏകദൈവം

എന്നാൽ നാസ്തികരെ എതിർക്കേണ്ടിവരുമ്പോൾ ഇവരെല്ലാം ഒന്നിക്കും. ഒറ്റദൈവമേ ഉള്ളൂ എന്നു തർക്കിക്കും. എന്നാൽ ഏതു ദൈവമാണ് യഥാർത്ഥം എന്ന് അവർ തമ്മിലുണ്ടായ തർക്കത്തിൽ കോടിക്കണക്കുമനുഷ്യർ കൊല്ലപ്പെട്ടിട്ടുണ്ട്. രണ്ടു ലോകയുദ്ധങ്ങളിൽ കൊല്ലപ്പെട്ടവരേക്കാൾ ഏറെ ജനങ്ങൾ ദൈവത്തിനുവേണ്ടി വധിക്കപ്പെട്ടിട്ടുണ്ട്. എന്നിട്ടും ഏതു ദൈവമാണ് യഥാർത്ഥം എന്ന ചോദ്യത്തിനു മറുപടി ലഭിച്ചിട്ടില്ല. പിതാവും പുത്രനും പരിശുദ്ധാത്മാവും ഒന്നാണണോ മൂന്നാണോ എന്ന തർക്കത്തിന് അരിയൂസും അത്താനാസ്യോസും ഏറ്റുമുട്ടിയെങ്കിലും 325 ലെ നിഖ്യ സുനഹദോസിലോ 381 ലെ കുസ്തന്തിനോസ് പൊലീസ് കൗൺസിലിലോ തീർപ്പുണ്ടായില്ല. ഇതിന്റെ പേരിൽ നൂറുകണക്കിന് ആളുകൾ കൊല്ലപ്പെട്ടെങ്കിലും ഇതുവരെ ഈ തർക്കം പരിഹരിക്കപ്പെട്ടിട്ടില്ല. യേശു ദൈവപുത്രൻ ആണെന്നും അല്ലെന്നും, തദ്വാരാ ദൈവമല്ലെന്നും വിശ്വസിക്കുന്ന ക്രൈസ്തവസഭകൾ തന്നെയുണ്ട്.

ദൈവം ഒന്നേയുള്ളൂ എന്നു വാദത്തിനു സമ്മതിച്ചാലും അത് ആരുടേതായിരിക്കും എന്നത് തർക്കമായിത്തന്നെ തുടരും. യാതൊരുകാരണവശാലും വിശ്വാസികൾ തമ്മിൽ യോജിപ്പുണ്ടാകില്ല.

എന്നാൽ വിശ്വാസപക്ഷത്തെ ചില "നിഷ്പക്ഷർ" നാസ്തികരെ നേരിടാൻ ഉന്നയിക്കുന്ന ചിലവാദങ്ങളുണ്ട്.

- ദൈവം ഒരു ശക്തിയാണ്
- ദൈവം ഔപൗരുഷേയനാണ്
- ദൈവം സർവ്വവ്യാപിയാണ്

പക്ഷേ ഈ വാദങ്ങൾക്കുള്ള ഒരു റഫറൻസും അവരുടെ ഗ്രന്ഥങ്ങളിൽ ലഭ്യമല്ല. ബൈബിളിലെയും ഖുറാനിലെയും പുരാണങ്ങളിലെയും ദൈവങ്ങൾ മനുഷ്യരൂപികൾ തന്നെയാണ്. അവരൊക്കെ മനുഷ്യ

രെപോലെ ഉണ്ണുകയും ഉറങ്ങുകയും വിവാഹം കഴിക്കുകയും കുട്ടികളെ സൃഷ്ടിക്കുകയും ചെയ്യുന്നുണ്ട്. മനുഷ്യൻ നിർമ്മിച്ച ദൈവങ്ങൾക്ക് അവരുടെ രൂപമല്ലേ ഉണ്ടാവുക. പിന്നെ ദിവ്യശക്തിയുള്ളവരാകാൻ കൈകളുടെയും തലകളുടെയും എണ്ണം കൂട്ടുകയോ ചിറകുകൾ വെച്ചു പിടിപ്പിക്കുകയോ, അത്ഭുതങ്ങൾ ചാർത്തിക്കൊടുക്കുകയോ ചെയ്യും.

ദൈവം ശക്തിയാണെന്നതിന് വേദപരമായ തെളിവുകൾ ഇല്ല. ശക്തി എന്നത് ഊർജ്ജം എന്ന അർത്ഥത്തിലാണെങ്കിൽ ഊർജ്ജത്തിന്റെ ഏതു രൂപം എന്നു വ്യക്തമല്ല. വെളിച്ചമാണോ, ചൂടാണോ, കാന്തികമാണോ എന്നു പറയാനാവില്ല. ഇനി ഇതെല്ലാമാണെന്നു സമ്മതിച്ചാൽ തന്നെ ഊർജ്ജത്തിന് വിവേകമില്ല എന്ന സത്യത്തിനു മുന്നിൽ ദൈവത്തിന്റെ ശക്തി പൂർണ്ണമായും ചോർന്നുപോകും. രൂപമില്ലാത്തവനാണ് (ഔപൗരുഷേയം) എന്നു സമ്മതിച്ചാൽ തന്നെ അങ്ങനെയൊന്നിനെക്കൊണ്ട് എന്താണ് പ്രയോജനം?

ഈശ്വരൻ സർവ്വവ്യാപിയാണ് എന്ന വാദവും വേദപാഠങ്ങൾക്ക് വിരുദ്ധമാണ്. യൂഫ്രട്ടീസ്-ടൈഗ്രീസ് തീരങ്ങൾക്കപ്പുറത്തേയ്ക്കുള്ള ഒരു പ്രദേശവും ബൈബിളിൽ പ്രതിപാദിച്ചിട്ടില്ല. അറേബ്യൻ നാടുകൾക്കപ്പുറത്തുള്ള ഒരു പ്രദേശവും ഖുറാനിലെ വിഷയമല്ല. വിന്ധ്യ-ഹിമാലയങ്ങൾക്കപ്പുറത്തുള്ള ഒരു ദേശവും പുരാണങ്ങളിലില്ല. അത്രമാത്രം ചെറിയൊരു ദേശത്തിന്റെ സർവ്വാധിപതികളായ ഈശ്വരന്മാർ സർവ്വവ്യാപിയാണെന്നു പറയുന്നതിന്റെ അർത്ഥമെന്താണ്. ഇന്ത്യയിലെ ഏറ്റവും ധനവാനായ ദൈവം തിരുപ്പതിയിലെ വെങ്കിടേശ്വരനാണ്. തൊട്ടടുത്ത കേരളത്തിൽപോലും ഇദ്ദേഹത്തെക്കുറിച്ച് വലിയ പിടിപാടില്ല. അത്രമാത്രം ചുരുങ്ങിയ ഭരണാധികാര (jurisdiction)മുള്ള ഒരാൾ എങ്ങനെയാണ് സർവ്വവ്യാപിയാകുന്നത്.

ആകാശത്തിലെ ദൈവം

ആകാശ വിതാനത്തിലെവിടെയോ ഇരുന്നു മനുഷ്യരെ വീക്ഷിക്കുന്ന ഒരു മനുഷ്യരൂപസങ്കല്പമാണ് ദൈവത്തെ സംബന്ധിച്ച ആസ്തികവിശ്വാസം. ആകാശത്തിലെ ചാരക്യാമറയാണ് ദൈവം എന്നാണ് ഡോക്കിൻസ് പറയുന്നത്. എങ്കിൽ പോലീസിന്റെ ആവശ്യം തന്നെയില്ല; കടകൾക്കൊന്നും പൂട്ടുപോലും വേണ്ട എന്ന് അദ്ദേഹം തുടർന്നു പറയുന്നു. മനുഷ്യരെ വീക്ഷിച്ചിരിക്കുന്ന പോലീസാണ് ദൈവമെന്ന ധാരണ മനുഷ്യരിലുള്ള വിശ്വാസമില്ലായ്മയാണ്. ദൈവവിശ്വാസമില്ലാത്തതുകൊണ്ട് ആരും മോശക്കാരനാകുന്നില്ല. പൂട്ടുകളില്ലാത്ത കടകളുള്ള, ജയിലുകൾ ഇല്ലാത്ത ചില രാജ്യങ്ങളുണ്ട്. പക്ഷേ അവിടെ

ദൈവത്തിലും മതത്തിലുമൊന്നും ആരും വിശ്വസിക്കുന്നില്ല എന്നതാണസത്യം.

ഈശ്വരവിശ്വാസം സദാചാരമോ നന്മയോ പ്രദാനം ചെയ്യുന്നില്ല. മറിച്ച് ചെയ്ത തെറ്റുകൾ ക്ഷമിക്കാൻ ഈശ്വരനകൈക്കൂലി (നേർച്ച, കാഴ്ച, വ്രതം, കുമ്പസാരം) കൊടുത്താൽമതി എന്നതാണ് മതം പഠിപ്പിക്കുന്നത്. ഒരുപക്ഷേ 'അഴിമതി' എന്ന സാമൂഹ്യദ്രോഹത്തിന്റെ തുടക്കംതന്നെ ഈ വിധ വിശ്വാസമാണ്. നന്മയും ദൈവവുമായി യാതൊരു ബന്ധവുമില്ലെന്ന വസ്തുത ഈ കൃതി സാക്ഷ്യപ്പെടുത്തുന്നുണ്ട്.

എന്താണ് ആകാശം എന്ന പ്രാഥമിക ധാരണയില്ലായ്മയിൽ നിന്നാണ് ആകാശത്തിലെ ദൈവം എന്ന ചിന്ത വരുന്നത്. സ്ഥിതി ചെയ്യാൻ സ്ഥലം (Space) ആവശ്യമുള്ളതാണ് പദാർത്ഥം. പദാർത്ഥം എവിടെ സ്ഥിതി ചെയ്യുന്നോ അതാണ് സ്ഥലം അഥവാ ആകാശം. ഭൂമി സ്ഥിതി ചെയ്യുന്നതു തന്നെ ആകാശത്തിലാണ്. ഗോളാകൃതിയിലുള്ള ഭൂമിക്ക് മുകൾ / കീഴ് എന്ന വ്യവസ്ഥയില്ല. പരന്ന ഭൂമിയെക്കുറിച്ചുള്ള പ്രാചീന ബോധത്തിൽ നിന്നാണ് നീലാകാശമെന്ന മേലാപ്പിനെക്കുറിച്ചും അതിനപ്പുറമുള്ള സ്വർഗ്ഗത്തെക്കുറിച്ചുമൊക്കെ ഭാവനകൾ ഉണ്ടായത്. ആകാശത്തിലിരിക്കുന്ന ദൈവത്തെക്കുറിച്ചുള്ള പ്രാർത്ഥനകളും, ഏഴുതട്ടായി അടുക്കിവെച്ചിരിക്കുന്ന ആകാശത്തെക്കുറിച്ചും (ഖുറാൻ) ഒക്കെ എഴുതിവച്ചത് പ്രാചീന ബോധത്തിൽ നിന്നാണ്. അന്ന് ഇതര ഗോളങ്ങളെയും നക്ഷത്രങ്ങളെയും കുറിച്ചുള്ള ശാസ്ത്രീയ അറിവുണ്ടായിരുന്നില്ല. ഇന്ന് അനന്തവിഹായസിനെക്കുറിച്ചുള്ള പഠനങ്ങളും ബഹിരാകാശയാത്രകളും സാധാരണമായിട്ടും ആകാശത്തിലിരിക്കുന്ന ദൈവത്തെ ആശ്രയിക്കുന്നത് അജ്ഞതയല്ല. ബോധപൂർവ്വമായ തട്ടിപ്പാണ്.

വെളിപ്പാടുകൾ തെളിവല്ല

പരീക്ഷണ നിരീക്ഷണങ്ങളിൽ കൂടി ലഭ്യമാകുന്ന തെളിവുകളാണ് ജ്ഞാനത്തിന്റെ അടിസ്ഥാനം. അതുമാത്രമേ ശാസ്ത്രീയമാകുകയുള്ളു. സുസ്ഥാപിതവും ക്രൂപീകൃതവുമായ ജ്ഞാനമാണ് ശാസ്ത്രം, ശാസ്ത്രീയമല്ലാത്തതൊക്കെ അന്ധവിശ്വാസമാണ്.

അതിന് നാനാവിധമായ മാനകങ്ങളും മാർഗങ്ങളുമുണ്ട്. അതിൽ ഏറ്റവും വലിയ അന്ധതയാണ് ദൈവം.

മതങ്ങൾ തെളിവുകളെക്കുറിച്ചല്ല പറയുന്നത്, വെളിപ്പാടുകളെക്കുറിച്ചാണ്. മോശയ്ക്ക് യഹോഹ വെളിപ്പെടുകയായിരുന്നു. മുഹമ്മദിന്

അല്ലാഹു ആയത്തുകൾ ഇറക്കിക്കൊടുക്കുകയായിരുന്നു. കൃഷ്ണൻ അർജ്ജുനന് ഗീത ഓതിക്കൊടുക്കുകയായിരുന്നു. അശരീരിയായ ദൈവങ്ങൾ പിന്നൊരിക്കലും വെളിപ്പാടുകളുമായി വന്നിട്ടില്ല. താൻ തന്നെയാണ് സത്യം എന്നു ഇവർ തന്നെയാണ് പ്രഖ്യാപിച്ചത്. അതിന്റെ തെളിവുകൾ വേദങ്ങളിലാണുള്ളത്. അതാകട്ടെ മനുഷ്യർ എഴുത്തും വായനയും പഠിച്ചശേഷം രചിക്കപ്പെട്ടതുമാണ് (മുഹമ്മദിന് അതും അറിയില്ലായിരുന്നു പിന്നെങ്ങനെ ഖുറാൻ വായിച്ചുവോ ആവോ) അതിനൊക്കെ കവിഭാവനയ്ക്കപ്പുറത്തെ തെളിവുകൾ ഒന്നുമില്ല. അതിലെ ചമൽക്കാരങ്ങളെ സ്വീകരിക്കാമെന്നതിനപ്പുറം ശാശ്വതസത്യമായി ഒരു ഗ്രന്ഥത്തെയോ അതിലെ വചനങ്ങളെയോ സ്വീകരിക്കണമെങ്കിൽ അത്രമേൽ ശാസ്ത്ര വിരോധിയായിരിക്കണം.

ഈ വെളിപ്പാടുകൾക്ക് ഗുരുതരമായ അപകടങ്ങളുമുണ്ട്. ഓരോ ദൈവവും അവരുടെ ജനതയെ തിരഞ്ഞെടുക്കപ്പെട്ടവരായി പ്രഖ്യാപിക്കുകയും ഇതര വിഭാഗങ്ങളെ കീഴ്പെടുത്തുവാൻ യുദ്ധം ചെയ്യണമെന്ന് ആവശ്യപ്പെടുകയും ചെയ്യുന്നു. യഹൂദ/ക്രൈസ്തവ വിരോധത്തിന്റെയും ക്രൈസ്തവ / ഇസ്ലാം ശത്രുതയുടെയും ആണിക്കല്ല് ഇതു തന്നെയാണ്. ചരിത്രത്തിൽ അനുസ്യൂതമായ ചോരപ്പുഴകൾ ഒഴുക്കിയത് ഈ ദൈവങ്ങളെ രക്ഷിക്കാനായിരുന്നു അതായത് ദൈവവിശ്വാസം അത്ര നിഷ്കളങ്കമായ ഒരു വിശ്വാസമല്ല, വിനാശം തന്നെയാണ്.

എന്തുകൊണ്ടു നാസ്തികത

എന്താണ് ദൈവം എന്നൊരു നിർവ്വചനം ഇതുവരെ ഉണ്ടായിട്ടില്ല. ദൈവം സ്നേഹമാണ്. കരുണയാണ്, നന്മയാണ്, രക്ഷയാണ്, ധർമ്മമാണ് തുടങ്ങിയ വചനങ്ങൾക്ക് യാതൊരു ക്ഷാമവുമില്ല. നൂറ്റാണ്ടുകളായി ഈ നാമജപം തുടങ്ങിയിട്ടും ലോകത്ത് ദുരിതങ്ങൾ പെരുകുകയാണ്. ക്ഷാമവും, രോഗവും, ദാരിദ്ര്യവും കൊടികുത്തി വാഴുന്നു. അഴിമതിയും അക്രമവും ദുരന്തങ്ങളും പെരുകുന്നു. ഒരിടത്തുപോലും ദൈവം ആരെയും സഹായിച്ചതായി ഒരു തെളിവുമില്ല. എന്നിട്ടും വായ്ത്താരികൾക്ക് ഒരു കുറവുമില്ല. എത്രകാലം ഇല്ലാവചനം പറഞ്ഞ് കാലം കഴിക്കും.

മനുഷ്യന്റെ നൊമ്പരങ്ങൾ എന്തുകൊണ്ട് എന്നു വ്യാഖ്യാനിച്ചത് കൺഫ്യൂഷ്യസിനെയും ബുദ്ധനെയും സോക്രട്ടീസിനെയും പോലുള്ള തത്വചിന്തകരാണ്. ധനവാന്മാരും ദരിദ്രരുമുണ്ടാകുന്നത് എന്തുകൊണ്ടാണെന്നു പറഞ്ഞു തന്നത് മാർക്സിനെയും ഏംഗൽസിനെയും പോലുള്ള ദാർശനികരാണ്. ദുരിതപർവ്വങ്ങളെ അതിജീവിക്കാൻ അവരൊക്കെ പ്രഖ്യാപിച്ചത് മാനവികതയുടെ സംസ്ഥാപനമാണ്. അവിടെ ദൈവത്തിന്

യാതൊരു പ്രസക്തിയുമില്ല. അവരൊക്കെ ദൈവത്തെ പ്രതിഷ്ഠിച്ചത് ചൂഷകരുടെയും മർദ്ദകരുടെയും ഉടമകളുടെയും ഉപാധിയായിട്ടാണ്.

മദ്ധ്യകാല യൂറോപ്പിന്റെ ഇരുണ്ട യുഗങ്ങൾക്ക് കാരണമായത് ദൈവമാണ്. എതിരാളികളെ ഉന്മൂലനം ചെയ്യാൻ രാജാക്കന്മാരും മതാധിപതികളും എടുത്തുപയോഗിച്ച ആയുധമായിരുന്നു ദൈവം. ജനാധിപത്യ അവകാശങ്ങളെ ചവിട്ടിത്തകർത്തത് ദൈവരാജ്യസംസ്ഥാപനത്തിനായിരുന്നു ഇന്നും എന്നും ഏകാധിപതികളും ഫാഷിസ്റ്റുകളും അവലംബിക്കുന്ന ഉപാധിയും ആസ്തിക്യം തന്നെയാണ്. രാമൻ ഫാഷിസ്റ്റുകളുടെ ഉപാധിയാക്കി ജനാധിപത്യത്തെ ആസ്തമിപ്പിക്കുന്നതിന് ഇന്ത്യ സാക്ഷിയാണ്.

ദൈവരാജ്യമല്ല. മനുഷ്യദേശമാണ് ആവശ്യമെന്നുള്ള ഇവർക്ക് നാസ്തിക്യം പ്രതീക്ഷയാണ്. ഇരുളടഞ്ഞ വ്യക്തി ജീവിതത്തിലെ മാനുഷികതയുടെ വെളിച്ചമാണ് നാസ്തിക്യം. ഞാൻ പറഞ്ഞു എന്നതുകൊണ്ടുമാത്രം ഒന്നും സത്യമാകുന്നില്ല. ഓരോരുത്തരുടെയും യുക്തിയിൽ ബോധ്യമാകുന്നത് മാത്രമേ സ്വീകരിക്കാവൂ... ബുദ്ധൻ

അഡ്വ. രാജഗോപാൽ വാകത്താനം

വാകത്താനം പി.ഒ.

കോട്ടം - 686 538

9447973962

വാകത്താനം

10-2-22

ഒന്ന്

നാസ്തികൃത്തിന്റെ സ്വീകാര്യത

ഏതൊരു പ്രശ്നത്തോടുമുള്ള സമീപനം ചരിത്രപരവും ശാസ്ത്രീയവും സാമൂഹ്യപരവുമായിരിക്കണം. അനുമാനങ്ങൾക്ക് തത്വശാസ്ത്രത്തിൽ നിലനിൽപില്ല. പക്ഷവും (Thesis) പ്രതിപക്ഷവും (Antithesis) ചർച്ച ചെയ്യുമ്പോൾ സിദ്ധാന്തം ഉരുത്തിരിഞ്ഞെത്തുന്നുവെന്നതാണ് ദർശനത്തിന്റെ രീതിശാസ്ത്രം. ഭൗതികവാദത്തെ എതിർക്കാൻ ഇന്ത്യൻ ദാർശനികർ ഉപയോഗിച്ച രീതിയും ഖണ്ഡനമണ്ഡന ങ്ങളായിരുന്നു. മതത്തിന്റെയോ മതഗ്രന്ഥത്തിന്റെയോ 'അപ്രമാദിത്വം' ശാസ്ത്രീയ സമീപനത്തിന്റെ മാർഗമല്ല.

മതത്തെ സത്യത്തിൽ ഒരു ദർശനമായികാണാൻ തന്നെ കഴിയില്ല. കാരണം 'ദ്രഷ്ടിമാർഗേണയുണ്ടാകുന്ന ബോധ'മാണ് ദർശനം. അതായത് പ്രത്യക്ഷജ്ഞാനത്തെ അംഗീകരിക്കലാണ്. ആ അർത്ഥത്തിൽ മതമൊരു ദർശനം പോലുമല്ല. ജ്ഞാനാന്വേഷണമെന്ന നിലയിൽ അംഗീകരിക്കുന്നതു തന്നെ ഉപാധികളോടെയാണ്. അതുകൊണ്ടുതന്നെ ദാർശനിക വിശകലനങ്ങളിൽ മതമുന്നയിക്കുന്ന പ്രശ്നങ്ങൾ ഏകപക്ഷീയമാണ്.

ആശയവാദവും ഭൗതികവാദവും

പാരമ്പര്യമായി ലഭിച്ച അറിവിൽ നിന്നോ ആർജ്ജിതജ്ഞാനത്തിൽ നിന്നോ മാത്രം പ്രപഞ്ചയാഥാർത്ഥ്യങ്ങളെ വിശദീകരിക്കാൻ ശ്രമിക്കുകയാണ് ആശയവാദം. ഭൗതികമായ വസ്തുനിഷ്ഠയാഥാർത്ഥ്യം അതിന്

അന്യമാണ്. പരീക്ഷണനിരീക്ഷണങ്ങളൊന്നും അതിന്റെ വഴികളല്ല. സംഭവിച്ചതും സംഭവിക്കേണ്ടതുമൊക്കെ മുൻകൂർ നിശ്ചിതമായ 'ഏതോ ഒന്നാണ്' എന്നവർ പ്രഖ്യാപിക്കുന്നു. ഇത് വിധി, കർമ്മഫലം, മുജ്ജന്മ സുകൃതം (പാപം), പുനർജ്ജന്മം, ദൈവം, പിശാച്, സ്വർഗ്ഗം, നരകം തുടങ്ങിയ സങ്കല്പങ്ങളിലേക്ക് നയിക്കുന്നു. ഇതിന്റെ അടിത്തറയാകട്ടെ 'വിശ്വാസം' മാത്രമാണ്. അതേസമയം അർത്ഥശൂന്യമായ വാചകക സർത്തുകൾ നടത്തുകയും ചെയ്യുന്നു. മാവോ മാങ്ങയോ ആദ്യമുണ്ടായത് തുടങ്ങിയ ചോദ്യങ്ങൾ അങ്ങനെയുണ്ടാകുന്നതാണ്.

പ്രപഞ്ചവുമായി ഇടപെടുന്നതിലൂടെ ആർജ്ജിക്കുന്നതെന്തോ അതാണ് അറിവ്; അഥവാ പഞ്ചേന്ദ്രിയങ്ങളിലൂടെ ലഭ്യമാക്കുന്ന പ്രപഞ്ച യാഥാർത്ഥ്യം. ഇത് അനുഭവം തന്നെയാണ്. അതിലൂടെ പ്രപഞ്ചനിഗൂഢ തകൾ കുറയ്ക്കുകയും ജീവിതത്തെ അർത്ഥപൂർണ്ണമാക്കാൻ കഴിയുകയും ചെയ്യുന്നു. പറക്കുന്ന പക്ഷിയെ പറ്റിയുള്ള അറിവിൽ നിന്നാണ് ആകാശ സഞ്ചാരത്തിലേയ്ക്കുള്ള ബോധത്തിൽ എത്തിച്ചേരുന്നത്. ഇന്ദ്രിയജ്ഞാ നത്തിൽ നിന്ന് ഉരുത്തിരിഞ്ഞെത്തുന്നതാണ് സയുക്തികജ്ഞാനം. എന്നാൽ ആശയവാദം ഇതിനെയൊക്കെ നിഷേധിക്കുന്നു. പൂർവ്വ സൂരികളിൽ നിന്നു ലഭിച്ച ആശയസംഘാതം മാത്രമാണ് അവരുടെ ലോകം. അതിന്റെ മൗലികകേന്ദ്രമാകട്ടെ ഈശ്വരനോ ആത്മാവോ ആണ് അതിൽ നിന്നാണ് സകല സൃഷ്ടികളെന്നും എല്ലാറ്റിന്റെയും കാരണം ഈശ്വരനാണെന്നും സമർത്ഥിക്കാൻ ശ്രമിക്കുന്നു. ഇതിന്റെ പ്രമാണങ്ങൾ തെളിവുകളല്ല, മതഗ്രന്ഥങ്ങളാണ്.

ഭൗതികവാദമാകട്ടെ പദാർത്ഥത്തിന് (Matter) പ്രാഥമികത്വം കല്പി ക്കുന്നു. ഇന്ദ്രിയങ്ങൾ വഴി അറിയാൻ കഴിയുന്നതെന്തും പദാർത്ഥമാണ്, അതിന്റെ പ്രാഥമിക രൂപം കണികയാണ്. പദാർത്ഥനിരതമല്ലാത്ത തൊന്നും പ്രപഞ്ചത്തിലില്ല. അതു ചലനാത്മകമാണ് രൂപഭേദങ്ങൾ വരികയല്ലാതെ പദാർത്ഥം നശിക്കുന്നില്ല. പദാർത്ഥ ത്തിലടങ്ങിയിരി ക്കുന്ന ഊർജ്ജമാണ് (ചലനം) സകല പ്രപഞ്ച പ്രതിഭാസങ്ങൾക്കും കാരണം. ഇതാണ് ഭൗതികവാദത്തിന്റെ അന്തസത്ത. ഇത് പ്രപഞ്ച യാഥാർത്ഥ്യങ്ങളിലേക്കാണ് കണ്ണുതുറ പ്പിക്കുന്നത്. പ്രപഞ്ചത്തിന് അപ്പുറത്തൊരു പ്രതിഭാസമില്ലെന്ന് ഭൗതികവാദം അടിവരയിടുന്നു. പദാർത്ഥനിരതമായതുകൊണ്ടാണ് പ്രപഞ്ചത്തെ മാറ്റി ത്തീർക്കാൻ കഴിയുന്നത്. ഈ പദാർത്ഥം തന്നെയാണ് നിലനിർത്തുന്നതും.[1]

---

1 ഇതുമായി ബന്ധപ്പെട്ട് ഏകാത്മവാദം, ദ്വന്ദ്വവാദം എന്നിങ്ങനെ വിശദീകരിക്കപ്പെ ടുന്നുണ്ട്. പദാർത്ഥത്തിൽ നിന്ന് അന്യമായി ഒന്നിനും നില്ക്കാൻ കഴിയില്ല. പദാർത്ഥ രൂപാന്തരീകരണം മാത്രമാണുള്ളത് എന്നത് ഏകാത്മകവാദം (Monism) ശരീര ത്തിനുള്ളിൽ രൂപമായി നിലനില്ക്കുന്ന എന്തോ ആണ് മനസ്സെന്നും, അതുകൊണ്ട്

ഭൗതികവാദത്തിനെതിരെ എക്കാലത്തും ആത്മീയവാദ പക്ഷത്തു നിന്നും ആക്രമണങ്ങളുണ്ടായിട്ടുണ്ട്. ഇന്ത്യൻ ആത്മീയദർശനങ്ങളിൽ തന്നെ പ്രാഥമികമായ കേവലചൈതന്യം ബ്രഹ്മവും, കേവലചൈതന്യം അഥവാ ബോധമെന്ന ആത്മാവും ഒന്നെന്ന സങ്കല്പമേയുള്ളൂന്ന് സ്ഥാപിക്കാനുള്ള ഭഗീരഥപ്രയത്നമുണ്ട്. നാഗാർജ്ജുനന്റെ 'ശൂന്യവാദം' ലോകമെന്ന യാഥാർത്ഥ്യത്തെ നിഷേധിക്കുകയും സാധാരണ അനുഭവമെന്നത് സ്വപ്നം മാത്രമാണെന്ന് സ്ഥാപിക്കാൻ ശ്രമിക്കുകയും ചെയ്യുന്നു. യോഗാചാരന്മാരുടെ 'വിജ്ഞാനവാദം' ബാഹ്യലോകത്തെ നിഷേധിക്കുക മാത്രമല്ല ദീർഘകാല ധ്യാനത്തിലൂടെ (യോഗ) കേവലാശയത്തിന്റെ പരമയാഥാർത്ഥ്യത്തെ കണ്ടെത്താമെന്ന് പ്രഖ്യാപിക്കുകയും ചെയ്യുന്നു.[2] ഇതിന്റെ ആധുനിക വ്യാഖ്യാനകസർത്താ യിരുന്നു ശങ്കരന്റെ അദ്വൈതം. ദൈനംദിന അനുഭവത്തിൽപെടുന്ന ഭൗതികലോകം യഥാർത്ഥമല്ല എന്നു പ്രഖ്യാപിച്ച ശങ്കരന് തത്വശാസ്ത്രത്തോട് അവജ്ഞയായിരുന്നു.[3] ഇത്തരക്കാരോട് കുമാരിലഭട്ടൻ ഉന്നയിച്ച ചോദ്യത്തിന് ഇതുവരെ ആരും മറുപടി പറഞ്ഞിട്ടില്ല.

> എല്ലാം മായയാണെങ്കിൽ, വിശക്കുമ്പോൾ ഭക്ഷണം കഴിക്കുന്നതെന്തിനാണ്? ദാഹിക്കുമ്പോൾ വെള്ളം കുടിക്കുന്നതും നാണം മറയ്ക്കാൻ തുണിയുടുക്കുന്നതെന്തിനാണ്?
>
> എന്നാൽ ഇതിനെയെല്ലാം ഉച്ചത്തിൽ നിഷേധിക്കുന്ന ശൈലിയാണ് ആശയവാദികൾ എടുത്തിട്ടുള്ളത്.[4] ഇന്നും ഇത്തരം തർക്കങ്ങൾ മുറുകുമ്പോൾ അവർ ഒച്ചവെച്ചും ശപിച്ചും പിരിയുകയാണ് ചെയ്യുക.

എന്നാൽ ഭൗതികവാദമാകട്ടെ ആശയവാദത്തിന്റെ വിവിധവശങ്ങൾ ക്രോഡീകരിച്ചെടുക്കുന്നു. വേദങ്ങൾ, ഉപനിഷത്തുക്കൾ, പുരാണങ്ങൾ, തുടങ്ങിയവയിൽ നിന്ന് ലഭിക്കുന്ന വാദഗതികളാണ് ഇവ. ഇങ്ങനെ സ്വരൂപിച്ചെടുക്കുന്നതാണ് പൂർവ്വപക്ഷം. അവയെ അകാവുന്നത്ര മാന്യതയോടെ ഖണ്ഡിക്കുന്നതാണ് പ്രതിപക്ഷം / വിപക്ഷം. ഈ പക്ഷപ്രതിപക്ഷങ്ങളിൽ നിന്നാണ് സിദ്ധാന്തം രൂപീകരിക്കുന്നത്. തത്വശാസ്ത്രത്തിന്റെ ഈ സമ്പ്രദായം ആശയവാദം അംഗീകരിക്കില്ല.

ശരീരത്തെ വിട്ട് വേറെ പോകാൻ കഴിയുമെന്നുമാണ് ദ്വന്ദ്വവാദം. (Dualism). മനോരോഗത്തെ പിശാചുബാധയായി ഇവർ കാണുന്നു.

2 പ്രാചീനഭാരതത്തിലെ ഭൗതികവാദം: ദേബിപ്രസാദ് ചതോപാദ്ധ്യായ

3 രണ്ടാം അദ്ധ്യായം കാണുക

4 ഇതിനെ 'വക്ത്രാസ്ത്രവം' എന്നു പറയുന്ന 'മുഴക്കമുള്ളവാക്കുകൊണ്ട് വഞ്ചിക്കുക' എന്നാണർത്ഥം

കുറ്റിയിൽ കെട്ടിയിട്ട പശുവിനെപ്പോലെ അത് പരിമിതപ്രാന്തങ്ങളിൽ മേയുകയും ബഹളമുണ്ടാക്കുകയുമാണ് ചെയ്യുക.

ആശയവാദം കൊണ്ട് എന്താണുകുഴപ്പം എന്നത് സ്വാഭാവികമായ ഒരു ചോദ്യമാണ്. ആശയമെന്ന നിലയിൽ നിരുപദ്രവകരമായി നില നിൽക്കുകയല്ല അതു ചെയ്യുന്നത്. മനുഷ്യന്റെ സകലചോദനകളെയും അദ്ധ്വാനത്തെയും അതു നിഷേധിക്കുന്നു. ഈ ലോകത്തിനു വേണ്ടിയല്ല, പരലോകത്തിനുവേണ്ടിയാണവർ ജീവിക്കുന്നത്. ആശയവാദം മതത്തി ന്റെ രൂപത്തിലാകുമ്പോൾ അതു സംഘർങ്ങളുടെയും യുദ്ധങ്ങളുടെയും പ്രത്യയശാസ്ത്രമായിത്തീരുന്നു. രാജവാഴ്ചയുടെയും സകല ഏകാധിപ ത്യഫാസിസ്റ്റ ഭരണത്തിന്റെയും പ്രത്യയശാസ്ത്രമായി മതം മാറുന്നു. ഭൗതികവാദത്തെ എതിർക്കുമ്പോൾ മായാവാദമുയർത്തുന്നു. ഭൂമിയിലെ സകലസുഖഭോഗങ്ങളും അനുഭവിക്കുകയും അവയെ നിഷേധിക്കുകയും ചെയ്യുന്നു. ചരിത്രത്തിലെമ്പാടും കൊലപാതകപരമ്പരകൾ സൃഷ്ടിച്ചു കൊണ്ട്, കൊടിയ യുദ്ധങ്ങൾ നടത്തി വിനാശകരമായിത്തീരുന്നു. ഈ ഭയാനകതകൾക്കെതിരെ 'മനുഷ്യത്വ'ത്തിന്റെ മുദ്രാവാക്യമാണ് എക്കാലത്തും ഭൗതികവാദം ഉയർത്തിപ്പിടിക്കുന്നത്.

ആസ്തിക്യവും നാസ്തിക്യവും

ഒരാൾ ദൈവവിശ്വാസിയാകുന്നതോ മറ്റൊരാൾ ദൈവത്തിൽ വിശ്വ സിക്കാതിരിക്കുന്നതോ മേന്മയും മഹത്വവുമല്ല, അവരുടെ 'വിശ്വാസം' അവർക്കിടയിൽ പ്രശ്നമുണ്ടാക്കാനും ഇടയില്ല-അതു വ്യക്തിപരമായ വിശ്വാസങ്ങൾ മാത്രമാണെങ്കിൽ. എന്നാൽ ചരിത്രവും സാമൂഹ്യ ശാസ്ത്രവും ബോദ്ധ്യപ്പെടുത്തുന്നത് നിഷ്ക്കളങ്കമായ ഇത്തരമൊരു 'വിശ്വാസ' പ്രമാണത്തെയല്ല.

'ദൈവം' എന്താണ് എന്ന് നാളിതുവരെ വ്യാഖ്യാനിക്കാൻ ഒരു മതത്തിനും പ്രവാചകർക്കും തത്വജ്ഞാനികൾക്കും കഴിഞ്ഞിട്ടില്ല. അത് വ്യാഖ്യാനങ്ങൾക്കപ്പുറത്താണെന്ന 'കുയുക്തി' ചിലർ ഉയർത്താ റുണ്ട്. അത് ഉത്തരംമുട്ടുന്നവരുടെ രക്ഷാമാർഗമാണ്. ഈശ്വരനാണ് സകലതിന്റെയും മൂലാധാരം എന്നു വാദിക്കുകയും ഉറച്ചുനില്ക്കുകയും ചെയ്യുന്നതുവരെ ആസ്തികർ പ്രശ്നമാക്കാറല്ല. ഈശ്വരന്റെ അസ്തിത്വ ത്തിൽ (ഈശ്വരൻ ഉണ്ട്) വിശ്വസിക്കാനുള്ള ഒരാളുടെ അവകാശത്തെ ചോദ്യം ചെയ്യാനും വയ്യ. (മറിച്ച് ഈശ്വരനില്ല എന്നു വിശ്വസിക്കുന്നതും അംഗീകരിക്കണം) സഗുണനിർഗുണബ്രഹ്മമെന്നോ, മായയെന്നോ അരൂപിയെന്നോ ത്രിത്വമെന്നോ സർവ്വശക്തനെന്നോ ഒക്കെയുള്ള വാദങ്ങൾകൊണ്ട് എന്തു വേലത്തരങ്ങളിറക്കാനും ആസ്തികന് അവകാ

ശമുണ്ട്. എന്നാൽ ചരിത്രത്തിലൊരിടത്തും അങ്ങനെനിർദ്ദോഷമായി ദൈവവിശ്വാസം നിലനിന്നിട്ടില്ല. ഈശ്വരനെ മതത്തിൽ സന്നിവേശിപ്പിക്കുകയും അഥവാ ഈശ്വരസൃഷ്ടമായ മതങ്ങൾ രൂപീകരിക്കുകയും, അങ്ങനെ വ്യത്യസ്ത ഈശ്വരന്മാരും മതങ്ങളും പിറവിയെടുക്കുകയും ചെയ്യുമ്പോൾ ഇവരിൽ ഏതുദൈവം ശരി, ഏതു ദൈവമാണ് കൂടുതൽ ശക്തൻ എന്ന തർക്കമുയരുകയും അത് ഭയാനകമായ യുദ്ധങ്ങളിൽ കൊണ്ടെത്തിക്കുകയും ചെയ്യുന്നു. ലോകയുദ്ധങ്ങളിൽ കൊല്ലപ്പെട്ടതിലേറെ ആളുകൾ ഈശ്വരനുവേണ്ടി യാണ് കുരുതിക്കളങ്ങളിൽ ഹോമിക്കപ്പെട്ടിട്ടുള്ളത് എന്ന സത്യത്തിനു മുന്നിൽ ഈശ്വരൻ ഒരു നിഷ്കളങ്കവിശ്വാസം മാത്രമാണെന്നു പറയാൻ വയ്യ.

ചരിത്രത്തിലെ ഇത്തരം മഹാദുരന്തങ്ങളെ മാറ്റിവെച്ച് വ്യക്തിയിലേക്കു വന്നാലും ഈശ്വരവിശ്വാസം നിരുപദ്രവകരമാകുന്നില്ല. ദൈവവിശ്വാസം തന്നെ പിശാചിലുള്ള (എതിരായ) വിശ്വാസമായി മാറുന്നു. മന്ത്രവാദത്തിലും കൂടോത്രത്തിലും ശകുനത്തിലും ഒക്കെയുള്ള വിശ്വാസമായി പരിണമിക്കുന്നത് ഈശ്വരവിശ്വാസം തന്നെയാണ്. അതായത് ദൈവവിശ്വാസം കേവലമായ ഒരു പ്രമാണമായി മാത്രമല്ല, സകല അന്ധവിശ്വാസങ്ങളുടെയും ഉല്പാദന കേന്ദ്രമായാണ് വ്യാപരിക്കുക. എല്ലാം വിധിക്കുന്ന ഈശ്വരനിശ്ചയത്തെ തടുക്കാൻ ജോത്സ്യന്റെയും മന്ത്രവാദിയുടെയും മായാജാലങ്ങളിൽ അകപ്പെടുന്നതും വിശ്വാസികൾ തന്നെയാണ്. ഒട്ടുമിക്ക സാമൂഹ്യതട്ടിപ്പുകളുടെയും ചൂഷണങ്ങളുടെയും പ്രഭവമോ ഉപാധിയോ ഈശ്വരനാണ്. അങ്ങനെ ദൈവവിശ്വാസം സാമൂഹ്യദ്രോഹത്തിന്റെ മുഖ്യനിദാനമായിമാറുന്നു. വിശ്വാസം ശക്തമാകുന്നതനുസരിച്ച് തന്റെ ഈശ്വരനിൽ നിന്നു വ്യത്യസ്തനായ മറ്റൊരു ഈശ്വരനെ അംഗീകരിക്കാനാവാതെ വരികയും അതു ശത്രുതാപരവും വംശീയവും വർഗീയവുമായി മാറുകയും ചെയ്യുന്നു. അങ്ങനെ ദൈവമുണ്ടെന്ന് തെളിയിക്കാനുള്ള വൈകാരികബോധവും ശ്രമവും ഒരു സാമൂഹ്യവിരുദ്ധപ്രതിഭാസമായി മാറുമ്പോഴാണ് നിരീശ്വരത ശക്തമായ ഒരാശയമായി മുന്നോട്ടുവെക്കപ്പെടുന്നത്.

> 'നാ അസ്തി' (അസ്തിത്വമില്ല) എന്ന ചിന്തയാണ് നാസ്തിക്യം. ഈശ്വരന്റെ നിലനില്പിനെയാണ് നാസ്തികർ നിഷേധിക്കുന്നത് (അത് നിരീശ്വര'വാദ' മല്ല; അങ്ങനെ നാസ്തികർ വാദിച്ചുനടക്കാറുമില്ല) നിരീശ്വരത്വം ചരിത്രപരമായ ഒരു ഉല്പന്നമാണ്. മനുഷ്യസ്നേഹത്തിൽ നിന്നാണ് അതിന്റെ ഉദയം സ്വന്തം ശക്തിയിൽ വിശ്വസിക്കുകയും അതു വളർത്തുകയും അങ്ങനെ മനുഷ്യസ്നേഹത്തിനു മാറ്റു

കൂട്ടുകയും ചെയ്യുന്നവനാണ് നാസ്തികൻ.[5] വിശ്വാസിക്ക് ഇത്തരം മനുഷ്യസ്നേഹം ഉണ്ടാകണമെന്നില്ല. കാരണം വിശ്വാസത്തിന്റെ പേരിൽ മൃഗബലിമാത്രമല്ല നരബലിയും അവർ നടത്തിയേക്കാം, നടത്തിയിട്ടുണ്ട്.

സ്വാഭാവിക ഭൗതികലോകത്തിനപ്പുറമൊന്നുമില്ലെന്നു വിശ്വസിക്കുന്ന, നിരീക്ഷിക്കാവുന്ന പ്രപഞ്ചത്തിന്റെ പിന്നിൽ പ്രകൃത്യാതീതമായ സൃഷ്ടി ബുദ്ധിയൊന്നുമില്ലെന്നും, നിലനില്ക്കുന്ന ഒരാത്മാവില്ലെന്നും വിശ്വസിക്കുന്നവനാണ് നിരീശ്വരൻ എന്നാണ് ഡോക്കിൻസിന്റെ നിർവ്വചനം. [6]മതങ്ങൾ പ്രചരിപ്പിക്കുന്ന ദൈവം ഒരിക്കലും നിഷ്കളങ്കനോ നന്മയുടെ അവതാരമോ അല്ലെന്ന് അദ്ദേഹം തുടർന്നു സ്ഥാപിക്കുന്നു.

ദൈവത്തിനെതിരായ യുദ്ധപ്രഖ്യാപനമല്ല നാസ്തികത്വം. സൈദ്ധാന്തിക ലോകത്തിലെ മനുഷ്യവിരുദ്ധമായ ആശയവാദത്തിനെതിരായ ഭൗതികവാദത്തിന്റെ ആണിക്കല്ലാണത്. ദൈവനാമത്തിൽ മതങ്ങൾ നടത്തിയ ഭീകരപോരാട്ടങ്ങൾക്കെതിരായ പ്രതിരോധസമരത്തിന്റെ ആശയപരമായ ആയുധമാണത്. ശാസ്ത്ര, സാമൂഹ്യ, മാനവിക, ജനാധിപത്യ, വർഗസമരവികാസത്തിന്റെ അടിസ്ഥാന പ്രമാണമായിരുന്നു നിരീശ്വരത്വം. സാമൂഹ്യപുരോഗതിക്കുവേണ്ടി ജീവിതസമർപ്പണം ചെയ്ത ചിന്തകരെയും ശാസ്ത്രജ്ഞരെയും പോരാളികളെയുമൊക്കെ തീയിലെറിഞ്ഞ ചരിത്രമാണ് ആസ്തികതയ്ക്കുള്ളതെങ്കിൽ, മനുഷ്യ നന്മയുടെ തിരിതെളിച്ചുകൊടുത്ത ചരിത്രമാണ് നാസ്തികതയ്ക്കുള്ളത്.

മനുഷ്യൻ ഉണ്ടായകാലം മുതൽ ദൈവവിശ്വാസിയായിരുന്നില്ല. എന്നാൽ ദൈവമുണ്ടായകാലം മുതലേ ദൈവനിഷേധമുണ്ടായിരുന്നു. ലോകത്തിലെ ഏറ്റവും പ്രാചീനമായ ഗ്രീസിൽ തത്വചിന്തകർ മനുഷ്യപ്രകൃതത്തിൽ നിന്ന് ധാർമ്മികത സൃഷ്ടിക്കുകയായിരുന്നു. ദൈവം അവർക്കൊരു വിഷയമേ ആയിരുന്നില്ല. മനുഷ്യധാരണകളുടെ ശക്തിദൗർബല്യങ്ങളെ തിരിച്ചറിഞ്ഞു കൊണ്ടുതന്നെ അവയെ പ്രദർശിപ്പിക്കുകയായിരുന്നു ലോക പ്രസിദ്ധരായ ഗ്രീക്കു ദാർശനികർ. സുപരിചിതങ്ങളായ ചില ഭ്രമജനകചിന്തകളിൽ ആണ്ടുകിടക്കുന്നത് ഈശ്വ

റിച്ചാർഡ് ഡോക്കിൻസ്

5 യുക്തിവാദത്തിന് ഒരു മുഖവുര: പവനൻ

6 The God Delusion: Richard Dawkins

രവിശ്വാസത്തിന്റെ സവിശേഷതയാണ്. വസ്തുനിഷ്ഠ സത്യമില്ലാത്ത, വ്യക്തിനിഷ്ഠപ്രമാദമോ, മിഥ്യയോ ആണ് ഈശ്വരസങ്കൽപം എന്ന് ദേബീപ്രസാദ് മുഖവുര കുറിക്കുന്നു.[7]

> ദൈവവിശ്വാസത്തെ നിരുപദ്രവകരമായ ഒരു പ്രമാണമായി കാണുകയാണെങ്കിൽ ആനന്ദിന്റെ പരാമർശത്തെ സ്വീകരിക്കാം- ദൈവവിശ്വാസം മസ്തിഷ്കത്തിലെ യുക്തിയുടെ സ്ഥപലവുമായല്ല, ഭാവനയുടെ സ്ഥഫലവുമായാണ് ബന്ധപ്പെട്ടിരിക്കുന്നത്. ദൈവം വിഹരിക്കുന്നത് ഭാവനയുടെയും കവിതയുടെയും കലയുടെയും മിത്തിന്റെയും മണ്ഡലത്തിലാണ്. ഭാവനയെ മാറ്റിനിർത്തി യുക്തിയിലൂടെ മാത്രം മനുഷ്യനു വ്യാപരിക്കാനാവില്ല.[8]

എന്നാൽ ഇങ്ങനെയുള്ള ഭാവനാസൃഷ്ടികളല്ല ദൈവങ്ങൾ എന്നദ്ദേഹം തുടർന്നുപറയുന്നു. തീഷ്ണരും അസൂയാലുക്കളും മനുഷ്യരുമായി സംവദിക്കുന്നവരും ബലികൾ ആവശ്യപ്പെടുന്നവരും ജനങ്ങൾക്കിടയിൽ മത്സരം വളർത്തുന്നവരുമാണ് ദൈവങ്ങൾ.

ചുരുക്കത്തിൽ ആസ്തിക നാസ്തികവിഷയങ്ങൾ പ്രതിരോധത്തിലേർപ്പെടുന്നത് ആശയപരമായൊരു സംവാദത്തിനല്ല, ചരിത്രപരമായ ഒരു അനിവാര്യത എന്ന നിലയിലാണ്. മനുഷ്യരെന്നുള്ള പാരസ്പര്യത്തെ നിഷേധിക്കുന്നതിൽ 'ദൈവം' മുഖ്യപങ്കുവഹിച്ചു എന്നതുകൊണ്ടു തന്നെയാണ് അതിനെതിരെ മാനവികതയുടെ പക്ഷത്തുനിന്നു നാസ്തികർ പ്രതിരോധമേർപ്പെടുത്തിയത്. അതൊരു തുടർപ്രക്രിയയാണ്. ആശയ സാക്ഷാൽക്കാരം കൂടിയാണ് അത്.

മതത്തിനുള്ളിലെ നിരീശ്വരത്വം

മതങ്ങളെ സംബന്ധിച്ച ഏറ്റവും വലിയ കുറ്റമാണ് നിരീശ്വരത്വം. എതിരാളികൾക്കെതിരെ മതങ്ങൾ എന്നും ഉപയോഗിച്ചിരുന്ന ആയുധമായിരുന്നു നാസ്തിക്യം. ഇന്ത്യൻ പശ്ചാത്തലത്തിൽ വേദപ്രമാണങ്ങളെ അംഗീകരിക്കാത്തവനാണ് നിരീശ്വരൻ (നാസ്തികോ വേദ നിന്ദ:). ചാർവ്വാകർ ബ്രാഹ്മണികതയുടെ ശത്രുക്കളായത് അങ്ങനെയാണ്. എന്നാൽ വേദങ്ങളെ വെറുതെ നിന്ദിക്കുകയോ തള്ളിക്കളയുകയോ ആയിരുന്നില്ല. മറിച്ച് ദാർശനികമായി ഭേദിക്കുകയായിരുന്നു അവർ. ബുദ്ധമതം, സാംഖ്യം, മീമാംസ എന്നിവയ്ക്കെതിരെ ഭഗവദ്ഗീതയിൽ

---

7 ഇന്ത്യൻ നിരീശ്വരവാദം: ദേബിപ്രസാദ് ചതോപാദ്ധ്യായ

8 വേട്ടക്കാരനും വിരുന്നുകാരനും: ആനന്ദ്

പ്രതിഷേധിക്കുന്ന[9] കൃഷ്ണൻ നാസ്തികരെ ശപിക്കുന്നത് ഇങ്ങനെയാണ്.

> അവിവേകിയും നാസ്തികനും സംശയിച്ചുകൊണ്ടിരിക്കുന്നവനും നശിക്കുന്നു. സംശയമുള്ളവന് ഇഹലോകത്തിലും പരലോകത്തിലും സുഖമില്ല.[10]

ദാർശനികർക്ക് ആസ്തികത്വം അതിലളിതമായ ഒരു വിഷയമാണ് എതിരാളിയെ ചർച്ചകളിൽ അടിക്കാനുള്ള ഒരു വടിയാണത്. വേദപ്രമാണങ്ങൾ അംഗീകരിച്ചാൽ ആൾ ആസ്തിനാകും, യോഗ്യനും.

എന്നാൽ സെമിറ്റിക് മതങ്ങളെ സംബന്ധിച്ച് കാര്യങ്ങൾ അത്ര ലളിതമല്ല. തങ്ങളുടെ പ്രവാചകനിൽ / പ്രതിപുരുഷനിൽ വിശ്വസിക്കാത്തവരൊക്കെ അവർക്കു നിരീശ്വരരാണ്. യഹൂദർ ആദ്യകാല ക്രിസ്ത്യാനികളെ നിരീശ്വരരർ എന്നു വിളിച്ച് ആക്രമിച്ചത് അവർ യഹോവയിൽ വിശ്വസിക്കുന്നില്ല എന്ന് ആരോപിച്ചാണ്. സെ. പോളും, സെ. പീറ്ററും റോമാചക്രവർത്തിമാരാൽ കൊല്ലപ്പെട്ടത് അവർ നിരീശ്വരരാണെന്ന് ആക്ഷേപിച്ചുകൊണ്ടാണ്. പിന്നീട് ഇതേ ക്രിസ്തുസഭ ആയിരങ്ങളെ അരിഞ്ഞുതള്ളിയതും, തീയിലെറിഞ്ഞതും അവർ നിരീശ്വരർ ആണെന്നു സ്ഥാപിച്ചുകൊണ്ടാണ്. ഇസ്ലാമാകട്ടെ, തങ്ങളുടെ പ്രവാചകനിലും 'ഈമാൻ കാര്യങ്ങളിലും വിശ്വസിക്കാത്തവരെ ഇപ്പോഴും 'കാഫിറുകൾ' (അവിശ്വാസികൾ) എന്നു തന്നെയാണ് വിളിക്കുന്നത്. ഇസ്ലാമിക രാഷ്ട്രമെന്നാൽ (ഖിലാഫത്ത്) അവർക്ക് അള്ളാഹുവിന്റെ രാജ്യമാണ്. 'ലാ ഇല്ലാ ഇല്ലള്ളാഹ്' എന്ന കലിമയുടെ അർത്ഥം തന്നെ 'അള്ളാഹുവല്ലാതെ മറ്റൊരു ദൈവമില്ല' എന്നാണ്. അന്യദൈവങ്ങളിൽ വിശ്വസിക്കുന്ന ഒരാളെയും ആസ്തികനായി അവർ അംഗീകരിക്കുകയുമില്ല.

ഒട്ടുമിക്ക സംസ്കാരങ്ങളിലും സൂര്യൻ ദൈവമായി ആരാധിക്കപ്പെട്ടിരുന്നു. അനക്സഗോറസും പ്രോട്ടോഗോറസും ഏഥൻസിൽ നിന്നും പുറത്താക്കപ്പെട്ടത് സൂര്യൻ ഒരു ഭൗതിക പദാർത്ഥമാണെന്നു പറഞ്ഞതിനാണ്. സോക്രട്ടീസിനു വിഷം കൊടുത്തു കൊന്നതും നിരീശ്വരവാദകുറ്റം ചുമത്തിയാണ്. ജനങ്ങൾക്കിടയിൽ തത്വശാസ്ത്രം പറഞ്ഞുവെന്നതാണ് അദ്ദേഹം ചെയ്ത തെറ്റ്. ഇങ്ങനെ എത്രയെത്ര മനുഷ്യസ്നേഹികളാണ് നിരീശ്വരവാദകുറ്റമാരോപിക്കപ്പെട്ടു കൊല്ലപ്പെട്ടത്.

ഈശ്വരനുണ്ടെന്ന് ഒരുകൂട്ടർ വിശ്വസിക്കുമ്പോൾ ഇല്ലെന്ന് മറ്റൊരു കൂട്ടർ വിശ്വസിക്കുന്നതിൽ എന്തു കുഴപ്പമാണുണ്ടാവുക? അത് ജനാധിപത്യത്തിന്റെയും പൗരാവകാശത്തിന്റെയും സാമാന്യതത്വം മാത്രമാണ്

9 ഭഗവദ്ഗീത: II:39, III:3, XII:24

10 ഭഗവദ്ഗീത: IV:40

എന്നാൽ ആസ്തിക്യം വ്യക്തിപരമായ ഒരു വിശ്വാസമെ ന്നതിലുപരി ഭരണാധികാരികളുടെ മുഖ്യായുധമായും ഉപയോഗിച്ചിരുന്നു. പൗരോഹിത്യവും ഭരണാധികാരവും ഒന്നിച്ചു നിന്ന കാലങ്ങളിൽ 'ദൈവിക'മായി ലഭിച്ച അധികാരത്തിന്റെ മറവിലായിരുന്നു ജനദ്രോഹങ്ങൾ നടത്തിയിരുന്നത്. അതിനെതിരായ പ്രചാരവേല അധികാരത്തെ ചോദ്യം ചെയ്യലായിരുന്നു.

60 ലക്ഷം ജൂതരെ കൊന്നൊടുക്കിയ ഹിറ്റ്ലറുടെ ന്യായം അവർ മരണാനന്തര ജീവിതമില്ലാത്ത നിരീശ്വരരായിരുന്നുവെന്നതാണ്. അനന്യനായ ക്രിസ്തുവിനെ അംഗീരിക്കാത്തവർക്ക് ജീവിക്കാനാവകാശമില്ല എന്നു പ്രഖ്യാപിച്ച ഹിറ്റ്ലർ മതത്തെപ്പറ്റി പരാമർശിച്ചതിങ്ങനെയാണ്.

> മതവിശ്വാസം അന്യമായ ഒരു മനുഷ്യസമൂഹം സങ്കൽപ്പിക്കുകവയ്യ. മതദർശനങ്ങൾക്കു നേരെയുള്ള ആക്രമണം നിയമവ്യവസ്ഥകൾക്കെതിരായുള്ള ആക്രമണം പോലെ അക്ഷന്തവ്യമാണ്. മതത്തിനു പ്രത്യക്ഷമായുള്ള ചില ന്യൂനതകളുടെ പേരിൽ മതത്തെ കുറച്ചുകാണുന്നത് ഒരു രാഷ്ട്രീയനേതൃത്വത്തിനും ഭൂഷണമല്ല...[11]

യഥാർത്ഥത്തിൽ ഈശ്വരൻ ഒരു രാഷ്ട്രീയ ഉപകരണമായി മാറുന്നതായി തെളിയുന്നു. മനുഷ്യാന്തസിനെതിരായ ചോദ്യമാണ് ആസ്തിക്യത്തിന്റേത്. അതുകൊണ്ടുതന്നെയാണ് മനുഷ്യസ്നേഹികൾക്കു നിരീശ്വരത സ്വീകാര്യമാകുന്നത്.

11 മെയ്ൻ കാംഫ്: ഹിറ്റ്ലർ

രണ്ട്

ദൈവത്തിനെത്ര വയസ്സായി ?

ദൈവം ഏകനാണെന്നത് ചരിത്രവിരുദ്ധമായ വാദമാണ്. ബഹുദൈവവിശ്വാസമാണ് (polytheism) ലോകമെമ്പാടും നിലനിൽക്കുന്നത്. ഏറെ പ്രാചീനമായ ഈജിപ്ഷ്യൻ ദൈവങ്ങൾ ഓസിറിസ് (Osiris) തോത്ത് (Thoth) നട്ട് (Nut) ആൺബിസ് (Annbis) ഹോറുസ് (Horus) എന്നിവയാണ്. ബാബിലോണിയൻ ദൈവങ്ങൾ ഹദാദ് (Hadad) എൻലിൽ (Enlil) ആനു (Anu) ഡാഗൺ (Dagon) മർദ്ദുക്ക് (Marduk) എന്നിവയാണ്. ബിലാ (Bila) നോവി (Gnowee) വാല (Wala) വുരിയുപ്രാനിലി (Wuriupranili) കരാവ്വർ (karraur) എന്നിവർ ആസ്ട്രേലിയൻ ദൈവമാണെങ്കിൽ, മാസു (Mazu) ദാക്കുവാക്വാ (Dakuwaqa) ഇല്ലിയങ്ക (Illyanka) എന്നിവരാണ് ചൈനയുടെ ദൈവങ്ങൾ.

പ്രാചീന സംസ്കൃതികളായ ഗ്രീക്ക്, റോമൻ ദൈവങ്ങൾ തമ്മിൽ കാര്യമായ സാദൃശ്യമുണ്ട്.

ഗ്രീക്ക്	റോം	സ്ഥാനം
സിയുസ്	ജൂപ്പിറ്റർ -	ദൈവരാജൻ
ഹേര (ഭാര്യ)	ജൂണോ (ഭാര്യ)	
പോസിഡോൺ	നെപ്റ്റിയൂൺ	-കടലിന്റെ ദൈവം
ആഫ്രൈഡെറ്റ്	വീനസ്	-സൗന്ദര്യദേവത
ഹെർമിസ്	മെർക്കുറി	ദൈവദൂതർ
ഡയോണീസ്യസ്	ബാക്കസ്	-മദ്യദേവത

മർദുക്ക്

യഹൂദരുടെ സർവ്വശക്തനായ യഹോവ (Yehweh)യെ ക്രിസ്ത്യാനികളും മുസ്ലീങ്ങളും ഏറ്റെടുത്തു. ക്രിസ്തുമതസ്ഥാപകനായ കോൺസ്റ്റന്റൈൻ ചക്രവർത്തിയാണ് 312ൽ യഹോവയെ സർവ്വശക്തനാക്കി പ്രഖ്യാപിച്ചത്. ഇസ്ലാംമതം യഹോവയെ 'അള്ളാ' ആയി തർജ്ജമ ചെയ്തു. എന്നാൽ ക്രിസ്തുമത പിതാവ്, പുത്രൻ, പരിശുദ്ധാത്മാവ് എന്നീ വിഭജനത്തിലൂടെയും തുടർന്ന് നൂറുകണക്കിന് വിശുദ്ധന്മാരിലൂടെയും കണക്കറ്റ ദൈവങ്ങളുടെ ഉടമകളായി.

ദൈവത്തോടൊപ്പം തത്തുല്യരായ ദുർദൈവങ്ങളെയും ഈ മതങ്ങൾ സൃഷ്ടിച്ചെടുത്തു. സൊറാസ്റ്റർ അഹുരമസ്ദ (Ahura Mazda) എന്ന ദൈവത്തെയും അതിന്റെ ശത്രുവായി ആൻഗ്രാമെയ്ന്യ (Angra Mainyu) എന്ന ദുർദ്ദേവനെയും പ്രഖ്യാപിച്ചു. ക്രിസ്തുമതത്തിലെ സാത്താൻ (Satan) സെയ്ത്താനായി (Shaiythan) ഇസ്ലാംമതത്തിൽ പ്രത്യക്ഷപ്പെടുന്നു. ബിൽസബബ്, ബെലിയൽ, ലൂസിഫർ തുടങ്ങിയ അപരനാമങ്ങളും സാത്താനുണ്ട്. സാത്താനെ ആരാധിക്കുന്ന സഭകളും ഉണ്ട്.

ഹിന്ദുമതത്തിൽ കോടിക്കണക്കിന് സൽദൈവങ്ങളും ദുർദൈവങ്ങളുമുണ്ട്. ദേവൻ, അസുരൻ, രാക്ഷസൻ, ഗന്ധർവ്വൻ, യക്ഷൻ, കിന്നരൻ തുടങ്ങി നിരവധി വിഭാഗങ്ങളിലായി ഇവർ അണിനിരക്കുന്നു. ഇത്രയധികം ദൈവങ്ങൾക്കിടയിൽ 'ഏകദൈവവാദം' സ്വയം പരാജിതമാകുന്നു.

ഭൂമിയും നക്ഷത്രങ്ങളും ജീവജാലങ്ങളുമൊക്കെ ദൈവം സൃഷ്ടിച്ചു എന്നത് എല്ലാ മതങ്ങളും നടത്തുന്ന പ്രചാരണമാണ്. എന്നാൽ അവരാരും തന്നെ എന്താണു ദൈവം, ഏതാണു ശരിയായ ദൈവം, എത്ര ദൈവങ്ങളുണ്ട്, എവിടെയാണ് ദൈവം, എന്നുണ്ടായി ദൈവം എന്നൊന്നും പറയുന്നില്ല. മനുഷ്യൻ ഉണ്ടായനാൾ മുതൽ വിശ്വാസികളായിരുന്നോ, എല്ലാ മനുഷ്യരും വിശ്വസിക്കുന്നത് ഒരുപോലെയാണോ,

അഹുരമസ്ദ

ലോകത്തെല്ലാവരും വിശ്വാസികളാണോ എന്നൊന്നും ആരും സ്വയം ചോദിക്കാറില്ല.[1] മതങ്ങളെല്ലാം ദൈവാധിഷ്ഠിതമാണോ എന്നുപോലും ആസ്തികർ അന്വേഷിക്കാറില്ല ദൈവവിശ്വാസത്തിന്റെ ചരിത്രം ഈവിധ ചോദ്യങ്ങൾക്കുള്ള ഉത്തരം നൽകും.

മതങ്ങളും ദൈവങ്ങളും

പരിണാമ സിദ്ധാന്തമനുസരിച്ച് പൂർവ്വപിതാക്കന്മാരിൽ നിന്ന് വ്യക്തമായി വേർതിരിഞ്ഞ 'ഹോമോസാപ്പിയൻസ്' (Homosapiens) എന്ന ആദിമമനുഷ്യന് ഏതാണ്ട് 20 ലക്ഷം വർഷത്തിന്റെ പഴക്കമുണ്ട്. എന്നാൽ ശക്തിയും ബുദ്ധിയും തെളിഞ്ഞ ആധുനികമനുഷ്യന്റെ ആയുസ് ഏതാണ്ട് ഇരുപതിനായിരം വർഷമാണ്. ഏറ്റവും പഴക്കമവകാശപ്പെടുന്ന ദൈവിക മതത്തിന് 3500 വർഷവും.[2] ക്രിസ്തുമതത്തിന് 2000 വർഷവും ഇസ്ലാം മതത്തിന് 1600 വർഷവുമാണ് പാരമ്പര്യം. ഇവരുടെയൊക്കെ 'വിശുദ്ധഗ്രന്ഥങ്ങളിലെ ദൈവങ്ങളാണ് ഭൂമി- മനുഷ്യാദികളെ സൃഷ്ടിച്ചതെന്നു സമ്മതിച്ചാൽ തന്നെ, ഈ ദൈവങ്ങൾ അറിയപ്പെടാൻ തുടങ്ങിയിട്ട് ഇത്രയും വർഷങ്ങളെ ആയിട്ടുള്ളൂ എന്നറിയണം.

അതിനർത്ഥം അതിനുമുമ്പ് മതങ്ങൾ ഇല്ലായിരുന്നുവെന്നോ ദൈവത്തെപ്പറ്റി അറിയില്ലായിരുന്നുവെന്നോ അല്ല. എന്നാൽ ആ മതങ്ങളെയും അവരുടെ ദൈവങ്ങളെയും ഇപ്പോഴത്തെ മതവിശ്വാസികൾ അംഗീക

1 ഏറ്റവും അടുത്ത കണക്കു പ്രകാരം ലോകജനസംഖ്യയിൽ 16% പ്രഖ്യാപിതനാസ്തികരാണ് (11-ാം അദ്ധ്യായം കാണുക)

2 വൈദിക/ബ്രാഹ്മണ മതം ഹിന്ദുമതമല്ല, ഹിന്ദുമതം രൂപപ്പെടുന്നത് ഇന്നേയ്ക്ക് 1000 വർഷം മുമ്പാണ് (കൂടുതൽ വിവരങ്ങൾ ലേഖകന്റെ 'ആര്യദ്രാവിഡവിവാദവും, ഭഗവത്ഗീതയുടെ രാഷ്ട്രീയവും' എന്ന കൃതിയിൽ)

രിക്കുമോ എന്നതാണ് പ്രശ്നം. മതങ്ങൾ ഉരുത്തിരിഞ്ഞു വരുന്നതിനും മുമ്പേ പ്രാകൃതമായ ഈശ്വരവിശ്വാസങ്ങൾ ഉണ്ടായിരുന്നു.

ഏറ്റവും പ്രാചീനമായ ഈജിപ്ഷ്യൻ സംസ്ക്കാരം (BCE 5000) 'ര' എന്ന സൂര്യദേവനെ ആണ് ആരാധിച്ചിരുന്നത്. പിന്നീട് തീമൻ ദൈവമായ 'ആമൺ' കൂടി വന്നതോടെ, സൂര്യദൈവത്തിന്റെ പേര് 'ആമൺര' എന്നായി.[3] ഫറവോ നാലാമൻ ഏകദൈവത്തിന് രൂപം നല്കിയപ്പോൾ അതിന്റെ പേരു 'ആറ്റൺ' എന്നായി. സസ്യങ്ങളുടെയും നദികളുടെയും ദൈവമായി 'ഓസിറസി' നെ ആരാധിച്ചു. ഏറ്റവുമൊടുവിൽ ഫറവോ തന്നെ ദൈവമായി മാറി.

യൂഫ്രട്ടീസ് - ടൈഗ്രിസ് നദീ തടത്തിലെ വ്യത്യസ്ത സംസ്ക്കാരങ്ങളിൽ ദൈവ സങ്കല്പങ്ങൾ വിചിത്രങ്ങളായിരുന്നു. ബാബിലോണിയർ മർഡ്യൂക്, ഇഷ്താർ, താമൂസ് തുടങ്ങിയ ദൈവങ്ങളിൽ വിശ്വസിച്ചപ്പോൾ സുമേറിയക്കാർക്ക് ദുർദൈവങ്ങളിലായിരുന്നു വിശ്വാസം. സുഖലോലുപരായിരുന്ന ഇബ്രായർ പലസ്തീനിൽ രാജ്യം സ്ഥാപിച്ചു. ആദ്യം ഫിലിസ്റ്റൈൻകാരും (BCE 1028-1013) പിന്നീട് അസീറിയക്കാരും (722) ആക്രമിച്ചു. 586 ൽ കാൽഡിയൻരാജാവ് നെബുക്കദ്നസ്സാർ 'യരുശലേം' ആക്രമിച്ചു കീഴടക്കി. ഇവരുടെ ആദ്യദൈവം യഹോവയായിരുന്നു. കാർഷിക ദേവതയാകട്ടെ 'താമ്മൂസും' മനുഷ്യരൂപിയായ യഹോവയ്ക്ക് രൂപം നല്കിയത് 'മോശ' യാണ്. തുടർന്നു വന്ന ആമോസ്, ഇസയ്യ, ജറിമിയ, ഇസക്കിയേൽ പ്രവാചകർ യഹൂദരെ ഒരു പ്രത്യേക ജനതയാക്കിമാറ്റി. പഴയനിയമത്തെ അവരുടെ സാഹിത്യരൂപമാക്കിയ പ്പോൾ 'താൽമഡ്' മതഗ്രന്ഥമായി.[4]

പേർസ്യരുടെ സാമ്രാജ്യം ഇന്ത്യവരെയും ആഫ്രിക്കവരെയും വ്യാപിച്ചു കിടന്നിരുന്നു. അഷുര, അനഗേത, മിത്ര, ഹോമ തുടങ്ങിയവരായിരുന്നു ഇവരുടെ ദൈവങ്ങൾ. റോമൻ സംസ്ക്കാരത്തിലേക്കെത്തുമ്പോൾ മിത്രമതത്തിന്റെ സ്വാധീനം പ്രകടമായി. ജാനസ്, ബ്രൂണോ, മാഴ്സ് തുടങ്ങിയ നിരവധി ദൈവങ്ങളിൽ അവർ വിശ്വസിച്ചിരുന്നു. ഇവ കൂടാതെ സ്വയം നശിച്ചുപോയ നിരവധി ദൈവങ്ങളും അവയുടെ മതങ്ങളുമുണ്ട്.[5]

---

3 History of world Civilization - J.E. Swain

4 താൽമഡ്: യഹൂദ നിയമങ്ങളുടെ വ്യാഖ്യാനം. 1000 വർഷത്തെ ചർച്ചകളും തീർപ്പുകളും കാര്യങ്ങളും തത്വങ്ങളും ഇതിൽപെടും. ക്രിസ്ത്യാനികൾക്കു പുതിയ നിയമം പോലെയാണ് യഹൂദർക്ക് താൽമഡ്.

5 യുക്തിദർശനം: കേരളയുക്തിവാദി സംഘം

മതം	രാജ്യം	ദൈവം
അഖ്നാത്തോൺ	ഈജിപ്റ്റ്	ആത്തോൺ
അക്സ്മെറ്റിക്	എത്യോപ്യ	അറസ്/മഹ്റ്/വ്യാളി
അയിനു	സൈബീരിയ	കമുയി
അൽഗോൺ ക്വിൻ	വ. അമേരിക്ക	കുലോസ്റ്റാ
അസീരിയൻ	അസീരിയ	അഷ്ഷർ
അഹോം	ഇൻഡോചൈന	ചുങ്ദിയോ
വേദമതം	ഇന്ത്യ	ഇന്ദ്രൻ
ദ്രാവിഡമതം	"	ശിശ്നൻ
ശൈവം	"	ശിവൻ
വൈഷ്ണവം	"	വിഷ്ണു
ദിൻ ഇലാഹി	"	-
ഈജിയൻ	ക്രിറ്റ് ദ്വീപുകൾ	സൂര്യൻ
കുനാമ	എത്യോപ്യ	(പിതൃക്കൾ)
മിത്രമതം	പേർഷ്യ	സൂര്യൻ
മായാമതം	ലാ. അമേരിക്ക	സൂര്യൻ
ഇൻകാ	പെറു	വീരക്കൊഖ

കണക്കെടുത്താൽ ഇനിയും അധികം മതങ്ങളും ദൈവങ്ങളുമുണ്ട്. ആഫ്രിക്കയിലെ വിവിധഗോത്രങ്ങളിലെ വ്യത്യസ്തമതങ്ങൾ, മെക്സിക്കോയിലെ വിവിധമതങ്ങൾ, കിഴക്കൻ യൂറോപ്പിലെ സ്ലാവു മതം തുടങ്ങിയവയുടെ വിചിത്രദൈവങ്ങൾ. ഇസ്ലാം ഏക ദൈവത്തിൽ വിശ്വസിക്കുന്നുവെന്ന് മേനിനടിക്കുമ്പോഴും അവരുടെ വ്യത്യസ്ത വിഭാഗങ്ങൾ വിവിധങ്ങളായ ദൈവങ്ങളിൽ വിശ്വസിച്ചിരുന്നു.[6]

1. ദിദാരിയ്യ വിഭാഗം	: ഈശ്വരഗുണങ്ങൾ പുരുരുത്ഥാനം
2. ഘലായി ഇല്ല	: ഇശ്വരനു മനുഷ്യരൂപം
3. ഹിഷാമിയ്യ	: ഈശ്വരനു ശരീരമുണ്ട്
4. ജബാരിയ്യ	: ഈശ്വരനേ കർമ്മശക്തിയുള്ളു
5. ജഹമിയ്യ	: ഈശ്വരഗുണങ്ങൾ നിഷേധിക്കുന്നു
6. കർറാമിയ്യ	: ഈശ്വരനു മനുഷ്യഭാവം
7. ഇസ്മായിലി	: പ്രപഞ്ചാത്മാവിന്റെ അംഗങ്ങൾ
8. മുഷാബിഹ	: ഈശ്വരനു മനുഷ്യപ്രവൃത്തികൾ
9. മുസ്ദാരിയ്യ	: ദുഷ്ടതകൾ ഈശ്വരനുവയ്യ
10. മുറാസിലിയ്യ	: ഈശ്വരനെയും മനുഷ്യനെയും താരതമ്യം
11. നുമാനിയ്യ	: ഈശ്വരൻ മനുഷ്യരൂപ പ്രകാശം

6 കുസുമത്തിന്റെ കൃതികൾ: പി.പി. ആന്റണി

ഇതിൽ ഏതെങ്കിലുമൊരു ദൈവത്തെയോ ഭാവത്തെയോ അംഗീകരിക്കാൻ ഇന്നു നിലവിലുള്ള മതവിശ്വാസികൾക്കു കഴിയുമോ? അപ്പോൾപിന്നെ ഏകദൈവമെന്നും ലോകം സൃഷ്ടിച്ചതെന്നുമൊക്കെ പറയുന്നത് ഏതുദൈവമാണ്?

ദൈവപൂർവ്വ വിശ്വാസങ്ങൾ

മൃതമതങ്ങളെക്കൂടി ഉൾപ്പെടുത്തിയാലും മനുഷ്യന്റെ മത/ദൈവവിശ്വാസങ്ങളുടെ പഴക്കം പരമാവധി 5000 വർഷമാണ്. അതു തന്നെ പ്രാചീനമാണ് അങ്ങനെ തന്നെ കരുതിയാലും മനുഷ്യനുണ്ടായി 15000 വർഷമെങ്കിലും കഴിഞ്ഞാണ് മതവിശ്വാസവും മതം പ്രചരിപ്പിക്കുന്ന ദൈവവിശ്വാസവുമുണ്ടായത്. അതിനർത്ഥം അതിനു മുമ്പ് മനുഷ്യർ 'വിശ്വാസി' ആയിരുന്നില്ല എന്നാണോ? അതോ ദൈവിവിശ്വാസം മതങ്ങളിലൂടെ പെട്ടെന്ന് സംക്രമിച്ചതാണെന്നാണോ? അതിന്റെ സ്രോതസുകൾ പരിശോധിക്കുമ്പോൾ വളരെ വിചിത്രങ്ങളായ വിശ്വാസങ്ങളാണ് അനാവൃതമാകുക. കടുത്ത ദൈവവിശ്വാസിക്കുപോലും ഒരു പക്ഷേ അംഗീകരിക്കാൻ കഴിയാത്തതാകും ദൈവജനനത്തിനു മുമ്പുള്ള ഈ 'വിശ്വാസങ്ങൾ'.

1. **ഭൂതാരാധന (Fetishism)** ദുർദേവതകൾ, ഭൂതങ്ങൾ എന്നിവയിലുള്ള വിശ്വാസമാണിത്. അവയുടെ സഹായമുണ്ടെങ്കിൽ ഏതുകാര്യവും സാധിക്കാം. ഓരോ പ്രദേശങ്ങളിലും ഓരോ പേരിലുള്ള ദേവതകളെ പ്രത്യേകമായി സേവിക്കുകയും സംരക്ഷിച്ചുപോരുകയും ചെയ്തിരുന്നു. തടി, വൈക്കോൽ, കളിമണ്ണ് തുടങ്ങിയവകൊണ്ടുള്ള പ്രതിമകൾ നിർമ്മിച്ച് ആരാധിച്ചിരുന്നു. 1760 ൽ ഡി ബ്രോസ് (ഉലയ്യീലെ)ഒ ആണ് ഇതു കണ്ടെത്തിയത്.

   സൈബർയുഗത്തിലും ഈ വിശ്വാസം നില നിൽക്കുന്നു എന്നതിന്റെ തെളിവാണ് 'കുട്ടിച്ചാത്തൻ' സേവ. ദൈവവിശ്വാസത്തെ ഇവർ എങ്ങനെയാണ് ന്യായീകരിക്കുക.

2. **ആനിമിസം (Animism)** പ്രകൃത്യുപാസന എന്ന് ഇതിനെ നിർവചിക്കാനാവില്ല. എല്ലാ ജീവജാലങ്ങൾക്കും കല്ലിനും വെള്ളത്തിനും വരെ ആത്മീയാംശമുണ്ട് എന്ന വിശ്വാസം. അഥവാ പ്രകൃതിക്കുതന്നെ ഒരു ആത്മഭാവമുണ്ട്. എല്ലാ പ്രകൃതി വസ്തുക്കളും ജീവത്തായിരിക്കുന്നത് ഈ ചേതനകൊണ്ടാണ്. പ്രാകൃതകാല അമാനുഷികബോധമാണിത്. അഥവാ മതപൂർവ്വവിശ്വാസം. അതിനെ 'ആത്മീയത' എന്നു പറയാനാവില്ല. ഒരു തരം സത്താ

ബോധം തന്നെ. E.B. Taylor തന്റെ Primitive Culture എന്ന കൃതിയിലാണ് ഇതേപ്പറ്റി വ്യാഖ്യാനിക്കുന്നത് (1871).

3. **പ്രീ-ആനിമിസം (Pre-Animism)** ടെയ്ർ തിയറിയെ ചോദ്യം ചെയ്ത ആൻഡ്രൂലാങ്ങും ആർ. ആർ. മാരേററുമാണ് ഈ സിദ്ധാന്തത്തിന്റെ വക്താക്കൾ. പ്രകൃത്യാതീതശക്തികളുടെ രൂപ-ഭാവ മാറ്റത്തിലൂടെ അരൂപമായ ലോകബോധം രൂപീകരിക്കപ്പെടുന്നു. ഭയമെന്ന മനുഷ്യന്റെ അടിസ്ഥാനബോധം പ്രകൃത്യാതീയ ശക്തികളുമായി ബന്ധിപ്പിക്കുന്നു. ഇത് താർക്കികമായ യുക്തിയല്ല, ബോധതലത്തിലെ ചിന്തയാണ്.

4. **മാനിസം (Manism)** പിതൃആരാധനയെന്നു പറയാം. മരിച്ചവരുടെ ആത്മാവ് കുടുംബങ്ങൾ ക്കുടുത്തുതന്നെയുണ്ടാകുമെന്നും, അവർക്ക് വീട്ടുകാര്യങ്ങളിൽ ജീവിച്ചിരിക്കുന്നവരേക്കാൾ താല്പര്യമുണ്ടാകു മെന്നുള്ള വിശ്വാസം. അവരുടെ ശവകുടീരങ്ങളിൽ പൂജയും അനുഷ്ഠാനങ്ങളും നടത്തുക വഴി അവരുടെ ശക്തിയെ പ്രയോജനപ്പെടുത്താം. എന്നാൽ അവർ ജീവിച്ചിരുന്ന കാലത്തു വ്യാപരിച്ചിടങ്ങളിൽ മാത്രമേ ഈ ശക്തി പ്രയോഗിക്കാനാവൂ. ഹെർബർട്ട് സ്പെൻസറും (1820-1903) ശിഷ്യൻ ഗ്രാന്റ് അലനുമാണ് (1848-1899) ഈ വിശ്വാസപർവ്വത്തെ കണ്ടെത്തിയത്. ഗ്രീക്ക് എഴുത്തുകാരായ യുഹേമിറസ് (Euhemerus BCE 340260) തത്സംബന്ധിയായി പ്രസ്താവിച്ചിട്ടുള്ളത് ദൈവങ്ങളായി ആരാധിക്ക പ്പെടുന്നതൊക്കെ മരിച്ചുപോയ വീരന്മാർ ആണെന്നാണ്.

5. **ഗോസ്റ്റ് തിയറി (Ghost Theory)** പ്രേതവിശ്വാസം എന്നു പറയാം. മരിച്ചുപോയവരുടെ ആത്മാക്കളെ വിളിച്ചുവരുത്തി അത്ഭുതങ്ങൾ പ്രവർത്തിപ്പിക്കാമെന്ന വിശ്വാസം. പ്രേതങ്ങൾക്കു ജീവിച്ചിരിക്കുന്ന വരേക്കാൾ ശക്തിയുണ്ട്. അവർക്കു ജീവിച്ചിരിക്കുന്നവരെ സഹായിക്കാൻ കഴിയും. മതവിശ്വാസത്തിന്റെ തുടക്കം തന്നെ ഇതിൽ നിന്നാണെന്ന് ഹെർബെർട്ട് സ്പെൻസർ വിശദീകരിക്കുന്നു.

6. **ടോട്ടമിസം (Totemism)** ഗോത്രജീവിതത്തിലെ ബന്ധം സൂചിപ്പിക്കാൻ ഉപയോഗിച്ചിരുന്ന അടയാളമാണ് Totem . ക്രമേണ അതു കുലചിഹ്നമായി മാറി. പക്ഷിയോ, വസ്തുവോ ഒരു ഗോത്രത്തിന്റെ പൊതു അടയാളമാകും. അതിന് അത്ഭുതകരമായ കഴിവുണ്ടെന്നും അതിനെ ആരാധിക്കേണ്ട താണെന്നും വേട്ടയാടി ഇരതേടിയിരുന്ന കാലത്തെ മനുഷ്യർ ധരിച്ചിരുന്നു.

ടോട്ടം

റോബർട്ട് ഡൺസ്മിത്ത് 1885ലാണ് ഈ സിദ്ധാന്തം കണ്ടെത്തി അവതരിപ്പിച്ചത്.

മതം രൂപപ്പെട്ടു വരുന്നതിനു മുമ്പുള്ള കാലത്തെ ഈ വിശ്വാസങ്ങൾ ദൈവപരിണാമത്തിന്റെ സൂചനകളുമാണ്. എന്നാൽ ആധുനിക ദൈവവിശ്വാസങ്ങളെ സാക്ഷ്യപ്പെടുത്താൻ ഇവ പര്യാപ്തവുമല്ല.

ദൈവത്തിന്റെ ഉദയം

സംസ്ക്കാരത്തിന്റെ ചരിത്രാതീത കാലത്തേക്ക് ചെല്ലുമ്പോൾ മതവും ഈശ്വരനുമില്ലാത്ത കാലമാണ് ദൃശ്യമാകുന്നത്. വേദകാലത്തു പോലും ഇന്നു വ്യാപരിക്കുന്ന ഒരു ദൈവവുമുണ്ടായിരുന്നില്ല. വേദങ്ങളിലെ പ്രമുഖദൈവം ഇന്ദ്രനാണ്. ആ ഇന്ദ്രനെ പരിഹസിക്കുന്ന ഭാഗങ്ങൾ ഋഗ്വേദത്തിൽ തന്നെയുണ്ട്. സ്വന്തം ദൈവത്തെപോലും ആക്ഷേപത്തോടെ നോക്കിക്കാണുന്ന ഈ പ്രതിഭാസം നിരീശ്വരവാദത്തിന്റെ ആരംഭമാണെന്നാണ് വിലയിരുത്തപ്പെടുന്നത്.[7]

ഹാരപ്പൻ പര്യവേഷണങ്ങളനുസരിച്ച് 5000 വർഷത്തെയെങ്കിലും പാരമ്പര്യം പറയാവുന്ന ആദിമസൈന്ധവസംസ്കൃതിയിൽ പ്രത്യേകിച്ചൊരു ദൈവത്തെ പരാമർശിക്കുന്നില്ല. വിഗ്രഹാരാധന ഉണ്ടായിരുന്നുവെന്നു കാണിക്കുന്ന ബിംബങ്ങൾ ഒന്നും കണ്ടെടുക്കപ്പെട്ടിട്ടില്ല. കണ്ടുകിട്ടിയത് മൂന്നു തലയുള്ള താടി വെച്ചൊരു ചിത്രമാണ്. ഒരു പക്ഷേ അതൊരു ദേവനാകാം. പ്രത്യേകിച്ചും മൂന്നു തലയുള്ളതിനാൽ (പശുപതിശിവൻ) ഈശ്വരന്റെ ജീവിച്ചിരുന്ന പ്രതിപുരുഷന്മാരെ ആരാധിച്ചിരുന്നതുകൊണ്ടാകാം, ദൈവവിഗ്രഹങ്ങളൊന്നും കാണാതെവന്നത് എന്ന് കോസാംബി അഭിപ്രായപ്പെടുന്നു.[8] എന്നാൽ അരയാലിനെ ആരാധിച്ചിരുന്നതായി ചിത്രങ്ങൾവഴിയുള്ള തെളിവുകളുണ്ടെന്നു പറയപ്പെടുന്നു.

ഭക്ഷണം പെറുക്കിത്തിന്നു കഴിഞ്ഞ ഘട്ടത്തിൽ (Food gathering period) നിന്ന് കൃഷിയിലേക്കുള്ള പരിവർത്തനത്തിൽ 'വിളനിലങ്ങളുടെ രക്ഷകൻ' ആയി മൂർഖസർപ്പത്തിന്റെ കല്ലിൽകൊത്തിയ ബിം

---

7 ഇന്ത്യൻ നിരീശ്വരവാദം: ദേവിപ്രസാദ് ചതോപാദ്ധ്യായ - പ്രാഗ് ഈശ്വരവാദം മറ്റൊരു സംശയത്തിന്റെ നിഷേധമാണ്. ആ നിഷേധത്തിന്റെ നിഷേധമാണ് യഥാർത്ഥ നിരീശ്വരവാദം.

8 An Introduction to Indian history: D.D. Kosambi

പശുപതിശിവൻ

ബമോ, പിതൃക്കളുടെ രൂപത്തിൽ കല്ലിൽകൊത്തിയ ദമ്പതിരൂപമോ സ്ഥാപിക്കാറുണ്ടായിരുന്നതായും കോസാംബി നിരീക്ഷിക്കുന്നു[9] അവരിൽ നിന്നു പരമ്പരയാ ഭൂമി ലഭിക്കും. അവർ തങ്ങളുടെ പിതാക്കളുടെ വിഗ്രഹവും അതോടൊപ്പം സ്ഥാപിക്കും. വൃഷഭദേവൻ എന്ന 'മസോബ' ഒരു കർഷകദേവതയാണ്. 'വേതാൾ' ക്ഷുദ്രദൈവങ്ങളുടെ അധിപനാണ്.

പിരമിഡുകളുടെ നാടായ ഈജിപ്റ്റിൽ പിരമിഡുകളിൽ കൊത്തിവെയ്ക്കപ്പെട്ടതായി കാണുന്ന ചിത്രങ്ങളിൽ 'ഓസിറസ്' ദേവന്റെ ചിത്രങ്ങളില്ല. അതൊരു അദൃശ്യ സത്വമാണ്. യൂഫ്രട്ടീസ് - ടൈഗ്രീസ് തീരത്തെ 5000 വർഷത്തിന്റെ പഴക്കം പറയാവുന്ന സുമേരിയൻ സംസ്ക്കാരം 'ശമ്മാസി' (സൂര്യൻ) 'നന്നാറി' (ചന്ദ്രൻ) എന്നിവയെ ആരാധിച്ചിരുന്നു.

താരതമ്യേന അവ്യക്തമായ ദൈവസങ്കല്പമുള്ളവരായിരുന്നു ചൈനക്കാർ. 'ആകാശദേവ'നിൽ വിശ്വസിച്ചിരുന്നതുകൊണ്ടാവാം അവർ 'ആകാശ ജനത' എന്നു വിളിക്കപ്പെട്ടിരുന്നു. (Celestial എന്ന് ചീനരെ ഇംഗ്ലീഷിൽ സംബോധന ചെയ്യാറുണ്ട്) ഇന്നേയ്ക്ക് 2500 വർഷം മുമ്പു ജീവിച്ചിരുന്ന ലാവോസെ (Lao-tzu) യും. കുങ്ഫൂ സേ (Kumfu-Tse) യുമാണ് മതവിശ്വാസം സ്ഥാപിച്ചത്.[10] പാഴ്സികളും സരതുഷ്ടരും വിശ്വസിച്ചിരുന്നത് ഇരുളിലും വെളിച്ചത്തിലുമാണ്. സരതുഷ്ടർ സ്ഥാപിച്ച മതം നന്മതിന്മകളെ രാവും പകലും പോലെയാണ് വ്യാഖ്യാനിച്ചത്. നന്മയുടെ ശക്തിക്ക് 'അഹൂര മസ്ദൻ'[11] എന്നും തിന്മയുടെ ശക്തിക്ക് 'അഹ്രീമാൻ' എന്നും പേരിട്ടിരുന്നു. നന്മചെയ്താലേ സുഖമുണ്ടാകൂ എന്നു സിദ്ധാന്തിച്ച 'അവസ്തെ' എന്ന ഗ്രന്ഥമാണ് ഇറാനിയൻ വിശുദ്ധ ഗ്രന്ഥം.

ജൂതമതത്തിന്റെ ദൈവമായ 'യഹോവ'യുടെ പ്രത്യേകത.

---

9 The culture and civilization of ancient India in Historical outline - D.D. Kosambi

10 ലാവൊസെയുടെ 'താവം' ആണ് പ്രപഞ്ചരഹസ്യം. എന്താണ് താവോ എന്നു വ്യക്തമല്ല. കുങ്ഫു സേ സ്ഥാപിച്ചതാണ് കൺഫ്യൂഷ്യൻ മതം. (അദ്ധ്യായം-4)

11 'യസ്ദാൻ' എന്നു വിളിക്കപ്പെട്ട 'അഹൂരനാണ് ഇന്ത്യയിലെത്തുമ്പോൾ 'അസുരൻ' ആയത്. ആദ്യമൊക്കെ നന്മയുടെ പ്രതീകമായിരുന്ന 'അസുരൻ' പിന്നീട് തിന്മയുടെ പദമായി മാറി. അഥവാ ബ്രാഹ്മണ മതം അങ്ങനെ മാറ്റിയെടുത്തു.

ലാവോസെ

അത് മനുഷ്യന്റെ ആകൃതിയും പ്രകൃതിയും വികാരവും വിചാരവുമുള്ള ഒരുവനാണെന്നതാണ്. ഇംഗ്ലീഷിൽ ഈ സങ്കല്പത്തിന് Anthroponorphism എന്നാണ് പറയുക. പഴയനിയമത്തിലെ ഈ ദൈവം ആജ്ഞാപിക്കുകയും അരിശപ്പെടുകയും പ്രതികാരം നടത്തുകയുമൊക്കെ ചെയ്യുന്ന ദൈവമാണ്.

ഏകതാനമായ ഒരു ദൈവസങ്കല്പം വ്യത്യസ്ത സമൂഹങ്ങളിൽ ഉണ്ടായിരുന്നില്ല എന്നാണ് ഇതു തെളിയിക്കുന്നത്. പരസ്പരബന്ധമില്ലാത്ത സങ്കല്പങ്ങളും ദൈവാരാധനകളും ഉല്പത്തികഥകളുമാണ് വിവിധ ജനതകൾക്കിടയിൽ നിലനിന്നിരുന്നത്. 'ദൈവം' എന്ന പൊതുധാരണ പിന്നീടുണ്ടായതാണ്.

'വിശ്വാസ' സിദ്ധാന്തങ്ങൾ

ചരിത്രപരമായും സാമൂഹ്യശാസ്ത്രപരമായും പരിശോധിക്കുമ്പോൾ 'ദൈവ'വും 'വിശ്വാസ'വും പിറവിയെടുക്കുന്നത് സവിശേഷമായ സാഹചര്യങ്ങളിലാണ്. ഒരൊറ്റകാരണം ഈ വിശ്വാസങ്ങളെ സംബന്ധിച്ച് പറയാനും കഴിയില്ല. വ്യത്യസ്തമായ രൂപപരിണാമങ്ങളിലാണ് 'ദൈവം' ഉടലെടുക്കുന്നതെന്നതാണ് സത്യം.

1. മനുഷ്യനുണ്ടായ കാലം മുതൽ ദൈവസങ്കല്പം ഇല്ല. 5000 വർഷത്തിൽ താഴെയുള്ള ചരിത്രംമാത്രമേ 'വിശ്വാസ'ത്തിനുള്ളൂ. ആധുനിക മനുഷ്യനാകട്ടെ 20000 വർഷത്തിന്റെ പാരമ്പര്യമുണ്ട്.
2. പ്രകൃതി പ്രതിഭാസങ്ങളോട് - ഇടി, മഴ, കൊടുങ്കാറ്റ്, ഹിംസ്രമൃഗങ്ങൾ-ഉണ്ടായഭയം അവയെ ആരാധിക്കുന്നതിൽ കൊണ്ടെത്തിച്ച എന്നത് ഭാഗികമായ സത്യം മാത്രമാണ്. പ്രകൃതിശക്തികളെ പ്രീണിപ്പിച്ച മെരുക്കിയെടുക്കുന്നതിൽ നിന്ന് ആരാധനയുണ്ടായി എന്നു ധരിക്കുന്നതിൽ തെറ്റില്ല. ആലിനെയും പാമ്പിനെയും ആകാശത്തെയും രാപകലുകളെയും പോലും ആരാധിക്കുന്ന സമ്പ്രദായം ഇങ്ങനെയുണ്ടായതാണ്.
3. ഗോത്രകാല സംസ്കൃതികളാണ് മനുഷ്യസംസ്ക്കാരത്തിന്റെ പ്രാചീന ചെപ്പേടുകൾ. അവിടെ ഉരുത്തിരിഞ്ഞ വിശ്വാസ

ങ്ങൾ - പിതാമഹന്മാരോടുള്ള ആരാധന, ഭൂതപ്രേതങ്ങളിലും, മാന്ത്രികവിദ്യയിലും-പരമ്പരയാ ജനങ്ങളുടെ വിശ്വാസമായി പരിണമിക്കുകയായിരുന്നു. ശത്രുതാപരമായി മാറിയ ഗോത്രങ്ങ ളാകട്ടെ, യുദ്ധത്തിനുപോലും 'ദൈവങ്ങളെ ഉപയോഗിക്കുകയും അതിന് ഉപയുക്തമായ 'പ്രവചനങ്ങൾ' നടത്തുകയും ചെയ്തു. ബൈബിളും ഖുറാനും ഗീതയുമൊക്കെ അന്യമതഗ്രോത്രവിഭാ ഗങ്ങൾക്കെതിരെ കലിതുള്ളുന്നതിന്റെ ചരിത്രഭൂമിക ഇതാണ്. ദൈവവചനം അപ്രമാദിത്വമുള്ളതാണെന്നു പ്രചരിപ്പിക്കുക വഴി ഗോത്രാധിപശക്തികൾ അവ്വിധം അവയെ പ്രയോജനപ്പെടുത്തു കയായിരുന്നു.

4. ഗോത്രയുദ്ധങ്ങളിൽ പങ്കെടുത്തു 'വീരമൃത്യ' വരിച്ചവരെ ആദരിക്കു കയും അവരുടെ വീരാപദാനങ്ങൾ പാടുകയും ചെയ്ത് ക്രമേണ അവരൊക്കെ 'ഹീറോ' കളും ദൈവങ്ങളുമായി പരിവർത്തിക്ക പ്പെട്ടു. ഇലിയഡിലെയും ഒഡീസിയിലെയും രാമായണ മഹാഭാ രതങ്ങളിലെയുമൊക്കെ ദൈവങ്ങൾ 'മഹായോദ്ധാ'ക്കളാണ്. അവതാരപുരുഷന്മാരൊക്കെ 'കൊല്ലാൻവേണ്ടി' ജനിക്കുന്നതി ന്റെ സാമൂഹ്യശാസ്ത്രം മറ്റൊന്നല്ല. കൊന്ന് കുലത്തെ രക്ഷിക്കാനും വർണ്ണ സങ്കരം ഇല്ലാതാക്കാനുമാണല്ലോ ഭഗവദ്ഗീത ഉദ്ഘോ ഷിക്കുന്നത്.

5. കാർഷികവൃത്തിയുമായി ബന്ധപ്പെട്ടാണ് ഒട്ടുമിക്ക പ്രാചീനദൈ വങ്ങളും അവതരിച്ചത്. കൃഷിചെയ്തിരുന്ന പിതാക്കന്മാരെയും, അതിനുകാവൽ നിന്നിരുന്ന ശക്തികളെയും മാത്രമല്ല, കൃഷി യെസഹായിക്കുന്ന മഴയേയും വെള്ളത്തെയുമൊക്കെ ആരാ ധിക്കുന്ന സമ്പ്രദായം അങ്ങനെ ഉരുത്തിരിഞ്ഞതാണ്. വേദ ങ്ങളിലെ അതിശക്തനായ ദൈവം ഇന്ദ്രനാണ്. മഴയുടെയും ഇടിയുടെയും അധിപനായ ഇന്ദ്രനോടുള്ള പ്രാർത്ഥനകളാണ് ഋഗ്വേദം നിറയെ. ഒപ്പം വരുണനോടും കാലാവസ്ഥയോടു മൊക്കെ പ്രാർത്ഥിക്കുന്നു. ഋഗ്വേദത്തിലെ 33 ദേവതകളിൽ 20 പേർക്കാണ് പ്രാധാന്യം. സൂര്യൻ, വരുണൻ, മിത്രൻ, സവിതാവ്, പൂഷാവ്, വിഷ്ണു എന്നീ സൗരയൂഥ ദൈവങ്ങൾ, അശികളും ഉഷസു മെന്ന വിഭാതദേവതകൾ, ഇന്ദ്രൻ, രുദ്രൻ, മരുത്തുക്കൾ, വായു, പർജന്യൻ (മഴ), പൃഥി (ഭൂമി), അഗ്നി, സോമം എന്നിവയോ ടൊപ്പം സിന്ധു, വിപാശ, ശതഭി, സരസ്വതി എന്നീ നദികളും ഉൾപ്പെടുന്നതാണ് ഋഗ്വേദദേവതകൾ. ഒരു ജനതയപ്പാടെ ഇവയിൽ വിശ്വസിക്കുകയോ ആരാധിക്കുകയോ ചെയ്തത്

മോക്ഷത്തിനും പുണ്യത്തിനും പരലോകസുഖത്തിനും വേണ്ടിയല്ല. അഥവാ അങ്ങനെയൊരു സങ്കല്പംപോലും അന്നുണ്ടാകാനിടയില്ല. കാർഷിക വിളകളുടെയും കാലിസംരക്ഷണ ങ്ങളുടെയും ഭൗതികമായ അനിവാര്യതയായിരുന്നു ഈ വിശ്വാസങ്ങൾ.[12]

6. ഒട്ടുമിക്ക സംസ്ക്കാരങ്ങളിലും ജനതകളിലും സൂര്യചന്ദ്രന്മാർ ആരാധിക്കപ്പെട്ടിരുന്നു. അവ വെളിച്ചം നല്കുന്നു എന്നതുതന്നെയായിരുന്നു കാരണം. തീ കണ്ടെത്തിയതോടെ രാത്രിയിലെ ഇരുട്ടും തണുപ്പും അകറ്റാൻ പ്രയോജനപ്പെടുന്നു എന്നു തിരിച്ചറിഞ്ഞതോടെയാണ് അഗ്നി സൂക്ഷിക്കാനാരംഭിച്ചതും അത് അഗ്നിആരാധനയിലേക്ക് കൊണ്ടെത്തിച്ചതും. കാട്ടുതീയിൽ വെന്ത കിഴങ്ങുകളും വേവിച്ച ഇറച്ചിയും കഴിച്ച് അതിന്റെ രുചി ഇഷ്ടപ്പെട്ട പ്രാചീന മനുഷ്യർ തീ കെടാവിളക്കായി സൂക്ഷിക്കുകയും അതിന്റെ കാവലിനായി ആളെ നിയോഗിക്കുകയും ചെയ്തു. ക്രമേണ ഇയാൾ പുരോഹിതനായി പരിണമിക്കപ്പെട്ടു. ഇന്നും പുരോഹിതരുടെ പ്രധാനപണി അഗ്നികൊണ്ടുള്ളതായതും, കർമ്മങ്ങളൊക്കെത്തന്നെ അഗ്നിസാക്ഷിയായതും ഈ ചരിത്രവസ്തുതയെ സാക്ഷീകരിക്കുന്നു.

7. 'യജ്ഞസംസ്ക്കാരം' അഗ്ന്യാരാധനയുമായി ബന്ധപ്പെട്ടതാണ്. കൃഷിനശിപ്പിക്കുന്ന കാട്ടുതീയെ നിയന്ത്രിക്കുന്നതിനുള്ള പ്രാർത്ഥനകൾ ഋഗ്വേദത്തിലുണ്ട് അത് അന്നത്തിനു വേണ്ടിയുള്ളതാണ്.[13] ദേവന്മാരെയും മനുഷ്യരെയും ബന്ധപ്പെടുത്തുന്നത് തീയാണ്. ദേവന്മാർക്കുള്ളത് തീയിൽ സമർപ്പിച്ചാൽ മതി (ഹവിസ്) അത് ദേവലോകത്തെത്തിക്കൊള്ളും എന്നാണ് വിശ്വാസം[14] ഗ്രീക്കുപുരാണത്തിലെ രക്തസാക്ഷിയായ ദേവനാണ് പ്രൊമിത്യൂസ്. ദേവലോകത്തുനിന്ന് അഗ്നിയെടുത്ത് മനുഷ്യർക്കു നല്കി എന്ന കുറ്റത്തിന് നൂറ്റാണ്ടുകളോളം ശിക്ഷയനുഭവിക്കേണ്ടിവന്നു പ്രൊമിത്യൂസിന്.

---

12 കൂടുതൽ വിവരങ്ങൾ ലേഖകന്റെ 'ആര്യദ്രാവിഡ വിവാദവും ഭഗവദ് ഗീതയുടെ രാഷ്ട്രീയവും' എന്ന കൃതിയിൽ.

13 ബലവാനും ശോഭന കർമ്മാവുമായ അഗ്നേ, മഹത്തായ അന്നം ഞങ്ങൾക്ക് കല്പിച്ചുതന്നാലും, മഹത്തായധനവും നൽകിയാലും (3:11 -25)

14 ശവം ദഹിപ്പിക്കുന്നതിന്റെ പിന്നിലെ വിശ്വാസവും ഇതാകാം. മരിച്ചയാളെ സ്വർഗത്തിലെത്തിക്കലുമാകാം ഉദ്ദേശം.

പ്രാദേശിക/ദേശീയ ദൈവങ്ങൾ

മെസപൊട്ടോമിയൻ രാജ്യമായ ബാബിലോണിയയിലെ ഉറുക്ക് എന്ന ദേശത്തിന്റെ രാജാവും പടയാളിയുമായിരുന്ന 5000 വർഷം മുമ്പ് ജീവിച്ചിരുന്ന ഗിൽഗമേഷ്. ടോറസ് എന്ന സ്വർഗഋഷഭത്തെ വധിച്ചതാണ് അദ്ദേഹത്തിന്റെ മഹത്വം. പക്ഷേ ഗിൽഗമേഷ് ഇന്ന് ഒരു ദൈവമാണ്. അദ്ദേഹത്തെക്കുറിച്ചുള്ള കളിമൺ ഫലകങ്ങളിലെ കഥ ലോകത്തിലെ ആദ്യസാഹിത്യകൃതിയാണ്.

ഗിൽഗമേഷോ, അപ്പോളോയോ, ഹെർക്കുലീസോ, എന്തിന് കണ്ണകിപോലും ദൈവമാണെന്നു പറഞ്ഞാൽ ഏതെങ്കിലും ക്രിസ്ത്യാനികളോ മുസ്ലീങ്ങളോ ഹിന്ദുക്കളോ സമ്മതിക്കുമോ? പക്ഷേ ലോകജനത ആരാധിക്കുന്ന ദൈവങ്ങളാണിവർ. കേരളത്തിനു തൊട്ടടുത്ത സംസ്ഥാനങ്ങളിലെ മധുരമീനാക്ഷിയോ തിരുപ്പതി വെങ്കിടേശ്വരനോ ഹിന്ദുദൈവങ്ങളായി എത്ര കേരളീയ ഹിന്ദുക്കൾ അംഗീകരിക്കും? അതായത് ദൈവവിശ്വാസമെന്നത് ഒരു ദൈവത്തിലുള്ള ആഗോള വിശ്വാസമല്ല; പ്രാദേശികമായ ഒരു പ്രതിഭാസം മാത്രമാണ്.

ഗോത്ര/കുല ജീവിതങ്ങളാണ് യഥാർത്ഥത്തിൽ ദൈവങ്ങൾക്കു ജന്മം നല്കിയത്. മനഃശാസ്ത്രപരവും സാമൂഹ്യവുമായ ഘടകങ്ങളും ഇതിനുണ്ട്. ഒരു ഗോത്രത്തിലെ ശക്തനായ ഒരാൾ യുദ്ധങ്ങൾ ജയിക്കുകയും, മൃഗങ്ങളെ അതിസമർത്ഥമായി വേട്ടയാടിപ്പിടിക്കുകയുമൊക്കെ ചെയ്യുമ്പോൾ ഒരു 'ഹീറോ'യായി ഉയർത്തപ്പെടുന്നു. അവർക്കു പലഭാര്യമാരുണ്ടാകും; അവരിൽ വിചിത്രമായ മക്കളുണ്ടാകും; (ഉദാ: ഗണപതി) പ്രത്യേകം സേവകഗണങ്ങളുണ്ടാകും. അവരെപ്പറ്റി വായ്മൊഴിയായും വരമൊഴിയായും അത്ഭുതകഥകളുണ്ടാകും. ആ ഗോത്രത്തിന്റെ ആധിപത്യം മറ്റു മേഖലകളിലേക്ക് പരക്കുകയാണെങ്കിൽ ഈ 'ദേവനും' അവിടെ മേൽക്കോയ്മയുണ്ടാകും. മരണാനന്തരം ഇത്തരം 'ദേവന്മാർ' അമാനുഷികപ്രതിഭകളായി വാഴ്ത്തപ്പെടും. ഒട്ടുമിക്ക ദൈവങ്ങളുടെയും ഉദയം ഇവ്വിധമാണ്.

ഇന്ത്യയിലെ മുപ്പത്തിമുക്കോടി ദൈവങ്ങളെപ്പറ്റിയുള്ള കഥപരിശോധിച്ചാൽ ഇത് വ്യക്തമാകും. അവരിൽ സവർണ്ണ, അവർണ്ണ, ദുർദൈവങ്ങളുണ്ട്. ഓരോ ജനതയും സൃഷ്ടിച്ച ദൈവങ്ങൾ അവരുടെ രൂപഭാവങ്ങൾ ആർജ്ജിച്ചവയാണ്. അവ ഓരോന്നും ഏതെങ്കിലുമൊരു ജനവിഭാഗത്തിന്/ഗോത്രത്തിന് എതിരെ സ്വഗോത്രത്തെ രക്ഷിക്കാൻ പിറന്നതായിരിക്കും. എതിരാളിയെകൊന്ന് വംശം രക്ഷിച്ചതായിരിക്കും അയാളുടെ മഹത്വവും. അതുകൊണ്ടുതന്നെ ആ ദൈവത്തിന്റെ മഹത്വം ആ ഗോത്രത്തിൽ/ വംശത്തിൽ ഒതുങ്ങുകയാണ്. ക്രിസ്തു,

ഗിൽഗമേഷ്

യഹോവ, അള്ളാഹപോലുള്ള ദൈവങ്ങൾക്ക് താരതമ്യേന ആഗോള പ്രസിദ്ധിവന്നത് ക്രൈസ്തവ, ഇസ്ലാം, മതാധിപതികൾ നടത്തിയ അധിനിവേശങ്ങളുടെ ഫലമായി അവർ യുദ്ധം നടത്തിയും ആധിപത്യം ചെലുത്തിയും സ്വാധീനിച്ച രാജ്യങ്ങളിൽ അവരുടെ ദൈവങ്ങളെ സ്ഥാപിച്ചെടുക്കുകവഴിയാണ്.

യഹോവയുടെമേൽ ത്രിത്വവും ക്രിസ്തുവും ആധിപത്യം നേടുന്നത് കോൺസ്റ്റന്റൈൻ ചക്രവർത്തിയുടെ അധികാരത്തിലൂടെയാണ്. ക്രിസ്തുവിന്റെ മഹത്വം കൊണ്ടായിരുന്നില്ല. ജൂതനായ ചക്രവർത്തിയാണ് ക്രിസ്തുമതത്തെയും അതിന്റെ ക്രൂദാശകളെയും സ്ഥാപിച്ചത്. തുടർന്ന് ക്രിസ്തുമതം അതിന്റെ അധികാരരൂപമായ സാമ്രാജ്യത്വത്തിന്റെ തേർവാഴ്ചയിലൂടെയാണ് കോളനി രാജ്യങ്ങളിൽ മതം സ്ഥാപിച്ചെടുത്തത്. എത്രയോ രാജ്യങ്ങളിൽ എത്രയധികം ഗോത്രങ്ങളെ തച്ചുതകർത്ത് എത്രലക്ഷത്തോളം മനുഷ്യരെ കശാപ്പുചെയ്തുകൊണ്ടാണ് 'ക്രിസ്തുവിന്റെ സ്നേഹം' പ്രചരിപ്പിച്ചതെന്നതിന് കണക്കില്ല. (അഞ്ചാമദ്ധ്യായം കാണുക). 'സുവിശേഷപ്രചരണവും' 'മിഷനറിപ്രവർത്തന'വുമൊക്കെ ഈ തേർവാഴ്ചയ്ക്കു നല്കിയ ഓമനപേരുകളായിരുന്നു.

സ്വന്തം നാട്ടിൽ അള്ളാഹുവിനെ സ്ഥാപിച്ചെടുക്കാൻ നബി നേരിട്ടുനടത്തിയത് 26 യുദ്ധങ്ങളാണ്. സഹായിച്ചതാകട്ടെ 80 യുദ്ധങ്ങളെയും. എത്ര ആയിരം മനുഷ്യരാണ് അള്ളാഹുവിനെ സ്വീകരിക്കാൻ മടിച്ചതിന് കശാപ്പു ചെയ്യപ്പെട്ടതെന്ന് പറയാനാവില്ല. ഇന്നും അത് അഭംഗുരം നടക്കുന്നു. ഒരു ദൈവവും അവരുടെ ശക്തിയും മഹത്വവും കൊണ്ട് ഭക്തരെ ആകർഷിച്ചെടുക്കുകയായിരുന്നില്ല, മറിച്ച് അതിന്റെ പ്രവാചകർ ആയുധം കൊണ്ട് അംഗീകരിപ്പിച്ച് എടുക്കുകയായിരുന്നു. അതിനിടയിൽ മണ്ണിനടിയിലേക്ക് ചവിട്ടിതാഴ്ത്തപ്പെട്ടത് പ്രാദേശിക ഗോത്രദൈവങ്ങളായിരുന്നു.

ദേവാലയങ്ങളുടെ ഉല്പത്തി

ഈജിപ്തിലെ രാജാക്കന്മാർ 'ദൈവങ്ങൾ' എന്ന അർത്ഥമുള്ള 'ഫറവോ' എന്ന് സ്വയം സംബോധന ചെയ്യുകയായിരുന്നു. സ്വന്തം പ്രതിമകൾ ഉണ്ടാക്കി വലിയ കെട്ടിടങ്ങളിൽ സ്ഥാപിക്കുകയും, രാജാവിനെ കാണുന്നതിനുപകരം ഈ പ്രതിമകൾ ദർശിച്ചാൽ മതിയെന്നു നിഷ്കർഷിക്കുകയും ചെയ്തു. അറിയപ്പെടുന്ന ആദ്യക്ഷേത്രസങ്കല്പം ഇതാണ്. രാജധാനിവരെപോയി രാജാവിനെ കാണുന്നതിനുപകരം രാജാവിന്റെ ബിംബം കണ്ടുവണങ്ങുന്നത് ഒരു ദിനചര്യയായി മാറി. ഫറവോമാർ സ്വന്തം മഹത്വത്തിൽ അഭിരമിച്ച് ഇതൊരു വ്യവസ്ഥയാക്കിമാറ്റി. മരണാനന്തരം പോലും തങ്ങൾ ആരാധിക്കപ്പെടണമെന്ന നിർബ്ബന്ധം കൊണ്ടാണ് പിരമിഡുകൾ പണിത് അവയിൽ അത്യാഡംബരപൂർവ്വം ശവമടക്കം നടത്തിയത്. ശവം ചീയാതെ വെക്കുന്ന രസായനവിദ്യയും കണ്ടുപിടിച്ചു.

'രാജാപ്രത്യക്ഷദൈവതം' (രാജാവ് കാണപ്പെട്ട ദൈവമാണ്) എന്ന സങ്കല്പം മിക്ക രാജ്യങ്ങളിലും ശക്തമായിരുന്നു. റോമിൽ കലിഗുല ചക്രവർത്തി തന്റെ പ്രതിമകൾ സ്ഥാപിച്ച് അവയെ വിശുദ്ധമായി ആചരിക്കാൻ ആജ്ഞാപിച്ചിരുന്നു. എന്നാൽ യഹൂദർ അതു ചെവിക്കൊള്ളാൻ തയ്യാറായില്ല.

വിഗ്രഹാരാധനയ്ക്ക് ഗ്രീക്കുസംസ്ക്കാരത്തോളം പഴക്കമുള്ളതായി കാണാം. അപ്പോളോ ദേവന്റെ ക്ഷേത്രങ്ങൾ പ്രസിദ്ധങ്ങളായിരുന്നു. റോമിലും, ജൂപ്പിറ്റർ, ജാനസ്, മാഴ്സ്, ജൂണോ, ഹെർക്കുലീസ്, മെർക്കുറി, ലാറസ്, മിനർവ, വീനസ്, ഡയാന തുടങ്ങിയ ദൈവങ്ങളെ ആരാധിച്ചിരുന്നു.

> 'ക്ഷേത്രം' എന്ന സംസ്കൃതവാക്കിന് വിളഭൂമി, വയൽ, ഉല്പത്തിസ്ഥാനം, ഇരിപ്പിടം എന്നൊക്കെയാണർത്ഥം. വയലുകൾക്കുനടുവിലായിട്ടാണ് അവസ്ഥാപിക്കപ്പെട്ടിരുന്നത്. യഥാർത്ഥത്തിൽ ധാന്യപ്പുരകളും, സംഗമസ്ഥാനങ്ങളുമായിരുന്നു അവ. ബുദ്ധ ജൈന മതങ്ങളുമായി 'ക്ഷേത്ര' ത്തിനു ബന്ധമുണ്ട്. 'പള്ളി'[15] എന്ന പേരിലാണ്

15 കേരളത്തിലെ ഒട്ടേറെ സ്ഥലനാമങ്ങൾ 'പള്ളി' ചേർത്തിട്ടുള്ളതാണ്. കരുനാഗപ്പള്ളി, കാർത്തികപ്പള്ളി, മൈനാഗപ്പള്ളി തുടങ്ങിയവ. ഇവിടങ്ങളൊക്കെ ബുദ്ധമത കേന്ദ്രങ്ങളായിരുന്നു. കാവുകൾ, ഭഗവതി കോവിലുകൾ (കൊടുങ്ങല്ലൂരമ്മ, ചെട്ടികുളങ്ങര ഭഗവതി തുടങ്ങിയവ) ഒക്കെ ബുദ്ധമത വിഹാരങ്ങളായിരുന്നു. ശബരിമല ബുദ്ധക്ഷേത്രമായിരുന്നു, ശാസ്താവും ബുദ്ധൻതന്നെയാണ്. 'സ്വാമിശരണം' 'ദേവിശരണം' തുടങ്ങിയവ വിളികൾ ഈ പാരമ്പര്യത്തിന്റെ തുടർച്ചയാണ്.

ബുദ്ധമതവിഹാരങ്ങൾ അറിയപ്പെട്ടിരുന്നത്. (പാലിഭാഷയാണ് 'പള്ളി') ക്ഷേത്രങ്ങൾ ജൈനമതവിഹാരങ്ങളായിരുന്നു. അവമുഖ്യമായും ശിലാക്ഷേത്രങ്ങളോ ഗുഹാക്ഷേത്രങ്ങളോ ആയിരുന്നു. കന്യാകുമാരിക്കടുത്ത ചിതറാൾ, തിരുനന്തിക്കര, പെരുമ്പാവൂരിലെ കല്ലിൽ, ആലത്തൂരിനടുത്ത ഗോദാപുരം, തിരുവനന്തപുരത്തെ മുടവൂർപാറ, കോട്ടുകാൽ, കവിയൂർ പള്ളിക്കൽ, മരുതൂർ കുളങ്ങര തുടങ്ങിയിടത്തൊക്കെ ഇത്തരം ക്ഷേത്രങ്ങളുണ്ട്.

ദക്ഷിണേന്ത്യയിൽ 800നും 1000ന മിടയിലാണ് ക്ഷേത്രങ്ങൾ നിർമ്മിക്കപ്പെട്ടതെന്ന് സംഘകാലസാഹിത്യ പരാമർശങ്ങളിൽ നിന്നു വ്യക്തമാകുന്നുണ്ട്. വൃത്തം, ദീർഘചതുരം, സമചതുരം, കമാനം എന്നീ ആകൃതിയിലായിരുന്നു ക്ഷേത്രനിർമ്മിതി. 'സാന്ധാരവിമാനാകൃതി' യിലുള്ള ക്ഷേത്രങ്ങൾ 1000നും 1300ന മിടയിലാണ് നിർമ്മിക്കപ്പെട്ടത്. തൃശ്ശൂർ വടക്കുനാഥക്ഷേത്രം, തൃപ്രയാർ ക്ഷേത്രം ഒക്കെ സാന്ധാരവിമാനാകൃതിയിലാണ്.[16] രാജാക്കന്മാർ ക്ഷേത്രനിർമ്മാണത്തിൽ മുഴുകിയത് വിശ്വാസം കൊണ്ടായിരുന്നില്ല. ഒരു വശത്ത് നിധിശേഖരങ്ങളും ഒളിത്താവളങ്ങളുമായി ക്ഷേത്രങ്ങൾ മാറി. നിലവറകളും രഹസ്യഗുഹകളും ഉള്ള ക്ഷേത്രങ്ങൾ അവർക്ക് ഒളിച്ചുതാമസിക്കാനും വിലപിടിച്ച സ്വത്തുക്കൾ സൂക്ഷിക്കാനുമുള്ള രഹസ്യതാവളങ്ങളായി. അന്യർക്കു പ്രവേശനമില്ലാത്ത ശ്രീകോവിലുകൾ 'പുണ്യ' സ്ഥലങ്ങളായതിനാൽ അവിടെയോ അതിനടിയിലോ എന്തു നടക്കുന്നു എന്ന് ആരും അറിയാറില്ല.

തൊപ്പിക്കല്ല്

പ്രാചീന ദൈവവിശ്വാസത്തിന്റെ 'തെളിവുകൾ' ശിലായുഗസ്മാരകങ്ങളായുണ്ട്. പാറയിൽ തീർത്ത കല്ലറകൾ (Rockout Tombs) വെട്ടുകല്ലിൽ തീർത്ത കുടക്കല്ലുകൾ, കരിങ്കല്ലിൽ കൊത്തിയ തൊപ്പിക്കല്ലുകൾ (Hood Stones) കരിങ്കൽ പലകകളിൽ നിർമ്മിച്ച കല്ലറകൾ (Dolmenoid Cists) നന്നങ്ങാടികൾ (Burial Urns) കരിങ്കല്ലിലുള്ള നടുക്കല്ലുകൾ

16 ലേഖകന്റെ 'യജ്ഞസംസ്ക്കാരവും ക്ഷേത്രവിമോചനവും നവബ്രാഹ്മണിക അധിനിവേശം' എന്ന കൃതിയിൽ കൂടുതൽ വിവരങ്ങളുണ്ട്.

അഥവാ പുലച്ചിക്കല്ലുകൾ (Men hirs) ഒക്കെ പിതൃപൂജയുടെ സ്മാരക ങ്ങളാണ്. അതായത് പിതാമഹന്മാരെ അടക്കിയ ഈ സ്ഥലങ്ങൾ ആരാധ്യങ്ങളായിരുന്നു. എന്നാൽ ഇന്നത്തെ ദൈവക്ഷേത്രവിശ്വാസ ങ്ങളുമായി ഇവയ്ക്കുബന്ധമില്ല. അതായത് കേരളത്തിലെ ദൈവവിശ്വാസ ത്തിനും ക്ഷേത്രാരാധനയ്ക്കും ഒരു സഹസ്രാബ്ദത്തിലധികം പഴക്കമില്ല.

ദൈവങ്ങളുടെ ആയുസ്

ഭൂമിയും ആകാശവുമൊക്കെ സൃഷ്ടിച്ചെന്നു മതാധിപതികൾ ആവേശ പൂർവ്വം വാദിക്കുന്ന ദൈവങ്ങളുടെ ആയുസു പരിശോധിച്ചാൽ ആധുനിക മനുഷ്യന്റെ ആയുസ്സിന്റെ നാലിലൊന്നു പോലും വരില്ല എന്നതാണ് സത്യം.

മതം	വിശ്വാസികൾ	ഉല്പത്തി	ദൈവം
ക്രിസ്തുമതം	2-1 ബില്യൺ	1-ാം നൂറ്റാണ്ട്	ക്രിസ്തു/ത്രിത്വം
ഇസ്ലാം	1-5 ബില്യൺ	7-ാം നൂറ്റാണ്ട്	അള്ളാഹ
യഹൂദമതം	14 മില്യൺ	ഇരുമ്പുയുഗം	യഹോവ
ഹിന്ദുമതം	900 മില്യൺ	11-ാം നൂറ്റാണ്ട്	(നിരവധി)
ബുദ്ധമതം	376 മില്യൺ	ബിസിഇ 3	ഇല്ല
ജൈനമതം	4-2 മില്യൺ	"	"
സിക്ക്	23 മില്യൺ	"	"
ഷിന്റോ	4 മില്യൺ	"	"

ചൈനയിലെ ഭൂരിപക്ഷമതമായ കൺഫ്യൂഷൻ മതം, താവോമതം, നാടോടി മതങ്ങൾ എന്നിവയ്ക്കൊന്നും കൃത്യമായ ദൈവങ്ങളില്ല. ബുദ്ധ, ജൈന, സിക്കുമതങ്ങളുടെ കാര്യവും അതുതന്നെ. ബുദ്ധനും ജീനനുമൊക്കെ പിന്നീട് അവർ നിർമ്മിച്ചെടുത്ത ദൈവങ്ങളാണ്. ഹിന്ദുമതമെന്നു പിന്നീടു വിളിക്കപ്പെട്ട വൈദികമതത്തിന് വേദങ്ങളു മായി ബന്ധമൊന്നുമില്ല. ഉണ്ടെന്നു വാദത്തിനായി സമ്മതിച്ചാൽതന്നെ അവയിൽ ഇന്ന് ആരാധിക്കപ്പെടുന്ന ഒറ്റ ദൈവവുമില്ല. ഋഗ്വേദത്തിലെ ശക്തനായ ദൈവം ഇന്ദ്രനാണ്. പിന്നീടുണ്ടായ പുരാണങ്ങളിൽ ഇന്ദ്രൻ ഒരു കോമാളികഥാപാത്രമാണ്. അതായത് ഹിന്ദുക്കളുടെ ആകാശവും ഭൂമിയും സൃഷ്ടിച്ച ഒരു ദൈവത്തിനും ഋഗ്വേദകാലത്തോളം പഴക്കമില്ല.

ഇസ്ലാംമത ദൈവം ഭൂമിയെ പരത്തിനിർമ്മിക്കുകയും പർവ്വതങ്ങളെ ഭൂമിയുടെ ആണികളായി സ്ഥാപിക്കുകയും ആകാശത്തെ ഏഴുമടക്കുക ളായി സൃഷ്ടിക്കുകയും ചെയ്തു. എന്നാൽ ഈ ദൈവത്തിന് 1600 വർഷ

ത്തിവേറെ ആയുസ്സില്ല. ക്രിസ്ത്യാനികളുടെ ദൈവത്തിന് 2000 വർഷത്തെ പ്രായമേ ഉള്ളൂ. അവരുടെ പിതാവും യഹൂദരുടെ ദൈവവുമായ യഹോവയെപ്പറ്റി കേട്ടത് പഴയനിയമത്തിലൂടെയാണ്. ആ പുസ്തകങ്ങളാകട്ടെ BCE1300നും CE2000നുമിടയിലാണ് എഴുതപ്പെട്ടത്. അപ്പോൾ യഹോവയ്ക്കും മൂവായിരത്തിലധികം വർഷത്തെ ആയുസ്സില്ല. ആർച്ച് ബിഷപ്പ് ജയിംസ് ആഷർ, ബൈബിളിലെ വംശാവലിയുടെ കണക്കിനെ അടിസ്ഥാനപ്പെടുത്തി ഗണിച്ചതിൻപ്രകാരം ദൈവം ഭൂമി സൃഷ്ടിച്ചത് BCE 4004 ഒക്ടോബർ 22 വൈകുന്നേരം 6 മണിക്കാണ്. ക്രിസ്ത്യാനികളുടെ പാവം ഭൂമിയുടെ ആയുസ്സ് 4004+2011=6015 വർഷങ്ങൾ മാത്രമാണ്. അതു സൃഷ്ടിച്ച ദൈവത്തിന്റെ വയസ്സെത്രയാണ്?

സ്വയം സൃഷ്ടിച്ച ഇത്തരം മഠയത്തരങ്ങളെ മറികടക്കാൻ അവർ തന്നെ കണ്ടെത്തുന്ന ന്യായങ്ങളാണ് ദൈവം ആദ്യന്തവിഹീനനും അനാദിയുമാണെന്ന്. പക്ഷേ ആ വാദങ്ങൾ അവരെത്തന്നെ തിരിഞ്ഞു കുത്തുന്നതിന്റെ സാക്ഷ്യമാണ് അവരുടെ ഗ്രന്ഥങ്ങളും ആരാധനകളും.

മൂന്ന്

ദൈവ പരിണാമം

ദൈവവിശ്വാസത്തെ സംബന്ധിച്ച് ഏകതാനമായ ഒരു സിദ്ധാന്തവും ഒരിക്കലും ഉണ്ടായിട്ടില്ല. പ്രാഗ്ചരിത്ര കാലത്ത് പ്രകൃതിയോടുള്ള ഭയമോ ആരാധനയോ ആയിരുന്നെങ്കിൽ പിന്നീടത് പ്രേതാത്മക്കളിലും ഭൂതത്തിലുമൊക്കെയുള്ള വിശ്വാസമായി മാറി. അറിയപ്പെട്ട പ്രാചീന സംസ്ക്കാരങ്ങളിൽ അത് വീരാരാധനയും സൂര്യചന്ദ്രവിശ്വാസങ്ങളുമായി പരിണമിച്ചു. സംഘടിതമതങ്ങൾ, പ്രത്യേകിച്ച് സെമിറ്റിക്മതങ്ങൾ മനുഷ്യരൂപത്തിൽ തന്നെയുള്ള ദൈവങ്ങളെ സൃഷ്ടിച്ച് ആരാധിക്കുകയും, അതിന്റെ പേരിൽ പരസ്പരം കലഹിക്കുകയും കൊന്നൊടുക്കുകയും ചെയ്തു.

അതേ സമയം ഭരണാധികാരികൾക്കും മതാധിപത്യശക്തികൾക്കും ദൈവം ഒരു ഉപാധിയായിരുന്നു. അതിന്റെ അടിത്തറമേലാണ് ഏകാധിപത്യശക്തികൾ നിലനിന്നത്. അതുകൊണ്ടുതന്നെ കാലപ്രയാണത്തിനനുസരിച്ച് പുതിയ പുതിയ ദൈവസിദ്ധാന്തങ്ങൾ അവതരിപ്പിക്കപ്പെട്ടുകൊണ്ടിരുന്നു. പലപ്പോഴും ഒരു പ്രമാണം കാലഹരണപ്പെടുമ്പോഴാണ് മറ്റൊന്ന് ആവിഷ്ക്കരിച്ചു കൊണ്ടുവന്നത്. പലതും സമാനങ്ങളോ പലപ്പോഴും പരസ്പര വിരുദ്ധങ്ങളോ ആയിരുന്നു. ഈശ്വരൻ ഒരു ശാസ്ത്രീയ വിഷയമല്ലാത്തതിനാൽ ഈ സിദ്ധാന്തങ്ങളൊന്നും ശാസ്ത്രീയാടിത്തറയിലുള്ളതല്ല. വ്യക്തിഗതമായ ഊഹാപോഹങ്ങൾ മാത്രമായിരുന്നു. ഈ വൈരുദ്ധ്യങ്ങൾ അവയെക്കുറിച്ചുള്ള വിശകലനം വ്യക്തമാക്കും. ദേശകാല വ്യത്യാസമനുസരിച്ചും മതപ്രമാണങ്ങളനുസരിച്ചും വൈവിദ്ധ്യമാർന്നതാണ് ഈ ദൈവചിന്തകൾ.

തേയിസം (Theism)

പരമ്പരാഗത ദൈവവാദമാണ് തേയിസം. എല്ലാ ഭൗതിക, ഭൗതികേതര പ്രതിഭാസങ്ങൾക്കും പിന്നിലോ മീതെയോ ഒരു പരമാധികാര പ്രതിഭാസം ഉണ്ടെന്ന വിശ്വാസം. ഇതിനെ മതവാദികൾ ദൈവം എന്നു വിളിക്കുന്നു. അതിന്റെ പേരിൽ ഒരു പ്രമാണവും അവർ തയ്യാറാക്കിയിട്ടുണ്ട് (Theology) അതിനെ ദൈവശാസ്ത്രമെന്നു വിളിക്കുന്നതു തന്നെ ശാസ്ത്രവിരുദ്ധമാണ്.

(ദൈവവിശ്വാസത്തിന് എതിരായ പ്രമാണങ്ങളാണ് നിരീശ്വരത (atheism). ഈശ്വരവിശ്വാസമെന്നു പറയുകയും എതിർപ്രമാണങ്ങളെ നിരീശ്വര'വാദം' എന്നു വിളിക്കുന്നതും ബോധപൂർവ്വമാണ്.) ഏകതാനമായ ഒരു വിശ്വാസം ഒരു സമൂഹത്തിലും രാജ്യത്തും ഉണ്ടായിരുന്നില്ല. വൈവിദ്ധ്യമാർന്ന വിശ്വാസങ്ങളാണ് ഈശ്വരവാദവുമായി ബന്ധപ്പെട്ടുള്ളത്.

ദേയിസം (Deism)

പ്രപഞ്ചശക്തിയിലുള്ള വിശ്വാസം. മതാതീതമായ ആസ്തികവാദം ശരീരമില്ലാത്ത, സകലരിലും ആന്തരികമായി നിലകൊള്ളുന്ന പ്രപഞ്ചശക്തി. തേയിസത്തിന്റെ നേർവിപരീതമാണിത്. മനുഷ്യന്റെ ദൈനംദിന ജീവിതത്തെ ഈ ശക്തി ബാധിക്കുന്നു. മനുഷ്യ കർമ്മങ്ങളിലും പ്രകൃതിപ്രക്രിയകളിലും വരെ ഈ ശക്തി ഇടപെടുന്നുണ്ട്. ദേയിസ്റ്റുകൾ മതത്തിലും പൗരോഹിത്യത്തിലും വിശ്വസിക്കുന്നില്ല. അതുകൊണ്ടുതന്നെ പരമ്പരാഗത മതവാദികൾക്ക് ഈ പ്രമാണത്തോടു പൊരുത്തപ്പെടാനാകില്ല.

17-ാം നൂറ്റാണ്ടിലെ ചില 'പുരോഗമനാശയക്കാർ' ക്രിസ്തുമതത്തിൽ സന്നിവേശിപ്പിക്കാൻ ശ്രമിച്ചതാണിത്. പ്രപഞ്ചത്തിന്റെ പരമശക്തിക്ക് പ്രാർത്ഥന കേട്ട് പാപപരിഹാരം നൽകാനാവില്ലെന്നും അവർ പറഞ്ഞു. മനുഷ്യരൂപമില്ലാത്ത ഒരു ദൈവത്തോടുള്ള വിപ്രതിപത്തികൊണ്ടാവാം ഈ ദൈവവിശ്വാസത്തിന് യൂറോപ്പിൽ പോലും കാര്യമായ സ്വാധീനമുണ്ടാക്കുവാൻ കഴിഞ്ഞില്ല.

പാന്തേയിസം (Pantheism)

ദൈവിക വ്യക്തിത്വത്തെ നിഷേധിക്കുന്നതും ദേയിസവുമായി യോജിച്ചുപോകുന്നതുമാണ് പാന്തേയിസം. ദൈവീകതയും യാഥാർത്ഥ്യവും തമ്മിൽ സാദാത്മ്യമുണ്ടെന്ന വിശ്വാസം. പ്രപഞ്ചത്തിന്റെ കാവ്യാത്മകപര്യായം മാത്രമാണ് ദൈവം. ഒരർത്ഥത്തിൽ നിരീശ്വരതയുടെ

മൂർത്തഭാവം. വിവിധമതങ്ങളിലും ഇതിന്റെ ആശയവാദം നിലനിൽക്കുന്നുണ്ട്. ജോസഫ് റാപ്സൺ (Joseph Raphson) എന്ന ഗണിതശാസ്ത്രജ്ഞനാണ് 1697-ൽ ഈ വാക്ക് രൂപീകരിക്കുന്നത്. സ്പിനോസ ഇതിനടിസ്ഥാനത്തിലുള്ള തത്വചിന്തയും മിനഞ്ഞെടുത്തു. പാശ്ചാത്യ സംസ്ക്കാരത്തെ ഏറെ സ്വാധീനിച്ച ഈ വിശ്വാസഭാവത്തെപ്പറ്റി പിന്നീട് ആൽബർട്ട് ഐൻസ്റ്റൈനും റിച്ചാർഡ് ഹോക്കിംഗ്സുമൊക്കെ വിശദീകരിച്ചിട്ടുണ്ട്.

മോണിസം (Monism)

പ്രപഞ്ചമെന്ന ഏകയാഥാർത്ഥ്യം മാത്രമാണ് സത്യം. എല്ലാ യാഥാർത്ഥ്യങ്ങളും ഒടുവിൽ ഈ സത്തയിലേക്ക് എത്തുന്നു. ഉത്ഭവപരമായി യോജിപ്പ മാത്രമല്ല ഉണ്മയുടെ ഐക്യവുമുണ്ട്. മനസ്സ് - ശരീര ബന്ധങ്ങളെ പൊരുത്തപ്പെടുത്തുന്ന ഈ പദ്ധതിയെപ്പറ്റി റെനെ ദെക്കാർത്തെ വിശദീകരിച്ച് (Cartesian Dualism) അവതരിപ്പിക്കുന്നുണ്ട്. ശങ്കരന്റെ അദ്വൈതവാദവുമായുള്ള സാമ്യത്തെ (Absolute Monism) എന്നു പറയുന്നു.

ഏകദൈവവിശ്വാസം (Monotheism)

സെമിറ്റിക് മതങ്ങളുടെ പൊതുസ്വഭാവമാണ് ഏകദൈവവിശ്വാസം. സർവ്വശക്തനും സർവ്വ വ്യാപിയുമായ ഒരേയൊരു ദൈവം ജൂതമതം. ക്രിസ്തുമതം, ഇസ്ലാം എന്നിവ പൊതുവെ ഇങ്ങനെ കരുതുന്നു. എന്നാൽ ഓരോരുത്തരും അവരവരുടെ 'ഏക' ദൈവത്തിലാണ് വിശ്വസിക്കുന്നത്. എല്ലാവരുടെയും കൂടിയുള്ള ഒരു ദൈവമല്ല. 'യഹോവ'യിൽ അടിത്തറയിട്ട ജൂതമതം അബ്രഹാമിന്റെ പിതൃത്വത്തിൽ വിശ്വസിക്കുന്നു. ക്രിസ്തുമതം പിതാവ്, പുത്രൻ, പരിശുദ്ധാത്മാവ് എന്നീ ത്രിത്വത്തിൽ വിശ്വസിക്കുന്നതുകൊണ്ട് ഏക ദൈവവാദികളാണെന്നു വാദിക്കുന്നതിൽ അർത്ഥമില്ല. (അതേ സമയം മൂന്നും ഒന്നാണെന്നും അല്ലെന്നും പരസ്പരം തർക്കിക്കുകയും ചെയ്യുന്നു) ഇവരുടെയൊന്നും ദൈവമല്ല ഇസ്ലാം പ്രഘോഷിക്കുന്ന 'അള്ളാഹ'. മറ്റുള്ളവരുടെ ഏക ദൈവത്തെ നിഷേധിക്കാതെ സ്വന്തം ദൈവത്തെ മാത്രം ആരാധിക്കുന്നതിനെ വലീവേലശൊ എന്നു പറയുന്നു.

ബഹുദൈവവിശ്വാസം (Polytheism)

ഹിന്ദുമതം പോലുള്ളവ നിരവധി ദൈവങ്ങളിൽ വിശ്വസിക്കുകയും ആരാധിക്കുകയും ചെയ്യുന്നു. വിശ്വാസത്തിനുള്ളിലെ വിശ്വാസമാ

ണിത്. സ്വയാധികാരമുള്ള പ്രത്യേക വിഭാഗങ്ങൾ ഈ ദൈവങ്ങൾക്കുണ്ട്. സൃഷ്ടിക്കൊരു ദൈവം മരണത്തിനൊരു ദൈവം, ഐശ്വര്യം സമ്പത്ത്, വിദ്യാഭ്യാസം തുടങ്ങിയവയ്ക്കൊക്കെ വെവ്വേറേ ദൈവങ്ങൾ. യവന മതത്തിൽ മദ്യത്തിനുവരെ പ്രത്യേക ദൈവമുണ്ട് - ബാക്കസ്. കാമത്തിനും (കാമദേവൻ) സൗന്ദര്യത്തിനും (വീനസ്) യുദ്ധത്തിനും പ്രത്യേക ദൈവങ്ങളുണ്ട്. ഇന്ത്യൻ പുരാണങ്ങളിൽ മഴയ്ക്കും (ഇന്ദ്രൻ) കടലിനും (വരുണൻ) വെളിച്ചത്തിനും (സൂര്യൻ) ഒക്കെ ദൈവ വകുപ്പുകൾ ഉണ്ട്. ഇങ്ങനെ നൂറുകണക്കിന് ദൈവങ്ങളെ ആരാധിക്കുകയും നാസ്തികരുമായി സംവാദത്തിലെത്തുമ്പോൾ മാത്രം ദൈവം ഒന്നേയുള്ളെന്നു തർക്കിക്കുകയും ചെയ്യുന്നു.

അജ്ഞേയവാദം (Agnosticism)

ദൈവമുണ്ടോയെന്നു ചോദിച്ചാൽ ഉണ്ടെന്നും ഇല്ലെയെന്നാണെങ്കിൽ ഇല്ലെന്നും പറയുന്ന സന്ദേഹവാദമാണിത്. ഉണ്ടെന്നോ ഇല്ലെന്നോ തെളിയിക്കാനുള്ള ബാദ്ധ്യത ഇവർ ഏൽക്കുന്നില്ല. രണ്ടിനും വേണ്ടത്ര തെളിവില്ലെന്നു പറഞ്ഞ് തടിതപ്പുകയാണിവർ[1]. രണ്ടിനും തെളിവ് നൽകാനാവില്ല. മനുഷ്യ ശക്തിക്ക് അതിനുള്ള ശേഷിയില്ല. 'ആകാശ കുസുമം' എന്ന ബഷീർ പ്രയോഗം ഇതിന്റെ സരസമായ ഉദാഹരണമാണ്. അങ്ങനെയൊന്ന് ഇല്ലെന്നും ഉണ്ടെന്നും തെളിയിക്കുകവയ്യല്ലോ. പക്ഷേ ഇതൊരു ഭീരുത്വനിലപാടാണ്. അന്വേഷണ പരതയില്ലാത്ത, ബൗദ്ധികതയില്ലാത്ത കേവലവാദം, ബർട്രാന്റ് റസ്സലിന്റെ സ്വർഗ്ഗീയചായക്കപ്പ് (Celestial Teapot) ഇതിന് ഉദാഹരണമാണ്. ചൊവ്വയ്ക്കും ഭൂമിയ്ക്കുമിടയിലെ ഒരു ഭ്രമണപഥത്തിൽ കൂടി ഒരു ചായക്കപ്പ് പ്രദക്ഷിണം വെയ്ക്കുന്നുവെന്നു പറഞ്ഞാൽ അത് ഉണ്ടെന്നും ഇല്ലെന്നും ആർക്കാണ് പറയാൻ കഴിയുക. എന്നാൽ വിശുദ്ധഗ്രന്ഥത്തിൽ അങ്ങനെയൊരു പരാമർശമുണ്ടാകുകയും അത് എല്ലാ ഞായറാഴ്ചയും പഠിപ്പിക്കുകയും ചെയ്താൽ ചായക്കപ്പ് സത്യമാകും. ഇങ്ങനെയൊന്ന് ഇല്ലെന്ന് ശാസ്ത്രത്തിന് എങ്ങനെ തെളിയിക്കാൻ കഴിയും.

---

1 റിച്ചാർഡ് ഡോക്കിൻസ് ഈ വാദത്തെ രണ്ടായി തിരിക്കുന്നു. സ്ഥിര സ്വഭാവമുള്ളതെന്നും (PAP Permanent Agnosticism in Practice) താൽക്കാലിക അജ്ഞേയവാദമെന്നും (TAP -Temporary Agnosticism in Practice) ദൈവത്തെപ്പറ്റി പരിപൂർണ്ണമായ തെളിവുകൾ കണ്ടെത്താൻ കഴിഞ്ഞിട്ടില്ല. നാളെ കിട്ടിക്കൂടെന്നില്ല, അതുകൊണ്ടു ദൈവത്തെ സ്വീകരിക്കുകയോ തള്ളിക്കളയുകയോ വേണ്ട എന്നതാണ് TAP. ദൈവത്തിനു തെളിവില്ലെന്നു കരുതി ദൈവമില്ലെന്നല്ല - ഇതാണ് PAP

സ്റ്റോയിസിസം (Stoicism)

എപ്പിക്യൂറസ്സിന്റെ സമകാലികനായിരുന്ന ആതൻസുകാരൻ സെനോ (Zeno) യുടെ ദൈവപ്രമാണമാണിത്. ആദിയിൽ അഗ്നിയും പിന്നീട് വായു, ജലം, ഭൂമി എന്നിവയുമുണ്ടായി. പ്രപഞ്ചമപ്പാടെ പ്രകൃതി നിയമത്താൽ ബദ്ധിതമായ ഒരു ചാക്രികപരിവർത്തനത്തിനു വിധേയ മായിരിക്കുന്നു. ഒരു നിശ്ചിതത്വം (Determinism) പ്രപഞ്ചത്തിനുണ്ട്. അതായത് ഒരു ശക്തിയിൽ കാലേക്കൂട്ടി നിർണ്ണീതമാണ് പ്രപഞ്ചം. പ്രകൃതിയിലെ എല്ലാ ചലനങ്ങളും യാദൃശ്ചികമോ അവ്യക്തമോ അല്ല, എല്ലാറ്റിനും ഒരു കാരണമുണ്ട്. വിശദീകരണ സഹമായ പ്രത്യേക ലക്ഷ്യത്തോടെയാണ് പ്രപഞ്ചം സംവിധാനം ചെയ്യപ്പെട്ടിരിക്കുന്നത്. ഈ ലക്ഷ്യം മനുഷ്യരിൽ പര്യവസാനിക്കുന്നു. സകലതിന്റെയും ജീവ സ്ഥാനീയമായ മേൽശക്തി അഗ്നിമയമാണ്. അതാണ് ദൈവം. സ്റ്റോയിസം ഒരു ജീവിതധർമ്മത്തെക്കൂടി വ്യാഖ്യാനിക്കുന്നുണ്ട്. പ്രകൃതി യുമായി ഇണങ്ങിയ മനുഷ്യന്റെ ഇച്ഛാശക്തിയിലാണ് ധാർമ്മികതയുടെ അടിത്തറ. മനുഷ്യനന്മതിന്മകൾ അവനവനെ ആശ്രയിച്ചിരിക്കുന്നു. ധാർമ്മികതയാണ് പരമസത്യം. ആരോഗ്യം, സമ്പത്ത്, സൗഖ്യം എന്നിവ കാര്യമാക്കേണ്ട, ജീവിതത്തിൽ ദുഃഖം അനിവാര്യമാണ്.[2]

പ്രായോഗികവാദം (Pragmatism)

കേവലവാദം (Absolutism) അനുമാനത്തിൽ ആശ്രിതമായതി നാൽ വസ്തുതകളിൽ അധിഷ്ഠിതമാണ് പ്രാഗ്മാറ്റിസം. അതിഭൗതികതർ ക്കങ്ങളെ പറഞ്ഞുതീർക്കുന്ന പ്രാഥമിക സമ്പ്രദായമാണത്. അനുഭവ വാദത്തെ പ്രതിനിധാനം ചെയ്യുന്നതുകൊണ്ടുതന്നെ കേവലതത്വജ്ഞാ നത്തിൽ നിന്ന് ഒഴിഞ്ഞു നിൽക്കുന്നു.[3] അമേരിക്കൻ തത്വജ്ഞാനിയായ വില്യം ജയിംസാണ് അതിന്റെ വക്താവ്. സത്യം നന്മയുടെ ഭാഗമാണ്, ഒരു ആശയത്തെ സത്യമാക്കിത്തീർക്കുന്നതും ശരിയായ ആശയത്തെ സത്യമാക്കുന്നതും സംഭവങ്ങളാണ്. ശരിയായ ആശയം യാഥാർ ത്ഥ്യവുമായി പൊരുത്തപ്പെടുന്നതാകണം. തുടങ്ങിയ ജയിംസിന്റെ തത്വശാസ്ത്രത്തെ സംബന്ധിച്ച അപാകതയില്ലെങ്കിലും ഈശ്വരനെയും മതത്തെയും സംബന്ധിച്ചുള്ള വിശദീകരണം ഈ പ്രമാണത്തിനു തന്നെ വിരുദ്ധമാണ്.

---

2 സ്റ്റോയിസിസത്തിന്റെ തുടർവക്താക്കൾ ക്രൈസിപ്പസ് ആയിരുന്നു. റോമിൽ ഈ തത്വചിന്ത ഉയർത്തിപ്പിടിച്ചത് സെനക്ക, എപ്പിക്ടെറ്റസ് അറീലിയസ് എന്നിവരായിരുന്നു.

3 Pragmatism William Jamse

വില്യം ജെയിംസ്

ഒരു സങ്കൽപ്പത്തിൽ നിന്നും ജീവിതത്തിന് പ്രയോജനപ്രദമായ ഫലങ്ങൾ ഉളവാകുന്നുവെങ്കിൽ നമുക്കാ സങ്കൽപ്പത്തെ തള്ളിക്കളയാനാവുക യില്ല. ദൈവമെന്ന സങ്കൽപ്പം ഏറ്റവും വിശാലമായ അർത്ഥത്തിൽ തൃപ്തികര മായി പ്രവർത്തിക്കുന്നുവെങ്കിൽ അത് സത്യമായിട്ടുള്ളതാണ്. മതപരമായ അനുഭവങ്ങൾ നൽകുന്ന തെളിവിന്റെ അടിസ്ഥാനത്തിൽ ഉന്നതശക്തികൾ നിലനിൽക്കുന്നുവെന്നും അവ ലോകരക്ഷ ക്കുവേണ്ടി പ്രവർത്തിക്കുന്നുവെന്നും നാം വിശ്വസിക്കണം. ഇങ്ങനെ സത്യത്തിന് ജയിംസ് പുതിയ അർത്ഥം നൽകുമ്പോൾ പ്രായോഗികവാദത്തിന്റെ മുൻകാലവക്താവായ ജോൺ ഡ്യൂവി, 'സത്യത്തിന്' വേറെ വിശദീകരണമാണ് നൽകിയിട്ടുള്ളത്. സത്യത്തെ അനശ്വരവും മാറ്റമില്ലാത്തതും പരിപൂർണ്ണവുമായ കേവല സത്യമെ ന്നാണ് ഡ്യൂവി വ്യാഖാനിച്ചിത്. മതങ്ങൾ ഈ 'കേവലസത്യ'ത്തെയാണ് 'ദൈവ'മായി കൊണ്ടാടിയത്.

അസ്തിത്വവാദം (Existentialism)

ഡാനിഷ് ചിന്തകനായ സോറൻ കീർക്കഗാഡിന്റെ 'അസ്തിത്വവാദം' ആസ്തികവാദമാണെങ്കിൽ ജീൻപോൾ സാർത്രിന്റെ അസ്തിത്വവാദം നാസ്തികമാണ്. ക്രിസ്തുമത തത്വചിന്തയിൽ നിന്ന് കീർക്കഗാഡ് സ്വരൂ പിച്ച തത്വചിന്ത ഇതാണ്. മനുഷ്യൻ അടിസ്ഥാനപരമായി ഒറ്റപ്പെട്ടവ നാണ്. അനേകം തിന്മകളും പ്രതികൂല സ്ഥിതികളും നിറഞ്ഞ ലോകത്തെ ഒറ്റയ്ക്ക് നേരിടുന്നത് മനുഷ്യനെ സംബന്ധിച്ച് വലിയ പ്രതിസന്ധിയാണ്. ഇത് അവനെ ഭയപ്പെടുത്തുകയും ഉൽക്കണ്ഠാകുലനാക്കുകയും ചെയ്യുന്നു. ഈ പീഢാവസ്ഥയിൽ നിന്ന് രക്ഷപ്പെടാനുള്ള മാർഗമാണ് ഈശ്വരൻ. സന്നിദ്ധഘട്ടങ്ങളിൽ തീരുമാനമെടുക്കുക ക്ലേശകരമാണെങ്കിലും ആ തീരുമാനമെടുക്കലാണ് വിജയത്തിലെത്തിക്കുന്നത്. തീരുമാനഭാരം (Decision Stress) മനുഷ്യാന്തസ്സത്തയെ കഠിനമായി ഞെരുക്കുന്നു. ബൈബിളിലെ അബ്രഹാമിന്റെ കഥയാണ് ഇതിനായി അദ്ദേഹം ഉദ്ധരിക്കുന്നത്.[4]

4 സാർത്രിന്റെ അസ്തിത്വവാദം 4-ാം അദ്ധ്യായത്തിൽ

അദ്വൈതം

ദൈവത്തെ സംബന്ധിച്ച ഏറ്റവും വലിയ ബൗദ്ധികജാടയും ഭാരതീയ സംഭാവനയുമാണ് അദ്വൈതം.[5] ശങ്കരന്റെ അദ്വൈതത്തിന്റെ കാമ്പ് ഇതാണ്. ഏതൊന്നിൽ നിന്നാണോ പ്രപഞ്ചം വളർന്നത് അത് ബ്രഹ്മമാണ്. ആ ബ്രഹ്മം മാത്രമാണ് സത്യം, ബാക്കിയൊക്കെ മിഥ്യയാണ്, മായയാണ്.അല്ലാതെ ഉണ്ട് എന്നു തോന്നുന്നതൊക്കെ അധ്യാസമാണ് (അധ്യാസോ നമ: അതസ്മിൻ തദ്ബുദ്ധി - അതല്ലാത്തതിനാൽ അതിന്റെ ബുദ്ധി) യഥാർത്ഥമായ ഒന്നിൽ യഥാർത്ഥമല്ലാത്തതിന്റെ ആരോപിക്കലാണ്. അതുഭ്രമമാണ്, ചിപ്പിയെകണ്ടു വെള്ളിയാണെന്നോ, കയറുകണ്ടു പാമ്പാണെന്നോ ധരിക്കുന്നതൊക്കെ 'ഭ്രമത്തിൽ' പെടും.

ഈ ബ്രഹ്മം തന്നെയാണ് ആത്മാവ്.[6] അതു തന്നെ ജീവൻ; ആ വിദ്യയാൽ പരിച്ഛിന്നനായ ആത്മാവ് മൂന്നുതരമാണ് - കാരണം, സൂക്ഷ്മം, സ്ഥൂലം. കാരണമായ ആത്മാവ്, അവിദ്യ, പ്രാജ്ഞൻ. സ്ഥൂലാത്മാവ് പഞ്ചഭൂത നിർമ്മിതമാണ്. സൂക്ഷ്മ ബ്രഹ്മത്തിന് 17 ഘടകങ്ങളാണ്. യുക്തികൊണ്ട് ഈശ്വരാസ്തിത്വം തെളിയിക്കാൻ കഴിയുകയില്ല. ശ്രുതിയിലെ ആത്മീയാനുഭൂതി കൊണ്ടേ ഈശ്വരനെ അറിയാൻ കഴിയൂ. ആർക്കും മനസ്സിലാകാത്ത ഒരു ബൗദ്ധിക അഭ്യാസമാണ് അദ്വൈതം.[7]

അബദ്ധസങ്കല്പങ്ങൾ

അടിസ്ഥാനരഹിതമായ വാചകകസർത്തുകൾ മാത്രമാണ് 'ദൈവ സങ്കല്പങ്ങൾ' ആയി വ്യാഖ്യാനിക്കപ്പെടുന്നതെന്ന് മേൽ സിദ്ധാന്തങ്ങൾ വ്യക്തമാക്കുന്നു. ഒരു സിദ്ധാന്തത്തിനു വേണ്ട അനുമാനമോ നിരീക്ഷണമോ തെളിവോ ഒന്നും ഇവയ്ക്കില്ല. അത് അവതരിപ്പിക്കുന്ന വ്യക്തി

5 ബാദരായണന്റെ ബ്രഹ്മസൂത്രത്തെ അധികരിച്ച് അഞ്ചുസിദ്ധാന്തങ്ങളാണ് ഉണ്ടായിട്ടുള്ളത് ദ്വൈതം (മാധ്വൻ) അദ്വൈതം (ശങ്കരൻ) വിശിഷ്ടാ ദ്വൈതം (രാമാനുജൻ) ശുദ്ധാദ്വൈതം (വല്ലഭൻ) ഭേദാഭേദവാദം (നിംബാർക്കൻ). ഒരു ഗ്രന്ഥത്തിന്റെ അടിസ്ഥാനത്തിൽ വ്യത്യസ്തമായ 5 സിദ്ധാന്തങ്ങൾ ക്രമീകരിക്കുക എന്നതുതന്നെ ആ ഗ്രന്ഥത്തിന്റെ അർത്ഥശൂന്യതയെയാണു വ്യക്തമാക്കുന്നത്.

6 ബ്രഹ്മം സഗുണബ്രഹ്മവും നിർഗുണബ്രഹ്മവുമുണ്ട്. അറിയപ്പെടുന്ന ബ്രഹ്മമാണ് സഗുണ ബ്രഹ്മം. (ജ്ഞേയം) നിർഗുണമാണ് പരബ്രഹ്മം (അത് ഈശ്വരനാണ്) മനസ്സുകൊണ്ടു സങ്കൽപിക്കാവുന്നതൊക്കെ ദൃശ്യങ്ങളാണ്. അവ ദൃക്കിന്റെ - ബ്രഹ്മം - അംശമല്ലാത്തതുകൊണ്ടു സഗുണബ്രഹ്മം. ഈ വാചകകസർത്താണ് അദ്വൈതം.

7 തത്സംബന്ധിയായ കൂടുതൽ വിവരങ്ങൾ ലേഖകന്റെ ആര്യദ്രാവിഡ വിവാദവും ഭഗവത്ഗീതയുടെ രാഷ്ട്രീയവും എന്ന കൃതിയിൽ.

യുടെ മനോവ്യാപാരത്തിനപ്പുറത്തുള്ള ഒന്നുമില്ല. എങ്കിലും ഈശ്വരസങ്കല്പത്തിന്റെ ക്രമാനുഗതികമായ മാറ്റവും അവസാനം അത് തികഞ്ഞ അവ്യക്തതകളിൽ ചെന്നെത്തിനില്ക്കുന്നു എന്നും ഈ 'പ്രമാണങ്ങൾ' വ്യക്തമാക്കുന്നു.

ആസ്തികവാദം, ഏകദൈവവാദം, ബഹുദൈവവാദം ഒക്കെ ഈശ്വരന്റെ എണ്ണത്തെ സംബന്ധിച്ച പ്രശ്നങ്ങളാണ്. ഒരൊറ്റ ദൈവമേയുള്ളുവെന്നു പ്രമാണിക്കുന്നവർതന്നെ അതിന്റെ വിശദീകരണത്തിൽ പരസ്പരവിരുദ്ധമാകുന്നു. യഹൂദർ യഹോവയെന്ന ഏക ദൈവത്തിൽ വിശ്വസിക്കുമ്പോൾ ക്രിസ്തുവിൽ വിശ്വസിക്കുന്നില്ല. ക്രൈസ്തവർ മതം സ്ഥാപിക്കുന്നതുതന്നെ ത്രിത്വവിശ്വാസവുമായാണ്. കാത്തലിക് എൻസൈക്ലോപീഡിയ ത്രിത്വത്തെ ഇങ്ങനെ വിശദീകരിക്കുന്നു.-

പിതാവ് ദൈവമാണ്, പുത്രനും ദൈവമാണ്, വിശുദ്ധാത്മപിയും ദൈവമാണ്. എങ്കിലും മൂന്നുദൈവമില്ല. ഒന്നേയുള്ളൂ.[8]

ഇങ്ങനെയുള്ള വ്യാഖ്യാനങ്ങൾ ആർക്കും നല്കാം.[9] ത്രിത്വം ഏകത്വമാണെന്നു സ്ഥാപിക്കാൻ ശ്രമിക്കുമ്പോൾ തന്നെ കത്തോലിക്കാസഭയ്ക്കു മാത്രം 5120 വിശുദ്ധന്മാരുണ്ട്.[10] കർത്താവിനെക്കാൾ അവർക്കു പ്രധാനം വിശുദ്ധന്മാരാണുതാനും (പള്ളികൾ അത്രയും വിശുദ്ധന്മാരുടെ പേരിലാണ്) അതുകൊണ്ടുതന്നെ ഏകദൈവ വിശ്വാസം എന്ന വാദം പൊളിയുന്നു. ഓരോ ആവശ്യങ്ങൾക്കും ഓരോ വിഭാഗങ്ങൾക്കും പ്രത്യേകം പ്രത്യേകമായ ദൈവം എന്നത് ഗോത്രകാല സവിശേഷതയാണ്. ദൈവപരിണാമത്തിലെ മുഖ്യകണ്ണിയും അതാണ്. ഇത്തരം വിശ്വാസം 'ദൈവം' എന്ന പൊതുബോധത്തിൽ നിന്ന് ഉണ്ടായതല്ല.

---

8 The God Delusion - Dawkins മൂന്നാം നൂറ്റാണ്ടിലെ സെഗ്രിഗറിയെ ഉദ്ധരിച്ച് എൻസൈക്ലോപ്പീഡിയ ഇങ്ങനെ തുടരുന്നു. 'ഇതിലൊന്നും സൃഷ്ടിക്കപ്പെട്ടതല്ല. ഒന്നു മറ്റൊന്നിനു വിധേയമല്ല, ഒന്നും മറ്റൊന്നിനോടു കൂടിചേർക്കപ്പെട്ടതല്ല. പിന്നാലെ രംഗപ്രവേശം ചെയ്തതാണ്. പുത്രനില്ലാതെ പിതാവില്ല, പരിശുദ്ധാത്മാവില്ലാതെ പുത്രനുമില്ല. അങ്ങനെ ത്രിത്വമെന്നത് അവിച്ഛിന്നമാണ്.

9 അരിയൂസും, അലക്സാണ്ടറും അർത്തനേസ്യസും ക്രിസ്തുമത ആരംഭത്തിൽ നടത്തിയ ത്രിത്വ - ഏകത്വ ചർച്ചയുടെ പേരിൽ ഒട്ടേറെ പേർ കൊല്ലപ്പെടുകയും സഭയിൽ പിളർപ്പുകൾ ഉണ്ടാവുകയും ചെയ്തു. 1453-ൽ മുഹമ്മദ് 2-ാമൻ ഓട്ടോമൻ സാമ്രാജ്യം സ്ഥാപിച്ചതോടെ ത്രിത്വത്തിന് മേൽ അള്ളാഹ എന്ന ഏകത്വം ആധിപത്യം നേടി.

10 ത്രിത്വം ക്രിസ്തുമതത്തിന്റെ കണ്ടുപിടിത്തമല്ല. ബാബിലോണിയൻ ത്രിത്വമായ ബാൽ സെമിറാമിസ്, നിംറോദു എന്നീ ത്രിത്വത്തിൽ നിന്ന് എടുത്താണ്. പഴയ റോമൻ ത്രിത്വത്തിൽ ജൂപ്പിറ്റർ ജൂണോ, മിനർവ എന്ന ത്രിത്വവും ഗ്രീക്കുമിതോളജിയിൽ സ്യൂസ്, പോസിഡോൺ, ഹെയ്ഡസ് എന്ന ത്രിത്വവും ഇന്ത്യൻമിത്തോളജിയിൽ ബ്രഹ്മാ, വിഷ്ണു, ശിവന്മാരുമുണ്ട്.

ആവശ്യം സൃഷ്ടിയുടെ മാതാവ് എന്ന വിധത്തിൽ അതാതു കാലങ്ങളിൽ മനുഷ്യർ തന്നെ രൂപീകരിച്ചെടുത്തതാണ്.

ഗണത്തിന്റെ അടിസ്ഥാനത്തിലുള്ള ദൈവസിദ്ധാന്തങ്ങൾ യഥാർത്ഥത്തിൽ മതപരമോ വേദപ്രോക്തമോ അല്ല. പ്രകൃതിതന്നെയാണ് ദൈവം എന്ന 'പാഗനിസം' (Paganism) ഒരു കാവ്യഭാവനയാണ്. അതു പൊതുസ്വീകാര്യമായ, നിർദ്ദോഷമായ ഒരു സങ്കല്പമാണ്. അജ്ഞേയവാദം ഒരുതരം ഞാണിന്മേൽ കളി എന്നതിനപ്പുറം ദൈവത്തിന്റെ ഗുണപരതയെക്കുറിച്ചുള്ള യുക്തിപരമായ നിഗമനമല്ല. ശക്തിസവിശേഷതയുമായി ബന്ധപ്പെട്ട ഇതര 'തത്വ' ങ്ങളൊക്കെത്തന്നെ തർക്കിക്കാൻവേണ്ടി രൂപീകരിച്ചെടുത്തിട്ടുള്ള വാദഗതികൾ മാത്രമാണ്. പ്രപഞ്ചമപ്പാടെ പ്രകൃതിനിയമത്താൽ ബന്ധിതമാണെന്നൊക്കെ പറയുമ്പോൾ അതിൽ എതിർക്കപ്പെടാനൊന്നുമില്ല. എന്നാൽ അതിന്മേൽ 'ദൈവം' ആരോപിതമാകുമ്പോഴാണ് പ്രശ്നം.

പ്രായോഗികവാദവും അസ്തിത്വവാദവുമൊക്കെ ആശയവാദപരമായ നിഗളിപ്പുകൾ മാത്രമാണ്. ദൈവമെന്ന സങ്കല്പം പ്രയോജനകരമാണെങ്കിൽ അതിനെ സ്വീകരിക്കുന്നതിൽ എന്തു കുഴപ്പം എന്നു ചോദിക്കുമ്പോൾ, അതു കലാപങ്ങൾക്കും ദുരന്തങ്ങൾക്കും വഴിവെക്കുമ്പോഴോ എന്നു മറുചോദ്യം ഉന്നയിക്കാം. ചരിത്രത്തിലെമ്പാടും മതത്തിന്റെ പേരിലാണ് ഏറ്റവുമധികം കുരുതി നടന്നത്. പ്രതിലോമകരമായ ഇത്തരമൊരാശയം കൊണ്ടുനടക്കുന്നതെന്തിന് എന്ന മറുചോദ്യം കൂടി അത്തരം തത്വചിന്തകർ ഉന്നയിക്കേണ്ടതാണ്. പീഡിതാവസ്ഥയിൽ നിന്നു രക്ഷപ്പെടാനുള്ള മാർഗമാണ് ഈശ്വരൻ എന്ന് അസ്തിത്വവാദികൾ പറയുമ്പോൾ അവർപ്രഘോഷിക്കുന്ന ദൈവം തന്നെ നേരിട്ട് മനുഷ്യരെ പീഡിപ്പിക്കാനും കൊല്ലാനും ആവശ്യപ്പെടുന്നു എന്ന സത്യത്തെ മറച്ചുവെക്കുന്നതെന്തിന്?

അദ്വൈതത്തിലെത്തുമ്പോൾ ദൈവപരിണാമത്തിന്റെ അപഹാസ്യമായ ദർശനമാണുള്ളത്. മനുഷ്യരൂപം പൂണ്ട, ആകൃതിയും പ്രകൃതിയും വികാരവും വിചാരമുള്ള ദൈവത്തെ അദ്വൈതം നിഷേധിക്കുന്നു. വലിയ സൈദ്ധാന്തിക കസർത്തുപോലെ വാക്കുകൾ കൊണ്ട് അമ്മാനമാടുന്നു എന്നതിനപ്പുറം ഈശ്വരനെന്താണെന്ന് ഒരുത്തർക്കും മനസ്സിലാകുകയില്ല. ബ്രഹ്മമാണു സത്യമെങ്കിൽ, കുറഞ്ഞപക്ഷം അത് എന്താണെന്നു നിർവ്വചിക്കാനുള്ള ബാദ്ധ്യതയുണ്ട്. അതുചെയ്യാതെ വാചാടോപം കൊണ്ട് തർക്കങ്ങളെ മുഖരിതമാക്കുകയും പദപ്രയോഗങ്ങൾ കൊണ്ട് പ്രതീതി സൃഷ്ടിച്ച്, 'അതാണ്' 'ഇതാണ്' 'ഏതൊന്നാണോ അതാണ്' എന്നൊക്കെ തട്ടിവിടുന്ന ജാട ദൈവവാദത്തിന്റെ തനിസ്വഭാവമാണ്.

ഇനി വാദത്തിനായി അദ്വൈതം അംഗീകരിച്ചാലും നിലനില്ക്കുന്ന ചോദ്യം അദ്വൈതികൾ വിഗ്രഹാരാധനയും ക്ഷേത്ര ദർശനവും നടത്തുന്നത് എന്തിനാണെന്നാണ്. അദ്വൈതപ്രകാരം ദൈവം ആകാരമുള്ളവന ല്ല, വിഗ്രഹത്തിൽ ആവാഹിക്കപ്പെടാവുന്നതുമല്ല; താൻതന്നെയാണ് ബ്രഹ്മവും ദൈവവും. പിന്നെന്തിനാണ് അദ്വൈതജ്ഞാനികൾ വിഗ്രഹ ത്തെ വണങ്ങുന്നത്?

ഭൂമിയും മനുഷ്യനുമൊക്കെ സൃഷ്ടിച്ച ഈശ്വരൻ വിശ്വാസികളെ സംബന്ധിച്ച് മനുഷ്യരൂപിതന്നെയാണ്. എന്നാൽ അതിൽ നിന്ന് എന്തെല്ലാം ആശയങ്ങളാണ് രൂപാന്തരം പ്രാപിച്ചതെന്നാണ് ഈ ചർച്ച വ്യക്തമാക്കുന്നത്. ഒടുവിൽ അതൊരു ആശയമോ നിഗമനമോ ആയി സ്വയം പരിഹാസ്യമാകുന്നു. അതായത് 'വിശ്വാസികൾ' കരുതുന്ന ഒരു ദൈവമല്ല യഥാർത്ഥത്തിൽ ആശയലോകത്ത് പരിണമിച്ച് ഉണ്ടായത്. സന്ദർഭത്തിനും സാഹചര്യത്തിനുമനുസരിച്ച് സിദ്ധാന്തങ്ങൾ അതാതു കാലത്തു രൂപീകരിച്ചെടുക്കുകയായിരുന്നു.

മോശെയുടെ വെളിപ്പാടുകൾ; മുഹമ്മദിന്റെയും

'ദൈവത്തെ ആരും ഒരുനാളും കണ്ടിട്ടില്ല' (യോഹന്നാൻ 1:8) നിങ്ങൾ അവന്റെ ശബ്ദം ഒരു നാളും കേട്ടിട്ടില്ല, രൂപം കണ്ടിട്ടില്ല (യോഹ 5:37) എന്നു ദൈവം മോശയോടു തന്നെ പറയുന്നു.[11] യഹോവതന്നെ മോശെയോടു പറയുന്നത്. "നിനക്ക് എന്റെ മുഖം കാണാൻ കഴിയുകയി ല്ല; ഒരു മനുഷ്യനും എന്നെ കണ്ടു ജീവനോടെ ഇരിക്കയില്ല" എന്നാണ് (പുറപ്പാട് 33:20)

ഇതേ അദ്ധ്യായം 9-ാം വാക്യം ഇതിനു വിരുദ്ധമാണ്.

മോശെ കൂടാരത്തിൽ കടക്കുമ്പോൾ മേഘസ്തംഭം ഇറങ്ങി കൂടാര വാതിൽക്കൽ നില്ക്കുകയും യഹോവ മോശയോടു സംസാരിക്കുകയും ചെയ്തു. ഒരുത്തൻ തന്റെ സ്നേഹിതനോടു സംസാരിക്കുന്നതുപോലെ യഹോവ മോശയോട് അഭിമുഖമായി സംസാരിച്ചു.

യഹോവയെ കണ്ടയാളാണ് മോശെ. മോശെയും ദൈവവും സീനായി മല മുകളിൽ അഭിമുഖം നടത്തിയതായി ബൈബിൾ സാക്ഷ്യ പ്പെടുത്തുന്നു (പുറപ്പാട് 19) അവിടെ നിന്ന് ഇറങ്ങിവന്നാണ് മോശെ

11 ഇതിനു കടവിരുദ്ധമായി ഇതേ ദൈവം തന്നെ ഇങ്ങനെ പറയുന്നു. ''യഹോവ യാഗപീഠത്തിനു മീതെനിൽക്കുന്നതു ഞാൻ കണ്ടു (ആമോസ് 9:1) ഞാൻ അവനെ മുഖാമുഖമായി കണ്ടിട്ടും എനിക്കു ജീവഹാനിവന്നില്ല എന്നു യാക്കോബ് പറഞ്ഞു (ഉല്പത്തി 32:30) നീ ദൈവത്തോടും മനുഷ്യരോടും മല്ലുപിടിച്ചു ജയിച്ചതുകൊണ്ട് നിന്റെ പേര് യാക്കോബെന്നല്ല യിസ്രായേൽ എന്നു വിളിക്കപ്പെടും.

ദൈവത്തിന്റെ വെളിപ്പാടുകൾ പത്തുകല്പനകളായി അവതരിപ്പിക്കുന്നത്.

യഹോവയുടെ തെളിവ് മോശെയുടെ വെളിപ്പാടുകളാണ്. അതായത് വിശ്വാസത്തിനടിസ്ഥാനം വെളിപ്പാടുകൾ (Revelations) ആണ്, തെളിവുകളല്ല.[12] തിരഞ്ഞെടുക്കപ്പെട്ടവർക്കുമാത്രമേ ദൈവം വെളിപ്പെടുത്തലുകൾ നടത്തൂ. എത്ര സങ്കുചിതനായ ദൈവം! തന്നെ തേടിയലയുന്ന കോടിക്കണക്കിനു മനുഷ്യരിൽ നിന്ന് ഒളിച്ചു നടക്കുന്ന ദൈവം കള്ളപ്പുള്ളിയാണോ.

യഹോവ മോശയ്ക്കു നല്കുന്ന പത്തുകല്പനകളിൽ ഒന്നാം പ്രമാണം വിശദമായിത്തന്നെയാണ് നല്കുന്നത്.

"ഞാനല്ലാതെ അന്യദൈവങ്ങൾ നിനക്ക് ഉണ്ടാകരുത്, വിഗ്രഹം ഉണ്ടാക്കരുത്, താഴെ ഭൂമിക്കു കീഴെ വെള്ളത്തിലെങ്കിലും യാതൊന്നിന്റെയും പ്രതിമ അരുത്, അവയെ നമിക്കരുത്..." എന്നു തുടങ്ങി 11 ദീർഘവാക്യങ്ങളാണ് ദൈവം സ്വന്തം മഹത്വവും ശക്തിയും വെളിപ്പെടുത്തുന്നത്. (അദ്ധ്യായം 7 കാണുക) സ്വന്തം സ്ഥാനം നഷ്ടപ്പെട്ടുമെന്നു ഭയപ്പെടുന്ന, സ്വാർത്ഥമതിയായ, കഠിനഹൃദയനായ ഒരു ഏകാധിപതിയുടെ ശബ്ദമാണ് യഹോവയിലൂടെ കേൾക്കുന്നത്. ഞാനല്ലാതെ മറ്റൊരു ദൈവമുണ്ടാകരുതെന്ന് ആജ്ഞാപിക്കുമ്പോൾ വേറെ 'ദൈവം' ഉണ്ടെന്നു വ്യക്തമാണ്. അതുകൊണ്ടുതന്നെ ഈ ദൈവം സർവ്വശക്തനോ, സർവ്വാധികാരിയോ അല്ല. മാത്രമല്ല അടിമത്തം, വംശീയത, ബലാത്സംഗം, കുട്ടികൾക്കെതിരായ അതിക്രമം തുടങ്ങിയവയൊന്നും പാടില്ലെന്നുപറയുന്നുമില്ല. പിന്നീട് ആവർത്തനപുസ്തകത്തിലെത്തുമ്പോൾ ഈ ദൈവംതന്നെ കൊല്ലാനും നശിപ്പിക്കാനും ആവർത്തിച്ച് ആവശ്യപ്പെടുന്നുണ്ട് (5-ാം അദ്ധ്യായം കാണുക) വാഗ്ദത്തഭൂമിയെന്ന സ്വർഗരാജ്യം 110 വയസ്സുള്ളമോശെ നെബോപർവ്വതമുകളിൽ നിന്ന് കാണുന്നുണ്ട്. മറ്റൊരു പ്രവാചകനും ഈ സ്വർഗ്ഗം കാണുന്നില്ല. ഇതെല്ലാം ഇത്ര നിഗൂഢമാക്കിവെക്കാനുള്ള കാരണമെന്താണാവോ?

യഹോവയെപ്പോലെ, മുഹമ്മദിന്റെ ദൈവവും വെളിപ്പാടുനടത്തുകയാണ്. 'ഹിറ' ഗുഹയിൽ വെച്ച് അള്ളാഹു മുഹമ്മദിനോട് നേരിട്ടല്ല സംസാരിക്കുന്നത്. 'ജിബ്രീൽ' എന്ന മാലാഖ വഴിയാണ്. സഫാക്കുന്നിൽ വെച്ച് പരസ്യപ്രബോധനം നല്കുന്നുണ്ട്. മുഹമ്മദിന്റെ കാര്യത്തിൽ

---

12 തിരഞ്ഞെടുക്കപ്പെടുന്നവർക്കുമാത്രം ദൈവം നൽകുന്ന വെളിപ്പാടുകളാണ് വിശ്വാസത്തിന് അടിസ്ഥാനം. യഹോവ നൽകിയതാണോ, അള്ളാഹു നൽകിയതാണോ യഥാർത്ഥ വെളിപ്പാടുകൾ ? തെളിവുകൾ ഇല്ലാത്ത വിശ്വാസം എങ്ങനെ ശരിയാകും? God is not Great : Chrtsiopher Hitchens

അദ്ദേഹത്തിന് ആവശ്യം വരുമ്പോഴൊക്കെ അള്ളാഹ വെളിപ്പെടുത്തലുകൾ നടത്തുന്നു. നാട്ടിലുള്ള വിശ്വാസികളായ മുഴുവൻ പെണ്ണുങ്ങളെയും മുഹമ്മദിന് 'ഹലാലാക്കി' കൊണ്ട് (നിയമാനുസൃതമാക്കി) പ്രത്യേക ഓർഡിനൻസ് വരെ അള്ളാഹ ഇറക്കിയിട്ടുണ്ട്. (33:50) ഈ ദൈവവും താനല്ലാത്ത ദൈവങ്ങളെ ശപിക്കുന്നു (21:22) ഇസ്ലാമിന്റെ കലിമ (അടിസ്ഥാനപ്രമാണം) തന്നെ 'യാഇല്ലഹ ഇല്ലള്ളാഹ്' (അള്ളാഹവല്ലാതെ മറ്റൊരു ദൈവമില്ല) എന്നതാണല്ലോ.

ആദികാരണവാദം

ഈശ്വരനുണ്ടെന്നുള്ളതിന് ആസ്തികർ വ്യാപകമായി ഉന്നയിക്കുന്നത് കാര്യകാരണവാദമാണ്. ഒരു കാര്യത്തിന് ഒരു കാരണമുണ്ടാകണമെന്ന ലളിതമായ വാദം പ്രഥമശ്രവണയിൽ ശരിയെന്നുതോന്നാം. മേശ ഉണ്ടാകണമെങ്കിൽ ഒരാശാരിവേണം, കുടമുണ്ടാകണമെങ്കിൽ കുശവൻ വേണം എന്ന ന്യായം. പക്ഷേ ആശാരിയും കുശവനുമുള്ളതുകൊണ്ട് മേശയും കുടവും ഉണ്ടാകില്ല. അതിന് തടിയും മണ്ണും വേണം, അതു പരുവപ്പെടുത്തണം. എങ്കിലും മേശയും കുടവും ഉണ്ടാകില്ല. ഉല്പന്നത്തെക്കുറിച്ചുള്ള ആശയം വേണം. സർവ്വോപരി ഇവ നിർമ്മിക്കാനുള്ള ഇച്ഛവേണം. പ്രപഞ്ചമുണ്ടാക്കാൻ ഈശ്വരന് എവിടെ നിന്ന് പദാർത്ഥം കിട്ടിയെന്നോ അതേപ്പറ്റി ഇച്ഛയുണ്ടാകാൻ ദൈവം ഒരു മനുഷ്യനാണെന്നോ അറിയില്ല. പ്രപഞ്ചം ഉണ്ടാകും മുമ്പ് ഈശ്വരൻ എവിടെയായിരുന്നു?

ഇത് മറ്റൊരു വിധത്തിലും അവതരിപ്പിക്കാം. ലോകത്തിലെ ഓരോന്നിനും ഓരോ കാരണമുണ്ട്. അതിന്റെ ചങ്ങലക്കണ്ണികളിൽ പുറകോട്ടുപോയാൽ ഒരു ആദികാരണത്തിലെത്തും. ഈ ആദികാരണമാണ് ദൈവം. എന്നാൽ ഈ ചോദ്യം അവിടെ നിർത്താതെ ഒന്നുകൂടി ചോദിക്കണം. ദൈവം എന്ന കാര്യത്തിന്റെ കാരണം എന്താണ്? അതിനു കാരണമില്ല. ദൈവം ആദ്യന്തവിഹീനനാണ് എന്നായിരിക്കും ഉത്തരം. എങ്കിൽ ഈ പ്രപഞ്ചം തന്നെ ആദ്യന്തമില്ലാത്തതാണെന്നു കരുതിയാൽ പോരേ?

പ്രകൃതിനിയമവാദം

സൗരയൂഥസിദ്ധാന്തം കണ്ടെത്തുകയും ഗുരുത്വാകർഷണ നിയമം തത്വമായി അംഗീകരിക്കപ്പെടുകയും ചെയ്തതിനുശേഷം 18-ാം നൂറ്റാണ്ടോടെ രൂപീകൃതമായ പുതിയ ദൈവവാദമാണ് പ്രകൃതിനിയമവാദം. ഗ്രഹങ്ങൾ അവയുടെ സഞ്ചാരപഥങ്ങളിൽ കൂട്ടിയിടിക്കാത്തതും

സംക്രമണം അനുസൃതമാകുന്നതും ഗുരുത്വാകർഷണനിയമം മൂലമാണെന്ന് സ്ഥാപിക്കപ്പെട്ടപ്പോൾ, അത് സംഭവിക്കുന്നത് ദൈവശാസനം മൂലമാണെന്ന് പ്രകൃതിനിയമവാദികൾ തട്ടിവിട്ടു. പ്രകൃതിനിയമങ്ങൾക്ക് ഒരു വിധാതാവുവേണമെന്ന വാദം പ്രകൃതി നിയമത്തെപ്പറ്റിയുള്ള അജ്ഞതയിൽ നിന്ന് ഉടലെടുക്കുന്നതാണ്. ദൈവം ഇത്തരം നിയമങ്ങളുണ്ടാക്കിയെന്ന് ആരാണ് ഇവരോടു പറഞ്ഞത്? ഓരോന്നും സംഭവിക്കുമ്പോൾ അതു ദൈവമാണ് എന്നു പറയുന്നത് മുഹമ്മദ് ബഷീറിന്റെ എട്ടുകാലി മമ്മൂഞ്ഞിന്റെ ന്യായം മാത്രമാണ്. ദൈവഹിതം എന്താണെന്ന് ഒരാളും മുൻകൂട്ടി അറിയുന്നില്ല, ഭൂമികുലുങ്ങിക്കഴിഞ്ഞാൽ സുനാമി ഉണ്ടായാൽ അതൊക്കെ ദൈവഹിതം എന്നു ന്യായം കാണുകമാത്രമാണ് വിശ്വാസികൾ. ഇക്കാര്യങ്ങൾ മുൻകൂർ അറിയാൻ കഴിഞ്ഞിരുന്നെങ്കിൽ എന്തെല്ലാം ദുരിതങ്ങളിൽ നിന്നു രക്ഷനേടാൻ സാധിച്ചേനെ. അങ്ങനെ ഒരു മുന്നറിയിപ്പുപോലും നല്കാൻ കഴിയാത്ത ഒരു ദൈവത്തെ കൊണ്ട് എന്തു പ്രയോജനമാണുള്ളത്? അങ്ങനെയൊരു പ്രകൃതിനിയമമുണ്ടാക്കിയതു ദൈവമാണെങ്കിൽ ആ ദൈവവും ഈ നിയമത്തിനു വിധേയനായിരിക്കണം.

സംവിധാന വാദം (Intelligent Design)

മനുഷ്യനു മൂക്കുണ്ടായത് കണ്ണടവെയ്ക്കാൻ വേണ്ടിയാണെന്നു വാദിച്ചാൽ എന്തു ചെയ്യും? വലിയൊരു മരത്തെ അതിന്റെ വിത്തിൽ ഒതുക്കി വെച്ചിരിക്കുകയാണെന്നു പറഞ്ഞാൽ എന്തു മറുപടി പറയും? - ഇതാണ് സംവിധാനവാദത്തിന്റെ അടിത്തറ. മനുഷ്യനു ജീവിക്കാൻ ഉപയുക്തമായ വിധത്തിൽ പ്രപഞ്ചത്തിലെ എല്ലാറ്റിനെയും ദൈവം സംവിധാനം ചെയ്തു വെച്ചിരിക്കുന്നുവത്രേ! ഈ ലോകത്തിന്റെ വലിപ്പമോ അതിലെ ചരാചരങ്ങളുടെ വൈവിദ്ധ്യമോ എന്തെങ്കിലുമറിഞ്ഞിട്ടാണോ ഇത്തരം വാദങ്ങൾ ഉയർത്തുന്നത്? ഈ പ്രപഞ്ചം മനുഷ്യനുവേണ്ടി നിർമ്മിച്ചിട്ടുള്ളതാണെന്ന് ആരാണു പറഞ്ഞത്? അഥവാ, അങ്ങനെയാണെങ്കിൽ അതിലെ സകല ന്യൂനതകളും ദുരിതങ്ങളും കുട്ടക്കുരുതികളുമെല്ലാം സംവിധാനം ചെയ്തതും ദൈവമാണെന്നു പറയേണ്ടിവരും. ഹിറ്റ്ലറും മുസ്സോളിനിയുമൊന്നും കുറ്റക്കാരാണെന്നു വിധിക്കാനാവില്ല. കാരണം എല്ലാം ദൈവത്തിന്റെ ബൗദ്ധിക ആസൂത്രണമാണ്.

പരിണാമസിദ്ധാന്തത്തിലെ പ്രകൃതിനിർദ്ധാരണം (Natural Selection) എന്ന തത്വത്തിന്റെ മറപറ്റിയുണ്ടാക്കി യതാണ് സംവിധാന വാദം. പടിപടിയായി ക്രമീകരിക്കപ്പെട്ട പരിണാമശൃംഖലയാണ് അത്. അതിന്റെ സഞ്ചിതഫലമാണ് പ്രകൃതി നിർദ്ധാരണം. തുടർച്ചയായ,

ശാന്തവും, അബോധ പൂർവ്വകവുമായ ഈ പ്രക്രിയ ദീർഘകാലം കൊണ്ട് നടക്കുന്നതിനാൽ ദൃശ്യമല്ല. ഇങ്ങനെ നിർദ്ധാരണത്തിൽ വിജയിക്കുന്നവയാണ് അതിജീവനം നേടുന്നത് (Survival of the fittest by Natural Selection) . ഈ ശാസ്ത്രവസ്തുതയെ ഉപരിപ്ലവമായി വളച്ചൊടിച്ചാണ് സംവിധാനവാദം ശാസ്ത്രീയമാണെന്നു വാദിക്കുന്നത്. അമേരിക്കയിലെ വിവിധ സംസ്ഥാനങ്ങളിൽ പരിണാമത്തിനുപകരം സംവിധാനവാദം പഠിപ്പിക്കുന്നുണ്ട്. പ്രകൃതിയിൽ ഒരു ജീവജാലവും മനുഷ്യനെ ആശ്രയിച്ചുകഴിയുന്നതല്ല, മറിച്ച് മനുഷ്യൻ മറ്റെല്ലാറ്റിനെയും ആശ്രയിച്ചാണ് കഴിയുന്നത്. അതിൽ ദൈവത്തിനെന്തു റോളാണ് ഉള്ളത്.

ആൻസലാമിന്റെ തെളിവുകൾ

റോമൻസഭ ഗ്രീക്കുചിന്തയ്ക്കെതിരായിരുന്നു. എല്ലാ തത്വചിന്തയും ക്രിസ്ത്യൻ ചിന്തയിലും ത്രിത്വത്തിലുമുണ്ടെന്നും അവ ദൈവസൃഷ്ടമാണെന്നും അതിനാൽ മറ്റു ചിന്തകൾക്ക് പ്രസക്തിയില്ലെന്നും സഭ വാദിച്ചു. പക്ഷേ അതുകൊണ്ട് ഗ്രീക്ക് അറബ് ചിന്തകൾ റോമിലേക്കു കടന്നുവരാതിരുന്നില്ല. റോസലിൻ (1050-1120) ആയിരുന്നു ഗ്രീക്കു ചിന്തയുടെ വക്താവ്. സഭ ആത്മീയ സ്വത്വമാണെന്നതിനെയും ക്രിസ്തുവിന്റെ മണവാട്ടിയാണെന്നതിനെയും അദ്ദേഹം നിഷേധിച്ചു. ദൈവം എന്നത് ത്രിത്വത്തിനുമാത്രം ബാധകമായ കാര്യമാണെന്നും റോസലിൻ തുറന്നടിച്ചു.

ആൻസലാം

റോസലിനെ എതിർത്തുകൊണ്ടാണ് ആൻസലാം (1033-1109) രംഗത്തു വന്നത്. ബിഷപ്പായിരുന്ന ഇദ്ദേഹത്തിന്റെ 'തെളിവുകളെ' സത്തമീമാംസാപരമായ വാദമെന്നാണ് (Ontological Argument) വിശേഷിപ്പിക്കുന്നത്.

ഏറ്റവും പരിപൂർണ്ണമായ ഒന്നിന് യഥാർത്ഥ ലോകത്ത് നിലനിന്നേപറ്റൂ. ഏറ്റവും പരിപൂർണ്ണമായ എന്തോ അതാണ് ദൈവം.

യഥാർത്ഥ ലോകത്ത് നിലനില്ക്കാനാവില്ലെന്നത് ഉദാത്തമായ ഒരു സങ്കല്പത്തെ അപൂർണ്ണമാക്കും. പരി

പൂർണ്ണമായ ഈശ്വരന് അങ്ങനെയൊരു ന്യൂനതയുണ്ടാകാൻ പാടില്ല. അതിനാൽ ദൈവമുണ്ട്.

പ്രാർത്ഥന സ്വീകരിക്കണമെങ്കിൽ അതിനൊരാളുണ്ടാകണം. സ്വീകരിക്കാനുള്ള ആ ശക്തിയാണ് ദൈവം. ഭാവനയിൽ കാണുന്ന ഒരു ശക്തിക്ക് യഥാർത്ഥലോകത്ത് നിലനില്പില്ലെങ്കിൽ അതു മഹത്തരമല്ല.

എന്തെങ്കിലും വസ്തുനിഷ്ഠതയോ തത്വശാസ്ത്രസമീപനമോ അടിസ്ഥാനപ്പെടുത്തിയല്ല ആൻസലാം ഈ വാദം അവതരിപ്പിച്ചത്. യാതൊരു തെളിവും നല്കാതെ വെറും ഊഹാധിഷ്ഠിതമായ ഒരു അനുമാനം മാത്രം. അതുകൊണ്ടുതന്നെ ആൻസലാമിന്റെ വാദങ്ങളെ ഇമ്മാനുവൽ കാന്റ് നിരസിച്ചു. ദൈവവാദികൾ തന്നെ തള്ളിക്കളഞ്ഞ ബിഷപ്പ് ആൻസലാമിന്റെ വാദങ്ങളെ ബാലിശമെന്നേ പറയാൻ കഴിയൂ.

അക്വിനാസിന്റെ തെളിവുകൾ

ആസ്തികൾ പൊതുവേ ഉന്നയിക്കുന്ന 'ദൈവം ഉണ്ടെന്നുള്ള' തെളിവുകൾ ധാരാളമാണ്. ഇതൊക്കെതന്നെ തോമസ് അക്വീനാസിന്റെ (1224-1274) കണ്ടു പിടുത്തങ്ങളാണ്. മതവ്യാഖ്യാനരംഗത്ത് അക്വിനാസിനുണ്ടായിരുന്ന പ്രസിദ്ധികൊണ്ടാണ് അദ്ദേഹമുന്നയിച്ച 5 കാര്യങ്ങൾ 'തെളിവുകളായി' വാഴ്ത്തിയത്. അവ എത്ര ബാലിശങ്ങളാണെന്നു നോക്കുക.

1. സ്വയം ചലിക്കാതെ എല്ലാം ചലിപ്പിക്കുന്നവനാണ് ദൈവം: ആദിയിൽ ഒരു ശക്തി ചലിപ്പിക്കാനില്ലാതെ ഒന്നിനും ചലനം തുടങ്ങാൻ വയ്യ. ഈ ചലനം നല്കിയ ശക്തിയാണ് ദൈവം (ചലനം പദാർത്ഥത്തിന്റെ സവിശേഷതയാണെന്ന അജ്ഞതയിൽ നിന്നാണ് ഈ തെളിവു വരുന്നത്. അഥവാ എല്ലാറ്റിനെയും ചലിപ്പിക്കാൻ ഒരു ദൈവം വേണമെങ്കിൽ ദൈവത്തെ ചലിപ്പിച്ച തുടക്കക്കാരൻ ആരാണെന്ന് അക്വിനാസ് വ്യക്തമാക്കുന്നില്ല)
2. എല്ലാത്തിനും കാരണമായ ഒരു കാരണക്കാരൻ: ഏതൊരു കാര്യത്തിനും കാരണം വേണം. എല്ലാറ്റിനും കാരണമാരാണോ അതാണ് ദൈവം (ദൈവമെന്ന കാര്യത്തിന്റെ കാരണം ആരാണാവോ?)
3. പ്രാപഞ്ചികവാദം: ആദിയിൽ ഒന്നുമുണ്ടായിരുന്നില്ല. ഇപ്പോൾ എല്ലാമുണ്ട്. എങ്കിൽ അതിനുപിന്നിൽ അമൂർത്തമായ എന്തോ ഒന്നു പ്രവർത്തിച്ചിട്ടുണ്ട്. അതാണു ദൈവം (ഒന്നുമില്ലാതിരുന്നപ്പോൾ ദൈവം എവിടെയായിരുന്നു? അപ്പോൾ പ്രപഞ്ചത്തിന്റെ

തോമസ് അക്വിനാസ്

രൂപം എന്തായിരുന്നു? അമൂർത്തമായ ദൈവം ആദിയിൽ ഉണ്ടായിരുന്നുവെങ്കിൽ ഒന്നുമില്ലായിരുന്നു എന്നു പറയുന്നതെങ്ങനെ).

4. താരതമ്യാധിഷ്ഠിതമായ വാദം: പ്രപഞ്ചത്തിലുള്ളതൊന്നും പൂർണ്ണമല്ല. പൂർണ്ണതനിശ്ചയിക്കുന്ന എന്തോ ഒന്നുണ്ട്. ഒന്നുമറ്റൊന്നുമായി താരതമ്യപ്പെടുത്തുമ്പോഴാണ് അതിന്റെ ഗുണനിലവാരം മനസ്സിലാകുന്നത്. ഒരു കമ്പിന്റെ അടുത്ത് അതിലും വലിയ ഒരു കമ്പുവെക്കുമ്പോൾ ആദ്യത്തേത് ചെറുതായിതോന്നും. പക്ഷേ ഈ അപൂർണ്ണതയില്ലാത്ത ഒന്നാണ് ദൈവം. (ഇതൊരു പ്രസ്താവനമാത്രമാണ്, തെളിവില്ല. ഒരു ദുർഗ്ഗന്ധത്തെ അതിനെക്കാൾ വലിയ ദുർഗന്ധവുമായി താരതമ്യം ചെയ്യുമ്പോൾ അതിന്റെ പൂർണ്ണതയുണ്ടാകുന്നു. ഈ പരമാവധി ദുർഗന്ധമാണോ ദൈവം?)

5. ആസൂത്രണം സംബന്ധിച്ചവാദം: ഓരോ സൃഷ്ടിയുടെയും പ്രതിഭാസത്തിന്റെയും പിന്നിൽ ഒരു ആസൂത്രണ ബുദ്ധിയുണ്ട് (സംവിധാനവാദം നോക്കുക)

എത്ര ബാലിശമായ'തെളിവുകളാണ്' അക്വിനാസ് നിരത്തുന്നത്. ഏതൊരാൾക്കും രണ്ടാമതൊന്നാലോചിക്കാതെ തന്നെ തള്ളിക്കളയാവുന്നവയാണിവ. എക്കാലവും ആസ്തികൾ നാസ്തികർക്കെതിരെ പല രൂപത്തിലും തൊടുത്തു വിടുന്നത് ഈ ന്യായങ്ങൾ തന്നെയാണ്. ശാസ്ത്രീയമോ തത്വ ശാസ്ത്രപരമായോ ആയ യാതൊരു അടിത്തറയും ഈ വാദങ്ങൾക്ക് ഇല്ല.

'ആദി' യിലെ 'ശൂന്യത'

ആസ്തികരുടെ ആദിവാദം, കാരണവാദം, സംവിധാനവാദം തുടങ്ങിയവയുടെ അടിസ്ഥാനം പ്രപഞ്ചത്തെപ്പറ്റിയുള്ള അജ്ഞതയാണ്. ഭൂമിയുടെ പരിമിതമായ ഒരു പ്രദേശത്തു നിന്നുകൊണ്ട് ആകാശം കണ്ട മനുഷ്യർ അന്തിച്ചു നിന്നിട്ടുണ്ടാവാം. ആകാശത്തിനുമപ്പുറം എന്താണെന്ന അമ്പരപ്പിൽ നിന്നാണ് മതസങ്കല്പങ്ങൾ ഉദയം ചെയ്തത്. ആകാശത്തിനു മുകളിൽ സ്വർഗമാണെന്നുതന്നെയാണ് ശാസ്ത്രം പഠിച്ച ഭൂരിപക്ഷവും ധരിച്ചുവെച്ചിരിക്കുന്നതും. പ്രപഞ്ചത്തെപ്പറ്റിയുള്ള ധാരണ

ശരിയായി ലഭ്യമാകുമ്പോൾ ഉപയോഗിക്കുന്ന പലപദങ്ങൾ പോലും തെറ്റാണെന്നു വ്യക്തമാവും.

'ആദി', 'ശൂന്യത' എന്നതൊക്കെ സങ്കല്പങ്ങൾ മാത്രമാണ്. പദാർത്ഥത്തിന് നിലനിൽക്കാൻ ആവശ്യമായ സ്ഥലമാണ് 'ആകാശം' അഥവാ സ്പേസ് (Space). നിലിൽക്കാൻ സ്ഥലമാവശ്യമുള്ളതാണ് പദാർത്ഥം (Matter). ഇവ പരസ്പരപൂരിതമാണ്. സ്പേസ് ത്രിമാനമുള്ളതാണ്. നീളം, വീതി, കനം (ഉയരം) എന്നിവ. രണ്ടടി നീളവും വീതിയും കനവുമുള്ള ഒരു പദാർത്ഥമെന്നു പറഞ്ഞാൽ അത് അത്രയും വിസ്താരമുള്ള സ്പേസിൽ സ്ഥിതിചെയ്യുന്നു എന്നർത്ഥം.

ആകാശമെന്നാൽ 'ശൂന്യത'യാണെന്നും ആകാശവസ്തുക്കൾ ഈഥർ (Ether) കൊണ്ടുനിർമ്മിക്കപ്പെട്ടതാണെന്നുമായിരുന്നു അരിസ്റ്റോട്ടിലിന്റെ സങ്കല്പം. അതുകൊണ്ടു പിന്നീടുവന്ന ശാസ്ത്രജ്ഞരും ശൂന്യതയ്ക്ക് 'ഈഥർ' എന്നുപേരു നല്കി. ഗുണധർമ്മങ്ങളില്ലാത്ത ഇത് അദൃശ്യമാണെന്നും കരുതി. എന്നാൽ 'വില്യം മോർലി' പരീക്ഷണങ്ങൾ ഈ ധാരണയെ തിരുത്തി. ശൂന്യത എന്നൊന്നില്ല. ഒരു മുറിയിൽ ദൃശ്യമായ പദാർത്ഥമില്ല എന്നതുകൊണ്ട് അതു ശൂന്യമല്ല. അവിടെ വായുവും അണുക്കളുമുണ്ട്. വായുവില്ലാത്ത 'ബാഹ്യാകാശ'ത്ത് നക്ഷത്രങ്ങളും ഗ്രഹങ്ങളുമുണ്ട്. പിന്നെ അവിടം ശൂന്യമാകുന്നതെങ്ങനെ?

'നീലാകാശം' എന്നത് ഒരു ശാസ്ത്രപ്രതിഭാസമാണ്. ഭൂമിക്കു ചുറ്റും മാത്രമാണ് ഇതുവരെയുള്ള അറിവു പ്രകാരം വായു മണ്ഡലമുള്ളത്. ഇതു അഞ്ചുവിധമാണ്. ട്രോപോസ്ഫിയർ (10-20 കി.മീ) സ്ട്രോറ്റോസ്ഫിയർ (50 കി.മീ) മിസോസ്ഫിയർ (80 കി.മീ) തെർമ്മോസ്ഫിയർ (200 കി.മീ) എക്സോസ്ഫിയർ (700 കി.മീ). തെർമ്മോസ്ഫിയർ വരെയാണ് വായു മണ്ഡലമുള്ളത്. ഈ വായു മണ്ഡലത്തിലേക്ക് സൂര്യപ്രകാശം കടന്നു വരുമ്പോഴുണ്ടാകുന്ന പ്രകീർണ്ണനം (ടരമേല്യശിഴ) മൂലമാണ് നീലമേലാപ്പെന്ന പ്രതീതി ഉണ്ടാകുന്നത്. പ്രകാശത്തിലെ ഏറ്റവും തരംഗദൈർഘ്യം കുറഞ്ഞ നീല രശ്മികളാണ് പ്രകീർണ്ണനത്തിന് വിധേയമാകുന്നതെന്നതുകൊണ്ടാണ് നീലനിറം കാണുന്നത്.

പ്രപഞ്ചം അനന്തമാണ്. മനുഷ്യനു സങ്കല്പിക്കാവുന്നതിനും അപ്പുറത്തെ വലിപ്പമാണതിന്. ഇതേപ്പറ്റി ഒന്നും അറിഞ്ഞുകൂടാത്ത ഒരു പ്രദേശത്തുനിന്നുകൊണ്ട് അവതരിപ്പിച്ചതാണ് ദൈവസിദ്ധാന്തങ്ങൾ. പരന്ന ഭൂമിയെപ്പറ്റി വാചാലമായതും അതുകൊണ്ടാണ്.

ഭൂമി: രണ്ടറ്റവും നീണ്ട ഒരുതരം വൃത്താകൃതി (Oblate sphere) യുള്ള ഭൂമിയുടെ വ്യാസം 12739.2 കി.മീ. ആണ്. ഇതിനു താഴെയും മുകളും ഒന്നുമില്ലെന്നിരിക്കെ സ്വർഗവും നരകവും എവിടെയാണ്.

സൗരയൂഥം: സൂര്യൻ കേന്ദ്രമായി 9 ഗ്രഹങ്ങളും അവയുടെ 64 ഉപഗ്രഹങ്ങളും ചേർന്ന സൗരയൂഥം സൂര്യനിൽ നിന്ന് 578 കോടി കിലോമീറ്ററിലേറെ ദൂരത്തിൽ വ്യാപിച്ചുകിടക്കുന്നു.

ഗാലക്സി: പതിനായിരം കോടി നക്ഷത്രങ്ങളും അവയുടെ ഗ്രഹമണ്ഡലങ്ങളും നെബുലകളും ചേരുന്നതാണ് ഒരു ഗാലക്സി. സൗരയൂഥമുൾപ്പെടുന്ന ഗാലക്സിയാണ് ആകാശഗംഗ (Milkeyway) ഇതിന്റെ വ്യാപ്തി ഒരു ലക്ഷം പ്രകാശവർഷമാണ്. അതായത് അതിന്റെ ഒരറ്റത്തുനിന്ന് മറ്റേ അറ്റത്തേക്ക് പ്രകാശമെത്തണമെങ്കിൽ ഒരു ലക്ഷം/വർഷം വേണം. ഇത്തരം ഗാലക്സികൾ പതിനായിരംകോടിയിൽ കുറയില്ല എന്നാണ് കണക്ക്. ഗാലക്സി കൂട്ടങ്ങളെ ക്ലസ്റ്ററുകൾ (Clusters) എന്നു പറയുന്നു.[13]

ഇത്രയധികം വിശാലമായ പ്രപഞ്ചത്തിലെ ഒരു ഭൂമിയും ചന്ദ്രനും സൂര്യനും മാത്രമാണ് ദൈവം സൃഷ്ടിച്ചത്! ദൈവസങ്കല്പത്തിന്റെ പാപ്പരത്തമറിയാൻ ജ്യോതിശാസ്ത്രം പഠിക്കണം.

ദൈവമേ എന്നുവിളിച്ചാൽ ദൈവമുണ്ട്?

ഏതു നിരീശ്വരവാദിയും പ്രായമാകുമ്പോൾ, അഥവാ ഗതികേടുവരുമ്പോൾ 'ദൈവമേ' എന്നു വിളിക്കും, അതുകൊണ്ടു ദൈവമുണ്ട് - എന്നു പറയുന്നതൊരു തെളിവാണോ. എങ്കിൽ അത്തരം 300 തെളിവുകളെപ്പറ്റി ഡോക്കിൻസ് പറയുന്നുണ്ട്.[14] തെളിവുകൾ എന്നതിനേക്കാൾ ഫലിതങ്ങൾ എന്നുപറയുന്നതാണ് ശരി. ചില സാമ്പിളുകൾ കാണുക.

ഞാൻ ദൈവത്തിൽ വിശ്വസിക്കുന്നു, വിശ്വസിക്കുന്നു, അതിനാൽ ദൈവമുണ്ട്. സാത്താനുണ്ടെങ്കിൽ ദൈവമുണ്ട്. നിരീശ്വരവാദിയായ ഒരാൾ മരണാനന്തരം പശ്ചാത്തപിക്കുന്നു - അതിനാൽ ദൈവമുണ്ട്.

'ദൈവമേ (Oh, God!) എന്നത് ഒരു വ്യാക്ഷേപക ശബ്ദമാണ് (Interjection) അയ്യോ. ഹായ്, ഓഹോ എന്നൊക്കെപറയുന്നതുപോലെ. അയ്യോ എന്നു പറയുന്നതുകൊണ്ട് അങ്ങനൊരാൾ ഉണ്ടെന്നുവരുമോ? വാക്കുകൾ കൊണ്ടുള്ള അമ്മാനമാടൽ ഒരു തെളിവല്ല.

ശാസ്ത്രത്തിന്റെയും ഗണിത ശാസ്ത്രത്തിന്റെയും മറപറ്റി ചില അസ്ഥിര പ്രമാണങ്ങൾ (Inconsistant proposition) ദൈവത്തെ സംബന്ധിച്ച് ഇറങ്ങാറുണ്ട്. ഗണിതത്തിൽ 'സമ' (=) ത്തിന് ഇരുവശവും വരുന്നത്

---

13 കൂടുതൽ വിവരങ്ങൾ ലേഖകന്റെ 'ജ്യോത്സ്യവും ശാസ്ത്രവും' എന്ന കൃതിയിലുണ്ട്

14 http/www.godlessgoks/LINKS/God proof. htm എന്ന വെബ്സൈറ്റിൽ ഈ തെളിവുകൾ ഉണ്ട്.

തുല്യമായതിനാൽ, അതിലെ പൊതുവായ ഘടകം ക്യാൻസലായി പോകുമെന്നൊരു തത്വമുണ്ട്. അപ്രകാരം ഉന്നയിക്കുന്ന ഒരു തർക്ക യുക്തി നോക്കുക.

ഒരു ജനലിന്റെ വാതിൽ = ഒരു ജനലിന്റെ ഒരു വാതിൽ

അടഞ്ഞുകിടക്കുന്ന തുറന്നുകിടക്കുന്ന

ഇരുവശത്തും 'ഒരു ജനലിന്റെ ഒരു വാതിൽ' കോമണായതിനാൽ അതു ക്യാൻസലാക്കാം. അപ്പോൾ ഇക്വേഷൻ ഇങ്ങനെയാകുന്നു.

അടഞ്ഞു കിടക്കുന്നു = തുറന്നു കിടക്കുന്നു.

-ഇതൊരു യുക്തിയോ, ശാസ്ത്രമോ, തർക്കമോ, അല്ല. വെറും മുട്ടാപ്പോക്കുമാത്രമാണ്.

$(a+b)^2 = a^2-2ab+b^2$എന്നത് സദാസത്യവാക്യമാണ്. ഇത് ഉദ്ധരിച്ചശേഷം അതുകൊണ്ട് ദൈവമുണ്ട് എന്ന് ഒരാൾ വാദിച്ചാൽ അതിന് എന്തു മറുപടി പറയാനാണ്. അയാളെപ്പറ്റി സഹതപിക്കുകയാണ് യുക്തി.

ഒരിക്കൽ ബർട്രാന്റ് റസ്സലിനോടും ഈ വിധമൊരു ചോദ്യമുണ്ടായി. താങ്കൾ പോപ്പാണെന്ന് തെളിയിക്കാമോ. 2=1 എന്ന അസ്ഥിര പ്രമാണം സമ്മതിച്ചാൽ തെളിയിക്കാം എന്ന റസ്സൽ സമ്മതിച്ച് ഇങ്ങനെ മറുപടി നൽകി.

ഞാനും പോപ്പും രണ്ടാണ്. പക്ഷേ 2=1 ആകയാൽ ഞാനും പോപ്പും ഒന്നാണ്.

ദൈവാസ്തിത്വത്തെ സംബന്ധിച്ച തെളിവുകളുടെയൊക്കെ ഗതി ഇതാണ്. വിശ്വാസങ്ങൾക്ക് പരിണാമം സംഭവിച്ചുകൊണ്ടിരിക്കുമ്പോഴും അതിന്റെ തെളിവുകൾ അശാസ്ത്രീയതയുടെ കുറ്റിയിൽ കിടന്ന് നട്ടം തിരിയുകയാണ്.

നാല്
ദൈവത്തിന്റെ മതമേത്?

മതമുണ്ടാകുന്നതിനു മുമ്പുതന്നെ ആരാധന ഉടലെടുത്തിരുന്നു. ഇന്നത്തെവിധമുള്ളതായിരുന്നില്ല അത്. കേരളത്തിലെ അറിയപ്പെടുന്ന ആദ്യ ആരാധന ചാവുപൂജയാണ്. മരിച്ചുപോയവരെ ഓർമ്മിക്കുന്നതിനായി ചെയ്യുന്ന ചടങ്ങുകളാണിവ (സംഘകാലജനത മരച്ചുവട്ടിൽ 'വീരക്കല്ലുകൾ' നാട്ടി മരിച്ചവരെ പൂജിച്ചിരുന്നു) അതുമായി ബന്ധപ്പെട്ട ഗോത്രജീവിതത്തിൽ ഉണ്ടായ ദൈവങ്ങളായിരുന്നു മുത്തപ്പൻ, മുത്തിയമ്മ, മല്ലൻ, വീരഭദ്രൻ, കാളി, ഭഗവതി, മലവാഴി, പറക്കുട്ടി തുടങ്ങിയവ. ജാതി തിരിച്ചുള്ള മൂർത്തികൾ ഇവയായിരുന്നു.[1]

ഉള്ളാടൻ : കാപ്പിരി, തീകുട്ടി, ചാത്തൻ

വേട്ടവർ : കതകുട്ടി, പറകുട്ടി, കണ്ടാകർണ്ണൻ

പുള്ളുവർ : അയ്യപ്പൻ, വേലായുധൻ, രാഹു, മുക്കൻ, കള്ളടിമുത്തൻ

കാട്ടുവാസി : മലവാടി, മലങ്കുറത്തി

തിണകൾ (ഭൂമിയുടെ കിടപ്പനുസരിച്ച് സ്ഥലത്തെ തിരിക്കുന്നതാണ് തിണകൾ) അനുസരിച്ചുവേറെ ദൈവങ്ങളുമുണ്ടായിരുന്നു. 'മുല്ലെ'യിൽ മായോൻ, 'കുറിഞ്ചി'യിൽ ചേയോൻ 'മരുത'ത്തിൽ വേന്തൻ, 'നെയ്തൽ'ലിൽ വരുണൻ.

1 കേരള ചരിത്രം. കെ. ദാമോദരൻ

മതങ്ങൾ പ്രചരിപ്പിക്കുംവിധമുള്ള ദൈവങ്ങളൊന്നും C.E. ആദ്യകാലങ്ങളിൽ ഉദയംചെയ്തിരുന്നില്ല. പ്രാദേശികമായി മാത്രം ആരാധിക്കപ്പെട്ടിരുന്ന വേന്തൻ (ഇന്ദ്രൻ) വരുണൻ, ശിവൻ, മുരുകൻ, എന്നിവരായിരുന്നു ആരാധനാമൂർത്തികൾ. ആദ്യവനിതാ മൂർത്തിയാകട്ടെ 'കൊറ്റവൈ' ആയിരുന്നു. അമരി, കുമിരി, കവുരി, ചമരി, ചൂലി, നീലി, ചങ്കരി, കാളി എന്നീ പേരുകളിലും 'കൊറ്റവൈ' അറിയപ്പെട്ടിരുന്നു.

ദ്രാവിഡ ദൈവങ്ങൾ

വേദങ്ങളുടെ കാലം 1000നും 1500നുമിടയിലാണ്. അവ വാമൊഴികളായി ചൊല്ലിക്കേട്ടവയാണ്. അതിലെമ്പാടും ആര്യദ്രാവിഡ സംഘർഷങ്ങളുടെ പ്രതീകകഥകളുണ്ട്. ഋഗ്വേദത്തിലെ ദൈവങ്ങൾ ഇന്നു പ്രചാരത്തിലുള്ളവയല്ല. സോമം, ജലം, മഴ തുടങ്ങിയവയാണ് അതിലെ മുഖ്യദൈവങ്ങൾ.[2] ദേവന്മാരുടെ അധിപൻ ഇന്ദ്രനാണ്. ഒട്ടധികം 'അസുരന്മാരെ' കൊന്നൊടുക്കുന്ന ഇന്ദ്രന്റെ മഹത്വവർണ്ണനകളാണ് ഋഗ്വേദം നിറയെ. അക്കാലത്തെ ദ്രാവിഡരാജാക്കന്മാരെയാണ് അസുരന്മാരെന്ന ഭീകരരൂപത്തിൽ അവതരിപ്പിക്കുന്നത്. സൈന്ധവനാഗരികതയിലെ ദ്രാവിഡജനത തന്നെയാണ് ഋഗ്വേദത്തിലും ഇന്ത്യൻ പുരാണങ്ങളിലുമെമ്പാടും പ്രതിപക്ഷത്തു നിർത്തപ്പെട്ടിരിക്കുന്ന കറുമ്പന്മാരായ ഭീകരന്മാർ. രാക്ഷസൻ, ദസ്യുക്കൾ, വാനരൻ തുടങ്ങിയ ആക്ഷേപപദങ്ങളിലാണ് അവർ അത്രയും വ്യവഹരിക്കപ്പെടുന്നത്.

സൈന്ധവനാഗരികത സംബന്ധിച്ച ഉൽഖനനങ്ങളിൽ നിന്നു ലഭിച്ചിട്ടുള്ള ഒരേയൊരു ദ്രാവിഡദേവൻ പശുപതിശിവനാണ്. ഇന്ന് ആരാധിക്കപ്പെടുന്ന, ശൈവമതത്തിന്റെ ശിവനാണ് ഇതെന്ന് ഉറപ്പില്ല.[3] എങ്കിലും പുരാണപ്രസിദ്ധമായ ശിവൻ രൂപഭാവങ്ങളിലും പ്രവൃത്തിയിലുമെല്ലാം ദ്രാവിഡദൈവം തന്നെയാണ്. കറുത്തവനും ദിഗംബരനും (തുണിയില്ലാത്തവൻ) ജടാധാരിയും ഭസ്മവും പാമ്പും ചൂടുന്നവനുമായ ശിവൻ 'അസുര' രൂപം തന്നെയാണ്. ശിവൻ ക്ഷിപ്രകോപിയും സംഹാരത്തിന്റെ ദൈവവുമാണ്. എന്നാൽ ആര്യാധിനിവേശത്തോടെ ഈ ദൈവത്തെ അവർ ദത്തെടുക്കുന്നുണ്ട്. പാർവ്വതി എന്ന ആര്യ രാജപുത്രിയെക്കൊണ്ട് വിവാഹം കഴിപ്പിച്ചാണ് ശിവനെ ആര്യവല്ക്കരിച്ചത്. അവർക്കുണ്ടായ ഗണപതിയാണ് ഗണങ്ങളുടെ അധിപനും വിഘ്നേശ്വ

2 കൂടുതൽ വിവരങ്ങൾ ലേഖകന്റെ ആര്യദ്രാവിഡവിവാദവും ഭഗവദ്ഗീതയുടെ രാഷ്ട്രീയവും എന്ന കൃതിയിൽ.

3 ഋഗ്വേദത്തിൽ രുദ്രൻ എന്നാണു പറയുന്നത്. യോഗീശ്വരൻ, നടരാജൻ, കാപാലികൻ, കപർദ്ദി, പശുപതി എന്നീ രൂപങ്ങളിൽ ശിവൻ ആരാധിക്കപ്പെട്ടിരുന്നതായി ഹാരപ്പൻ സീലുകൾ വ്യക്തമാക്കുന്നു.

രന്മമായി മാറിയത്. ഗണങ്ങളുടെ അധിപൻ എന്ന നിലയിലാണ് എല്ലാ കർമ്മങ്ങളുടെ തുടക്കത്തിലും ഗണപതിപൂജ നടത്തുന്നത്. സൃഷ്ടിയുടെ അധിപൻ എന്ന നിലയിലല്ല, തടസ്സങ്ങൾ നീങ്ങാനാണെന്ന വിശ്വാസമാണ് വിഘ്നേശ്വരപൂജ.

അവർണ്ണരുടേതായ കാളി, കൂളി, വീരഭദ്രൻ, ഘണ്ടാകർണ്ണൻ തുടങ്ങിയ ഒട്ടേറെ ദൈവങ്ങളുണ്ട്. ആര്യാധിപത്യത്തോടെ ഇവരെല്ലാം പിൻതള്ളപ്പെടുകയാണുണ്ടായത്. അങ്ങനെ അവയൊക്കെ ദുർദൈവങ്ങളായി മുൻനിരയിൽ നിന്നു തള്ളപ്പെട്ടുപോയി.

ആര്യ ദൈവങ്ങൾ

ഋഗ്വേദത്തിന്റെ അവസാനമണ്ഡലത്തിൽ പ്രപഞ്ചോല്പത്തിയെപ്പറ്റി നല്കിയിരിക്കുന്ന കഥകൾ മൂന്നു പ്രപഞ്ചസ്രഷ്ടാക്കളെക്കുറിച്ച് വിശദീകരിക്കുന്നു. ഒന്ന് ഹിരണ്യഗർഭൻ-പ്രജാപതിയായും സങ്കല്പിക്കപ്പെടുന്ന ഈ ദേഹമാണ് സകലചരാചരങ്ങളും സൃഷ്ടിച്ചത്[4]. തുടർന്നു പറയുന്നത് വിശ്വകർമ്മാവാണ് പ്രപഞ്ചങ്ങളെയും ദൈവങ്ങളെയും സൃഷ്ടിച്ചതെന്നാണ്.[5] മൂന്നാമൻ വിരാട് പുരുഷനാണ്. ആയിരം തലകളും, ആയിരം കണ്ണുകളും, ആയിരം കൈകാലുകളുമുള്ള വിരാട് പുരുഷൻ പ്രപഞ്ചത്തേക്കാൾ വലുതാണ്.[6] നാലു വർണങ്ങളും ജനിച്ചത് ഈ ദേഹത്തിൽ നിന്നാണ്. മറ്റൊന്നുമില്ലാതിരുന്ന ആദികാലത്ത് ദേവന്മാർ വിരാട്പുരുഷനായി യജ്ഞം ചെയ്തപ്പോഴാണ് സൃഷ്ടിപരിണാമങ്ങളുണ്ടായതത്രേ. ആദിയിൽ വിരാട്പുരുഷൻ മാത്രമുള്ളപ്പോൾ ദേവന്മാർ എവിടെ നിന്നുവന്നു എന്നു കഥയിൽ ചോദ്യമില്ല.

വേദകാലത്തു നിന്നു ഉപനിഷദ് ഘട്ടത്തിലെത്തുമ്പോഴും ഇന്നത്തെ ദൈവങ്ങളെ കാണാനില്ല. പുരാണകാലത്തേക്കെത്തുമ്പോഴാണ് ദൈവങ്ങളും ഉപദൈവങ്ങളും സഹദൈവങ്ങളും ഘോഷയാത്രയായി എത്തുന്നത്. ദേവീപുരാണപ്രകാരം തന്റെ സത്വാദിഗുണത്രയങ്ങളെക്കൊണ്ട് ഒരു പുരുഷനെ സൃഷ്ടിക്കുകയും അതുമൂന്നാക്കി സ്വത്വാംശംകൊണ്ട് വിഷ്ണുവിനെയും രാജസാംശംകൊണ്ടു ബ്രഹ്മാവിനെയും താമസാംശം കൊണ്ടു ശിവനെയും ഉല്പാദിപ്പിച്ചു എന്നൊരു കഥയുണ്ട്.[7] എന്നാൽ പാലാഴിയിൽ പള്ളികൊള്ളുന്ന വിഷ്ണുവിന്റെ പൂക്കിളിൽ കിളിർത്ത താമരയിലാണ് ബ്രഹ്മാവെന്നും, ബ്രഹ്മാവിന്റെ ഭ്രൂമദ്ധ്യത്തിൽ നിന്നാണ് ശിവന്റെ ജനനമെന്നും മറ്റൊരു വിശ്വാസമുണ്ട്.

---

4 ഋഗ്വേദം: : 12, 1-10

5 മേൽകൃതി: : 81, 82

6 മേൽകൃതി: : 90 2

7 ദേവീപുരാണം: മൂന്നാമദ്ധ്യായം

ബ്രാഹ്മണക്ഷത്രിയ മത്സരങ്ങളുടെ ഫലമായാണ് വൈഷ്ണവശൈവമതങ്ങൾ ഉരുത്തിരിഞ്ഞത്. ബ്രാഹ്മണർ വിഷ്ണുവിന്റെയും ക്ഷത്രിയർ ശിവന്റെയും ഭക്തരായിരുന്നു. ഭഗവദ്ഗീതയുടെ കാലം മുതലാണ് വിഷ്ണുഭക്തിക്ക് പ്രാധാന്യമുണ്ടായത്.[8] എന്തായാലും ബുദ്ധജൈനമതങ്ങളെ വെല്ലുവിളിച്ചുകൊണ്ടാണ് ശൈവ വൈഷ്ണവമതങ്ങൾ ഉയർന്നു വന്നത്. ആറ്-ഒമ്പത് നൂറ്റാണ്ടുകൾക്കിടയിൽ ശൈവമതം പ്രബലമായി. ഇതാണ് പുതിയ ഹിന്ദുമതത്തിന് അടിത്തറയിട്ടത്. അതോടെ ശിവനും വിഷ്ണുവും മാത്രമല്ല നൂറുക്കണക്കിനു ഇതര ദൈവങ്ങളും പിറവിയെടുത്തു. വൈഷ്ണവമതാധിപത്യം മൂലം വിഷ്ണുപ്രധാനമായ പുരാണങ്ങളും അവതാരകഥകളും യഥേഷ്ടം ഉല്പാദിപ്പിക്കപ്പെട്ടു. അങ്ങനെ ഹൈന്ദവമതമെന്നാൽ വൈഷ്ണവമതമെന്നായി. വിഷ്ണുവിന്റെ അവതാരങ്ങളാണ് ആര്യ/ബ്രാഹ്മണമതത്തിലെ മുഖ്യദൈവങ്ങൾ.[9]

ദശാവതാരങ്ങളിൽ പലതും മനുഷ്യരൂപത്തിലുള്ളതല്ല. ഒന്നാമത്തേതു തന്നെ മത്സ്യാവതാരമാണ്. ബ്രഹ്മാവു വേദം ചൊല്ലിക്കൊണ്ടിരുന്നപ്പോൾ ഹയഗ്രീവൻ എന്ന അസുരൻ വേദങ്ങൾ മോഷ്ടിച്ചുകൊണ്ടുപോയി. ഇതു വീണ്ടെടുക്കാനാണ് മഹാവിഷ്ണു മത്സ്യമായി അവതരിച്ചത്.[10] പാലാഴിമഥനകാലത്ത് കടകോലായ മന്ഥരപർവ്വതം വെള്ളത്തിൽ ആണ്ടുപോയപ്പോഴാണ് കൂർമ്മമായി (ആമ) അവതാരമെടുത്തത്. ഹിരണ്യാക്ഷൻ ഭൂമിയുമെടുത്ത് പാതാളത്തിലേക്ക് ഓടിയപ്പോൾ അവിടെ നിന്ന് ഭൂമിയെ വീണ്ടെടുക്കാനാണ് വരാഹമായി (പന്നി) വിഷ്ണു വന്നത്. നരനും സിംഹവും ചേർന്ന നരസിംഹാവതാരത്തിന്റെ ലക്ഷ്യം ഹിരണ്യകശിപുവിനെ കൊല്ലുകയായിരുന്നു. അഞ്ചും ആറും അവതാരങ്ങൾ കേരള സ്പെഷ്യലായിരുന്നു. കേരളം ഭരിച്ചമഹാബലിയെ ചവിട്ടിത്താക്കാനാണ് വാമന ബ്രാഹ്മണൻ വന്നതെങ്കിൽ അതിനുശേഷം കേരളം സൃഷ്ടിക്കാനാണ് പരശുരാമൻ പ്രത്യക്ഷപ്പെട്ടത്. ശ്രീരാമ,ബലഭദ്ര, കൃഷ്ണകഥകൾ പ്രസിദ്ധങ്ങളാണ്. കല്ക്കി വന്നോ ഇല്ലയോ എന്നു സംശയമാണ്.

എന്തായാലും ഇക്കഥകളിലെല്ലാം ഒരു കാര്യം വ്യക്തമാണ്. ഏതെങ്കിലും ഒരാളെ പ്രത്യേകിച്ച് അസുരന്മാരെ ലക്ഷ്യമാക്കിയാണ്

---

8 ഭാരതീയ തത്വചിന്ത: കെ. ദാമോദരൻ

9 അംശം, ആവേശം, അവതാരം എന്നു മൂന്നു തരത്തിലാണ് അവതാരങ്ങൾ. പൂർണ്ണശക്തിയുള്ളത് അവതാരം. താല്ക്കാലിക ശക്തിയുള്ളത് ആവേശം. അംശംകൊണ്ടു ജനിക്കുന്നത് അംശാവതാരം. മഹർഷിമാർ, ദേവൻമാർ മനു തുടങ്ങിയവർ അംശാവതാരങ്ങളാണ്.

10 മത്സ്യാവതാരകാലത്ത് ഉണ്ടായ മഹാപ്രളയത്തിന് ബൈബിളിലെ നോഹയുടെ കഥയുമായി സാദൃശ്യമുണ്ട്.

ഓരോ അവതാരങ്ങളുടെയും വരവ്. എല്ലാം കൊല്ലാൻവേണ്ടി തന്നെ. നേരിട്ട് ആജ്ഞ നല്കിയാൽ ദൈവത്തിന് അനായാസം കാര്യം നടക്കുമെന്നിരിക്കെ എന്തിനാണാവോ ഇങ്ങനെ 'ഫാൻസിഡ്രസ്' നടത്തുന്നത്? അത് എന്തിനെന്നറിയാൻ കൃഷ്ണന്റെ കഥപഠിക്കുന്നതാണ് എളുപ്പം. എല്ലാ ആര്യദൈവങ്ങളും വെളുത്തു തുടുത്ത സുന്ദരന്മാരായിരിക്കുമ്പോൾ കൃഷ്ണൻ കറുത്തവനാണെന്നു മാത്രമല്ല, പിന്നാക്ക ജാതിയിൽപ്പെട്ട യാദവനുമാണ്. ആര്യദ്രാവിഡസമന്വയത്തിന്റെ പ്രതീകമാണ് കൃഷ്ണൻ. [11]ഇന്ദ്രാദിദേവതകൾക്കുമേൽ ആധിപത്യം നേടുന്ന കൃഷ്ണൻ വൈഷ്ണവമതത്തിന്റെ കൊടിപാറിക്കുന്നു. ബുദ്ധ, ജൈന, സാംഖ്യ ചിന്തകളെവരെ എതിർത്തുകൊണ്ടു ഒരു വംശീയാധിപത്യത്തിന്റെ വിജയം പ്രഖ്യാപിക്കുന്നു. മറ്റെല്ലാ ഹൈന്ദവ ദൈവങ്ങൾക്കും അതീതമായി ആര്യവിജയത്തെയാണ് കൃഷ്ണൻ ആഘോഷിക്കുന്നത്.

യുദ്ധവീരനായ യഹോവ

അറബ് വംശജനായിരുന്ന കാനൻമാരിലെ ഒരു വിഭാഗമായിരുന്ന ജബുക്കളുടെ (Jebusites) രാജാവായ ശലേം (Salem) നിർമ്മിച്ച പട്ടണമായിരുന്നു മെസപ്പൊട്ടേമിയയിലെ ജ-ഉരു-ശലേം (=ജറുശലേം) ഏകദേശം 3800-3500 വർഷങ്ങൾക്കുമുമ്പ് ഇവിടെ ജീവിച്ചിരുന്ന ഇടയനായിരുന്നു അബ്രഹാം. അന്നത്തെ ആൾദൈവങ്ങളെ വിമർശിച്ചതിന്റെ പേരിൽ അദ്ദേഹത്തിനും അനുയായികൾക്കും നാട്ടുവിട്ട് ഓടേണ്ടിവന്നു. ജബുക്കളുടെ രാജാവായ മെൽച്ചിസദക് അദ്ദേഹത്തിന് ജറുശലേമിൽ അഭയം നല്കി. അബ്രഹാമും മക്കളിലൊരാളായ ഐസക്കും അയാളുടെ മകൻ യാക്കോബും (പിന്നീട് ഇസ്രായേൽ എന്നറിയപ്പെട്ടു) അയാളുടെ 12 മക്കളും അവരുടെ ആദ്യരാജാവായി കണക്കാക്കപ്പെടുന്ന ദാവീദും ചേർന്ന മതവിഭാഗമാണ് യഹൂദർ (യഹൂദി-ഹീബ്രു).

ജബുക്കളുടെ നാട്ടിൽ ക്ഷാമമുണ്ടായപ്പോൾ അബ്രഹാമിന്റെ പിൻഗാമികളെന്നു സ്വയം വിശ്വസിക്കുന്ന ഒരു വിഭാഗം മോശയുടെ നേതൃത്വത്തിൽ അവിടെ നിന്നു പലായനം ചെയ്യുകയും പലയിടങ്ങളിൽ കറങ്ങി അബ്രഹാമിന്റെ നാട്ടിലെത്തുകയുമായിരുന്നു. [12]അപ്പോഴേയ്ക്കും ഫിലിസ്ത്യർ എന്ന ഗോത്രം അവിടെ താമസമാക്കിയിരുന്നു. ഫിലിസ്ത്യരും ജബുക്കളും മോശയുടെ ഗോത്രവും തമ്മിൽ നൂറ്റാണ്ടുകളോളം പോരടിച്ചു. ദാവീദ് ജയിച്ചതോടെ തങ്ങളുടെ മുത്തച്ഛന്റെ പേര് രാജ്യത്തിനു നല്കി-

---

11 കൂടുതൽ വിവരങ്ങൾ ആര്യദ്രാവിഡവിവാദവും ഭഗവദ്ഗീതയുടെ രാഷ്ട്രീയവും എന്ന കൃതിയിൽ.

12 ഇതാണ് ബൈബിളിലെ പുറപ്പാട് (Exodus)

ഇസ്രായേൽ. പലസ്തീനിലെ 'സിയോൺ' കുന്നിനു മുകളിൽ ദാവീദ് ഏതാണ്ട് 3000 വർഷം മുമ്പ് ഒരു കൊട്ടാരം പണിതെന്നു വിശ്വസിക്കപ്പെടുന്നു. ദാവീദിന്റെ മകൻ സോളമന്റെ കാലത്തിനുശേഷം രാജ്യം 'ഇസ്രായേൽ' എന്നും 'ജൂത' എന്നും രണ്ടായി പിരിയുകയും ജൂതയുടെ തലസ്ഥാനമായി ജറുശലേം മാറുകയും ചെയ്തു. ദാവീദിന്റെ പിൻമുറക്കാരിലൊരാൾ രക്ഷകനായി (മിശിഹ)[13]വന്ന് പഴയ ഇസ്രായേൽ വീണ്ടെടുത്തു തരുമെന്നും അപ്പോൾ ജറുശലേം തങ്ങളുടെ രാജ്യമായി വീണ്ടും മാറുമെന്നും ജൂതർ വിശ്വസിക്കുന്നു.

എബ്രായരുടെ ദൈവം സ്വർണ്ണനിറമുള്ള പശുക്കുട്ടിയായിരുന്നു. മോശെ പർവ്വതത്തിൽ നിന്നിറങ്ങിവന്ന് സ്ത്രീകളുടെയും മറ്റും പൊന്ന് വാങ്ങി ഉരുക്കി സ്വർണ്ണപശുക്കുട്ടിയെ ഉണ്ടാക്കി, ഇതു നിന്റെ ദൈവമാണ് എന്നു പ്രഖ്യാപിക്കുന്നുണ്ട്. (പുറപ്പാട് 32:1-5) ഒപ്പം ബാബിലോണിയർ, അരമായർ, എന്നിവരുടെ ദൈവങ്ങളെയും കടംകൊണ്ടിരുന്നു. അങ്ങനെ ഉരുത്തിരിഞ്ഞുവന്ന ദൈവമാണ് യഹോവ.[14] മനുഷ്യന്റെ തനി രൂപത്തിലാണ് പഴയനിയമത്തിൽ യഹോവ അവതരിക്കപ്പെടുന്നത്. ഇദ്ദേഹത്തെ സ്നേഹസ്വരൂപനായും കരുണാമയനായുമൊക്കെ ആവിഷ്ക്കരിച്ചത് മോശെയാണ്. തുടർന്നുവന്ന പ്രവാചകരെല്ലാം യഹോവയെ വാഴ്ത്തുകയായിരുന്നു പഴയ നിയമം മാത്രമല്ല, യഹൂദരുടെ നിയമങ്ങളും വ്യാഖ്യാനങ്ങളും അടങ്ങിയ 'താൽമഡ്' എന്ന വിശുദ്ധ ഗ്രന്ഥത്തിലും യഹോവ ചരിതമുണ്ട്. പ്രവാചകനായ ആമോസ് യഹോവയ്ക്ക് ലോകപദവി കല്പിച്ചു. യഥാർത്ഥത്തിൽ ജൂത ഗോത്രത്തിന്റെ യുദ്ധവീരനായ ഒരു കല്പിത കഥാപാത്രമാണ് യഹോവ. അതായത് ജൂതമതത്തിന്റെ വംശഗുരു.

ക്രിസ്തു ആരുടെ ദൈവം

പുതിയ നിയമത്തിലെ ക്രിസ്തു വംശീയമായി മോശയുടെ ജനമായ എബ്രായരുടെ മാത്രം ദൈവമാണ്. ക്രിസ്തുതന്നെ ഇത് ആവർത്തിച്ചു വ്യക്തമാക്കിയിട്ടുണ്ട്. ഞാൻ അബ്രഹാമിന്റെ ദൈവവും യിസഹാക്കിന്റെ ദൈവവും യാക്കോബിന്റെ ദൈവവുമാണെന്ന് അരുളിചെയ്തു പ്രകാരം വായിച്ചിട്ടില്ലയോ. ഞാൻ മരിച്ചവരുടെ ദൈവമല്ല. 'ഇസ്രായേലിൻ നാഥനാകും ദൈവം' എന്നാണ് ക്രിസ്തുവിനെ വാഴ്ത്തുന്നതു തന്നെ. ക്രിസ്തു

13 മിശിഹ (Messiah) ഹീബ്രുഭാഷ ഇതിന്റെ ഗ്രീക്ക് ഇവ്വശൈീ.ംെ ഇംഗ്ലീഷിലേക്കു മാറിയപ്പോൾ Christ ആയി.

14 യഹോവ യുദ്ധവീരൻ, യഹോവ എന്നു അവന്റെ നാമം. ഫറവോന്റെ രഥങ്ങളെയും സൈന്യത്തെയും അവൻ കടലിൽ തള്ളിയിട്ടു എന്നു 21 വാക്യങ്ങളിലുള്ള സങ്കീർത്തനം 'യഹോവ' എന്ന യുദ്ധവീരനെ സ്തുതിച്ചുകൊണ്ടുള്ളതാണ് (പുറപ്പാട്: 15)

ലോകത്തിന്റെ ദൈവമാണെന്ന ക്രിസ്തുവോ ബൈബിളോ സാക്ഷ്യപ്പെടുത്തിയിട്ടില്ലെന്ന് എന്നാണ് ക്രിസ്തുവിനെ വാഴ്ത്തുന്നതു തന്നെ. ക്രിസ്തു ലോകത്തിന്റെ ദൈവമാണെന്ന ക്രിസ്തുവോ ബൈബിളോ സാക്ഷ്യപ്പെടുത്തിയിട്ടില്ലെന്നിരിക്കെ 'ലോകരക്ഷകൻ' എന്ന പട്ടം നല്കിയത് പിന്നീടുണ്ടായ പ്രോട്ടസ്റ്റന്റ് സഭകളാണ്. അതു ക്രിസ്തുവിനെ മാർക്കറ്റു ചെയ്യാനുള്ള കമ്പോളതന്ത്രമായിരുന്നു.

ക്രിസ്തുവിനും നൂറ്റാണ്ടുകൾക്കു മുമ്പു ജീവിച്ചിരുന്നവരുടെ ചരിത്രം ലഭ്യമാണെന്നിരിക്കെ ക്രിസ്തുവിനെപ്പറ്റി യാതൊരു ചരിത്രഗ്രന്ഥങ്ങളോ പരാമർശങ്ങളോ ഇല്ലാതെ പോയത് എന്തുകൊണ്ട്? 'പുതിയ നിയമം' ഒരു ചരിത്രഗ്രന്ഥമല്ല. അത് കുറെ കേട്ടെഴുത്തുകളുടെ സമാഹാരം മാത്രമാണ്.[15] ക്രിസ്തുവിനെ സംബന്ധിച്ച പറയുന്ന കഥകളെല്ലാം അവിശ്വസനീയമാണ്. ക്രിസ്തുവിനെപ്പറ്റി സുവിശേഷകർ എഴുതിയിരിക്കുന്നത് പല തരത്തിലാണ്. മർക്കോസിന്റെ സുവിശേഷം മർക്കോസിന്റെ വ്യാഖ്യാനം മാത്രമാണ്. പലസ്തീനിയൻ ഭൂമിശാസ്ത്രം പോലും അദ്ദേഹത്തിന് അറിഞ്ഞുകൂടായിരുന്നു. അതുതന്നെ സിഇ 70 ന ശേഷം എഴുതപ്പെട്ടതാണ്.[16] ഇദ്ദേഹത്തിന്റെ 666 വാക്യങ്ങൾ മത്തായിയുടെ സുവിശേഷത്തിലേക്ക് പകർത്തപ്പെട്ടതാണ്. ക്രിസ്തുവിന്റെ ജനനത്തെപ്പറ്റി ഈ ശിഷ്യന്മാർ എങ്ങനെയാണ് അറിഞ്ഞിരിക്കുക. ക്രിസ്തുതന്നെ പറഞ്ഞുവോ? സ്നാനപ്പെട്ട സമയത്തെ വെളിപ്പാട് എങ്ങനെയാണ് മത്തായി അറിഞ്ഞത്? പുനരുത്ഥാനത്തെപ്പറ്റി മത്തായിയും മർക്കോസും പറയുന്നത് വിരുദ്ധമാണ്[17] ലൂക്കോസോ യോഹന്നാനോ ഒന്നും തങ്ങൾ പറയുന്നതിന്റെ ദൃക്സാക്ഷികളല്ല. അതുകൊണ്ടുതന്നെ പുതിയനിയമം ഒരു സാങ്കല്പിക കൃതിയും ക്രിസ്തു അതിലെ ഒരു കല്പിത കഥാപാത്രവുമാണ്. ലോകക്രിസ്ത്യാനികളിൽ നല്ലൊരു വിഭാഗവും ക്രിസ്തുവിൽ വിശ്വസിക്കുന്നുമില്ല. വാദത്തിനു വേണ്ടി സമ്മതിച്ചാൽ തന്നെ ഒരു വിഭാഗം 'ക്രിസ്ത്യാനി'കളുടെമാത്രം ദൈവമാണ് ക്രിസ്തു.

ഖുറാനിലെ ക്രിസ്തു

ക്രിസ്തു ഒരുജാരസന്തതിയാണെന്നും കുരിശു മരണം വഴി ശപിക്കപ്പെട്ടവനാണെന്നുമാണ് യഹൂദരുടെ വിശ്വാസം. എന്നാൽ ഖുറാനിൽ

---

15 ബൈബിളിന്റെ ഇംഗ്ലീഷ് പതിപ്പുകളിൽ Gospel According to ഒമവേലം എന്നായിരുന്നു 'മത്തായിയുടെ അഭിപ്രായ പ്രകാരമുള്ള സുവിശേഷം' എന്നർത്ഥം. മലയാളത്തിലായപ്പോൾ അത് മത്തായി എഴുതിയ സുവിശേഷം എന്നായി.

16 Who wrote the Gospels: Randel Mc Craw Helms: Millenium Press

17 മത്തായി 20:20 -22 & മർക്കോസ് 10.35-38. മർക്കോസ് 11.2.7 & മത്തായി 21: 1-2, 4, 7

ക്രിസ്തു ഒരു പ്രവാചകനായി അവതരിപ്പിക്കുന്നുണ്ട്; ഈശാ എന്നപേരിൽ. ഖുറാനിൽ 'മർയം' എന്നൊരദ്ധ്യായമുണ്ട്. മലക്ക് മറിയത്തിന്റെ മുന്നിൽ മനുഷ്യരൂപത്തിലെത്തി പരിശുദ്ധനായ ഒരു ആൺകുട്ടിയെ വാഗ്ദാനം ചെയ്യുന്നു. എന്നാൽ ദൈവപുത്രനാണ് ക്രിസ്തു എന്നതിനെ നിഷേധിക്കുന്നു.

'ഉസൈർ' ദൈവപുത്രനാണെന്ന് ജൂതർ പറഞ്ഞു. ഈസ ദൈവപുത്രനാണെന്ന് ക്രിസ്ത്യാനികളും, അതെല്ലാം അവരുടെ വായകൊണ്ട് കല്പിക്കുന്ന വർത്തമാനങ്ങളാണ് (ഖുറാൻ 9:30) സന്താനങ്ങളെ സ്വീകരിക്കുക എന്നത് ദൈവത്തിന് ഒരിക്കലും ഭൂഷണമല്ല (19:35)

ക്രിസ്തു ഒരു പ്രവാചകനാണെന്നും എന്നാൽ അവർ വ്യതിചലിച്ചുപോകുകയാണ് ചെയ്തതെന്നും കൂടി ഖുറാൻ സാക്ഷ്യപ്പെടുത്തുന്നു. ക്രിസ്തുവിന്റെ ക്രൂശാരോഹണത്തിലൂടെ ലോകരുടെ പാപം പോക്കിയെന്ന മഹത്കാര്യത്തെ ഖുറാൻ നിഷേധിക്കുന്നത് ഇങ്ങനെയാണ്.

വല്ലവരും സന്മാർഗം സ്വീകരിച്ചാൽ അതിന്റെ ഗുണം അവർക്കുതന്നെയാണ്. വല്ലവരും വഴി പിഴച്ചാൽ അതിന്റെ ദോഷവും അവർക്കുതന്നെയാണ്. കുറ്റം ചുമക്കുന്ന ഒരാളും മറ്റൊരാളുടെ കുറ്റം ഏറ്റെടുക്കുകയില്ല (ഖുറാൻ 17-15)

ബൈബിളിലല്ലാതെ ക്രിസ്തുവിനെപ്പറ്റി പരാമർശിക്കുന്ന ഏക ഗ്രന്ഥമാണ് ഖുറാൻ. പക്ഷേ അവർ ക്രിസ്തുവിനെ സ്വീകരിക്കുകയല്ല, ഫലത്തിൽ നിരാകരിക്കുകയാണ് ചെയ്യുന്നത്. അപ്പോൾ പിന്നെ ക്രിസ്തു എന്ന ദൈവത്തിന്റെ പ്രസക്തി എന്താണ്.

അള്ളാഹുവിന്റെ മതം

സി.ഇ. 571 ലാണ് മുഹമ്മദ് ജനിച്ചത്. 40-ാം വയസ്സിൽ പ്രവാചകത്വം ലഭിച്ചതിനു ശേഷമാണ് അള്ളാഹുവിനെപ്പറ്റി കേൾക്കാൻ തുടങ്ങിയത്. അദ്ദേഹത്തിനു മാത്രമായി 'ഹിറ' ഗുഹയിൽ ലഭിച്ച സന്ദേശങ്ങൾ (വെളിപ്പാടുകൾ) ആണ് ഖുറാൻ. ഖുറാനിലല്ലാതെ മറ്റൊരിടത്തും അള്ളാഹു എന്ന ഏകദൈവത്തെപ്പറ്റി പരാമർശമില്ല. പ്രവാചകത്വം ലഭിച്ച ശേഷം നടത്തിയ 26 യുദ്ധങ്ങളിലൂടെയാണ് അറേബ്യയിൽ ഇസ്ലാം മതം സ്ഥാപിതമായത്.

'അള്ളാഹു അല്ലാതെ മറ്റൊരു ദൈവമില്ല' എന്ന ഖുറാൻ വചനം (47:21) പ്രസിദ്ധമാണ്. അള്ളാഹു ഒഴികെയുള്ള സമസ്തവും അദ്ദേഹത്തിന്റെ സൃഷ്ടിയാണ്. അവയ്ക്കൊന്നിനും തനതായ ഒരു കഴിവുമില്ല. അള്ളാഹുവിന്റെ സത്ത ഇത്തരം അസ്തിത്വങ്ങളിൽ നിന്നെല്ലാം ഭിന്നമാണ് 'അള്ളാഹു' എന്ന പദത്തിന്റെ അർത്ഥം തന്നെ 'മ അബൂദ്'

(യജമാനൻ) എന്നാണ്. മനുഷ്യരൊക്കെയും അബ്ദ (അടിമ) വാണ്. അള്ളാഹ സർവ്വശക്തനും (2:20) സർവ്വജ്ഞനും (2:282) സർവ്വനിയന്താവും (2:555) സകലചരാചരങ്ങളുടെ സ്രഷ്ടാവും (6:102) ആണ്. പ്രാർത്ഥന സ്വീകരിക്കുന്ന അള്ളാഹവിനെയല്ലാതെ മറ്റൊന്നിനെയെങ്കിലും ആരാധിക്കുന്നത് ശിർക്ക്' (ബഹദൈവവിശ്വാസം) ആണ്. അങ്ങനെ ചെയ്യുന്നവർ 'മുശരിക്ക്' ആണ്. ബഹദൈവവിശ്വാസികളായ മുശ്രിക്കുകൾ നരകാഗ്നിയിലെ വിറകുകളായിത്തീരും.

തന്റെ സൃഷ്ടികൾക്ക് സന്ദേശമയക്കാനുള്ള അള്ളാഹവിന്റെ ദൂതന്മാരാണ് മലക്കുകൾ. ജനങ്ങളെ പഠിപ്പിക്കുവാൻ പ്രവാചകരെ അയച്ചിട്ടുണ്ട്. അവരിൽ അന്ത്യപ്രവാചകനാണ് മുഹമ്മദ്. ബഹദൈവ വിശ്വാസത്തിനെതിരെ മെക്കയിൽ നടന്ന പ്രചാരവേലകളിൽ സെയ്ദ് എന്ന കവി വിഗ്രഹങ്ങൾ തകർക്കുവാനും ഏകദൈവത്തെ വണങ്ങുവാനും ആഹ്വാനം ചെയ്തു. ഇതായിരിക്കും മുഹമ്മദിനുണ്ടായ പ്രേരണ. അസ്വസ്ഥനായി ഹിറഗുഹയിൽ നൗഫലിനോട് പറയുകയും ഇത് ദൈവത്തിൽ നിന്നുള്ള സന്ദേശങ്ങളാണെന്ന് അദ്ദേഹം സാക്ഷ്യപ്പെടുത്തുകയും ചെയ്തു. ചുരുക്കത്തിൽ ഒരു ക്രിസ്ത്യൻ പ്രമാണിയാണ് അള്ളാഹവിനെ മുഹമ്മദിന് പരിചയപ്പെടുത്തിക്കൊടുക്കുന്നത്. എന്തായാലും സിഇ 610 ലാണ് ഇങ്ങനെ സകല ഗുണസമ്പന്നനായ ഒരു ദൈവത്തെപ്പറ്റി മുഹമ്മദ് അറിയുന്നത്. അതിനും ശേഷമായിരിക്കുമല്ലോ ലോകം അള്ളാഹവിനെപ്പറ്റി അറിയുന്നത് അതായത് കൃത്യം 1400 വർഷം മാത്രമാണ് ഈ ദൈവത്തിന്റെ ആയുസ്. അന്യമതസ്ഥരോട് ഇത്രമാത്രം കലിയും പകയും വിദ്വേഷവുമുള്ള മറ്റൊരു ദൈവമില്ല. ബഹദൈവവിശ്വാസികളെ പതിയിരുന്നു കൊല്ലാനും, അവിശ്വാസികളെ ആക്രമിക്കാനും, ലോകം മുഴുവൻ അള്ളാഹവിനാകുംവരെ യുദ്ധം ചെയ്യാനും പ്രഖ്യാപിക്കുന്ന ദൈവമാണ് ഖുറാനിലേത്. നിശ്ചയമായും ഈ ദൈവത്തിന് അന്യദൈവങ്ങളുമായി യാതൊരു നീക്കുപോക്കുമില്ല.

സരതുഷ്ട്ര ദൈവം

ഇസ്ലാം ക്രൈസ്തവ മതങ്ങളെക്കാൾ പ്രാചീനമാണ് സൊറോആസ്ട്രിയൻ മതം. BCE 660-ൽ ജനിച്ച സരതുഷ്ട്രർക്ക് 30-ാം വയസ്സിൽ ദിവ്യദർശനമുണ്ടായി സ്ഥാപിച്ചതാണീ മതം. സൂര്യചന്ദ്രാദി ദൈവങ്ങളെ ആരാധിച്ചിരുന്ന ഇറാൻജനത ആദ്യം ഇദ്ദേഹത്തെ സ്വീകരിച്ചില്ല. അഹരമസ്ദ (ജ്ഞാനിയായ ദേവൻ) ആണ് പ്രധാനദൈവം. ഇദ്ദേഹത്തിന് ആൻഗ്രമയിന്യു എന്നൊരു എതിരാളിയുണ്ട് (ദൈവത്തിനു സാത്താൻപോലെ)

മരണാനന്തര ന്യായവിധിയും പുനരുത്ഥാനവുമൊക്കെ ആദ്യം അവതരിപ്പിച്ചത് സരതുഷ്ടരാണ്. മരണശേഷം ആത്മാവ് ചിൻബാദ്പാലത്തിലെത്തിച്ചേരും. അവിടെവച്ച് നല്ലവരെയും ദുഷ്ടരെയും വേർതിരിച്ച് നല്ലവരെ പാലം കടത്തി സ്വർഗത്തിലേക്കും ദുഷ്ടൻമാരെ താഴെയുള്ള നരകത്തിലേക്കും തള്ളും. നന്മതിന്മകൾ തുല്യമാകുമ്പോൾ മൂന്നാമതൊരു സ്ഥലത്താണെത്തുക.

സരതുഷ്ടരുടെ വേദഗ്രന്ഥമാണ് 'അവസ്തെ'. ആര്യ, ക്രൈസ്തവ, ഇസ്ലാം മതങ്ങളുടെ പല സങ്കൽപ്പങ്ങളും സരതുഷ്ടമതത്തിൽ നിന്നും കടം കൊണ്ടവയാണ്.

അഹമ്മദീയമതം

ഇന്ത്യാക്കാരനായ മിർസഗുലാം അഹമ്മദ് (1839-1908) സ്ഥാപിച്ച മതമാണിത്. മിശിഹയും കൃഷ്ണനും മുഹമ്മദിന്റെ അവതാരമാണെന്ന സ്വയം പ്രഖ്യാപിച്ച് ഇസ്ലാമിക ശൈലിയിൽ മതം കെട്ടിപ്പെടുത്തെങ്കിലും മറ്റു മുസ്ലീം വിഭാഗങ്ങൾ ഇവരെ അംഗീകരിച്ചിട്ടില്ല. ഇതര മുസ്ലീം പള്ളികളിൽ ഇവർക്കു പ്രവേശനമില്ല. ഇന്ത്യയിൽ ഇവർ ശക്തരല്ലെങ്കിലും പാകിസ്ഥാനിൽ ഗണ്യമായൊരു വിഭാഗമാണ് അഹമ്മദീയർ.

പെന്തക്കോസ്ത മതം

ക്രിസ്തുമത വിശ്വാസപ്രകാരം പരിശുദ്ധാത്മാവിന്റെ വരവുനാളാണ് 'പെന്തക്കോസ്ത' ദിനം. 'പെന്തക്കോസ്തി' എന്ന ഗ്രീക്കു പദത്തിന്റെ അർത്ഥം 'അമ്പതാമത്തേത്' എന്നാണ്. ഉയിർപ്പുപെരുന്നാളിന്റെ അമ്പതാം ദിവസം (ഞായർ) ആണ് പെന്തക്കോസ്തിപെരുന്നാൾ. ഈ നാളിൽ സെഹിയോനിൽ കൂടിയിരുന്ന ശിഷ്യന്മാരുടെ സംഘത്തിനു മേൽ പരിശുദ്ധാത്മാവ് ആവസിച്ച് അവരെ ആത്മനിറവിലാക്കി എന്നു വിശ്വാസം. പരിശുദ്ധാത്മാവിന്റെ പ്രത്യേകമായ പുതുക്കം പ്രാപിക്കലിനായി വെള്ളം തളിച്ചാണ് ശുശ്രൂഷകൾ നടത്തുന്നത്. പാപസ്ഥരെ വിശുദ്ധീകരിക്കലാണ് ജ്ഞാനസ്നാനം.

1906-ൽ അമേരിക്കയിലെ ലോസ് ആഞ്ചലസിലാണ് പെന്തക്കോസ്ത പ്രസ്ഥാനം ആരംഭിച്ചത്. വളരെ പെട്ടെന്ന് ആഫ്രിക്ക, യൂറോപ്പ്, ലാറ്റിനമേരിക്ക, ഏഷ്യൻ രാജ്യങ്ങളിൽ പ്രചാരമായി. പ്രാർത്ഥനകൊണ്ട് മാത്രം രോഗം സുഖപ്പെടുത്തൽ, മറുഭാഷപറയൽ, കരിസ്മാറ്റിക് പരിപാടികൾ എന്നിവ ഇവരുടെ പ്രത്യേകതകളാണ്. ഇവർ വളരെ പെട്ടെന്ന് ഇതര ക്രൈസ്തവരെ വീട്ടു സന്ദർശനം വഴിയും മറ്റും വലയിൽ വീഴ്ത്തുന്നതിനാൽ കത്തോലിക്കാ, പ്രൊട്ടസ്റ്റന്റ്സഭകൾ ഇവരുടെ ശത്രുക്കളാണ്.

യഹോവസാക്ഷികൾ

അമേരിക്കക്കാരനായ സി.ടി. റസ്സൽ 1876-ൽ സ്ഥാപിച്ച 'മില്ലേനിയൻ സോൺ' എന്ന സഭയാണ് പിന്നീട് യഹോവസാക്ഷികൾ എന്ന പേരു സ്വീകരിച്ച പുതിയ സഭയായി മാറിയത്. അമേരിക്കയിലെ ബ്രൂക്ലിൻ കേന്ദ്രമാക്കി പ്രവർത്തിക്കുന്ന അന്താരാഷ്ടസഭയാണിത്. യഹോവ മാത്രമാണ് ദൈവമെന്നു വിശ്വസിക്കുന്ന ഇവർ യേശുവിനെ അംഗീകരിക്കുന്നില്ല. ത്രിത്വത്തിലും പരിശുദ്ധാത്മാവിലും, മരണാനന്തര ആത്മാവിലും ഇവർ വിശ്വസിക്കുന്നില്ല. ബൈബിളിലെ വെളിപ്പാട്, ദാനിയേൽ പുസ്തകങ്ങൾക്ക് പ്രാധാന്യം നൽകുന്നു. അവസാനകാലം അടുത്തെന്നും അന്തിമയുദ്ധം ഉടനെ നടക്കുമെന്നും അതിനുശേഷം യഹോവയോടൊത്ത് സാക്ഷികൾ ഭരണം നടത്തുമെന്നും ഇവർ വിശ്വസിക്കുന്നു.

മറ്റു സഭകളൊക്കെ സാത്താനാൽ ഭരിക്കപ്പെട്ടതാകയാൽ ഇവർക്കു സ്വീകാര്യമല്ല. ഒരു രാജ്യത്തിന്റെയും പതാകയെ വന്ദിക്കുകയോ, ദേശീയ ഗാനം ആലപിക്കുകയോ, വോട്ടുചെയ്യുകയോ മറ്റുള്ളവരുടെ രക്തം സ്വീകരിക്കുകയോ ഒന്നും ഇവർ ചെയ്യാറില്ല. ക്രിസ്തുവിനെ തള്ളിക്കളയുന്നതിനാൽ മറ്റു ക്രിസ്ത്യൻ സഭകൾ ഇവരെ ക്രിസ്ത്യാനികളായി പരിഗണിക്കുന്നില്ല.

കൺഫ്യൂഷൻ മാത്രം

BCE 551-478 കാലത്തു ജീവിച്ചിരുന്ന കൺഫ്യൂഷ്യെസ് ആണ് ചൈനയിൽ മതസങ്കല്പത്തിനു രൂപം നൽകിയത്. ആൾദൈവസങ്കൽപ്പം ചൈനക്കാർക്കില്ല. അത്ഭുതങ്ങളിലും അദ്ധ്യാത്മനിഗൂഢതകളിലും വിശ്വസിക്കുന്നില്ല. ഒരു പ്രത്യേകതരം മതമോ ഫിലോസഫിയോ അല്ല കൺഫ്യൂഷ്യസിന്റേത്. ധർമ്മിഷ്ഠമായ ഒരു ജീവിതപദ്ധതിയാണ് അദ്ദേഹം വിഭാവനം ചെയ്തത്. സന്മാർഗം, സദാചാരം, സദ്വിചാരം, സൽഭരണം തുടങ്ങിയ വിഷയങ്ങളെപ്പറ്റിയാണ് അദ്ദേഹം പ്രസംഗിച്ചത്. കഥകളും പഴഞ്ചൊല്ലുകളും ജീവിതാനുഭവങ്ങളും ചേർത്താണ് അദ്ദേഹം ജനങ്ങളോട് സംസാരിച്ചത്. വ്യക്തി സ്വയംനോക്കിക്കാണാനും സ്വയം

കൺഫ്യൂഷ്യെസ്

തെറ്റതിരുത്താനും, വ്യക്തിനന്നായാൽ കുടുംബവും കുടുംബം നന്നായാൽ രാജ്യവും നന്നാകുമെന്ന് അദ്ദേഹം പഠിപ്പിച്ചു. ആത്മദോഷമുള്ളവരാണ് പരദോഷകുതുകികളാകുന്നത്. സംശയിക്കാനും ചോദ്യം ചെയ്യാനും സ്വയം ബോദ്ധ്യമാകാത്ത ഒന്നിനെയും അംഗീകരിക്കാതിരിക്കാനും അദ്ദേഹം പഠിപ്പിച്ചു. പ്രസംഗിച്ചതൊക്കെ സ്വന്തം ജീവിതത്തിൽ പകർത്തിക്കാണിക്കുകയും ചെയ്തു.

ചൈനയിലെ അരാജകത്വം പരിഹരിക്കാനും ഭാവിരാഷ്ട്രീയത്തിന് അടിത്തറയിടാനും കൺഫ്യൂഷിയൻ ചിന്തയ്ക്ക് കഴിഞ്ഞു. ഒരു പക്ഷേ ലോകശക്തിയായി ചൈനമാറാനുള്ള കാരണം തന്നെ ഈ ചിന്ത നൽകിയ ധാർമ്മിക ബോധമായിരിക്കാം. നാസ്കിതയിലേക്ക് ചൈന പരിവർത്തനപ്പെടാനുള്ള കാരണവും കൺഫ്യൂഷ്യൻ ചിന്തയാണ്.

സത്നാം ദൈവം

ഹിന്ദു ഇസ്ലാം മതങ്ങളിലെ കൊടും ക്രൂരതകൾക്കെതിരെയാണ് ഭക്തിപ്രസ്ഥാനം ഉയർന്നു വന്നത്. അതിന്റെ ആചാര്യരിൽ ഒരാളായ കബീറിനാൽ സ്വാധീനിക്കപ്പെട്ടയാളാണ് ഗുരുനാനാക് (1469-1539) വിഗ്രഹാരാധന, ജാതി സമ്പ്രദായം, തീർത്ഥാടനം, ഉപവാസം തുടങ്ങിയവയ്ക്കെതിരെ നാനാക്കു സ്ഥാപിച്ച ആന്തരവിശ്വാസ പ്രമാണമാണ് സിക്കുമതം. ഈശ്വരൻ ഒന്നേയുള്ളു. കാലമില്ലാത്തവൻ (അകാലി) എന്ന് അദ്ദേഹം പ്രമാണിച്ചു. ബഹുദൈവവിശ്വാസത്തെയും വിഗ്രഹാരാധനയേയുമൊക്കെ എതിർത്തുകൊണ്ടു തന്നെ ഹിന്ദുമതത്തിന്റെ ശക്തമായ എതിർപ്പുണ്ടായി. എങ്കിലും സിക്കുമതം പ്രബലമായി വളർന്നു. ഗുരുപരമ്പരയിൽപ്പെട്ട രാംദാസാണ് ഗ്രന്ഥാസാഹിബ് ക്രോഡീകരിച്ചതും 'ഹർമന്ദിർ' പണിത് ഗ്രന്ഥാസാഹിബ് സ്ഥാപിച്ചതും.

ഗുരുനാനാക്

ഹർഗോവിന്ദ് ആണ് സിഖ്കാരെ സൈനിക ശക്തിയാക്കി മാറ്റിയത്. ഖൽസ എന്ന പേരിൽ പഞ്ച്'ക' കാരങ്ങൾ ധരിപ്പിച്ചതും പേരിനൊപ്പം 'സിങ്" എന്നു ചേർത്തതും അദ്ദേഹം തന്നെ. കർച്ച (കാലുറപോലുള്ള ഉടുപ്പ്) കരാ (വലതുകൈയിലെ ഇരുമ്പുവളയം) കൃപാൺ (വാൾ) കേശം (ക്ഷൗരം ചെയ്യാത്ത മുടിയും താടിയും) കൻഘ (മുടിയും താടിയും വൃത്തിയാക്കാനുള്ള ചീപ്പ്) എന്നിവയാണ് പഞ്ച്'ക' കാരങ്ങൾ. ഇവരുടെ

ദൈവം സത്യനാമം എന്ന 'സത്നാം' ആണ്. നിർഗ്ഗുണനും സഗുണനു മാണ് സത്നാം. വിഗ്രഹം ഇല്ലാ അഥവാ വിഗ്രഹാരാധന പാടില്ല. നാമജപമാകാം. പക്ഷേ തീർത്ഥാടനവും ഉപവാസവും തപസുമൊക്കെ വ്യർത്ഥമാണ്.

വ്യവസ്ഥാപിത മതദൈവസങ്കൽപങ്ങളെ നിരാകരിച്ച മതമാണ് സിക്കമതം ക്രമേണ ഇതരമതങ്ങളിലെ പോലെ വിഭാഗീയത സിക്ക മതത്തിലും വന്നുഭവിച്ചു.

ബുദ്ധമതം

ലോകം കണ്ട ഏറ്റവും വലിയ ദർശനങ്ങളിലൊന്നായിരുന്നു ഗൗത മബുദ്ധന്റേത്. ദുഃഖത്തിന്റെ സത്യം തേടിയലഞ്ഞ ബുദ്ധൻ നാലു ശ്രേഷ്ഠ സത്യങ്ങൾ (For Noble Truths) ആവിഷ്ക്കരിച്ചു. ജീവിതം ദുഖമാണ്. അതിനു കാരണം തൃഷ്ണയാണ്. ദുഃഖനിവാരണത്തിന് തൃഷ്ണ വെടിയണം. അതിനുള്ള വഴി അഷ്ടാംഗമാർഗമാണ്.

സമ്യക് ദൃഷ്ടി (ശരിയായ വിശ്വാസം) സമ്യക് സങ്കൽപം (ശരിയായ ലക്ഷ്യം) സമ്യക് വാക്ക് (സത്യ കഥനം) സമ്യക് കർമ്മം (നല്ല പ്രവൃത്തി) സമ്യക് അജീവം (നിരുപദ്രവതൊഴിൽ) സമ്യക് വ്യായാനം (ദുർഗുണ ങ്ങളെ ചെറുക്കുക) സമ്യക് സ്മൃതി (ബുദ്ധോപദേശങ്ങൾ സ്മരിക്കുക) സമ്യക് സമാധി (ഏകാഗ്ര ധ്യാനം) എന്നിവയാണ് അഷ്ടാംഗമാർഗ്ഗ ങ്ങൾ. ഇതുവഴി ജീവിതത്തെ പ്രകാശമാനമാക്കാമെന്നാണ് ബുദ്ധ ദർശനം. ഇവിടെ ഈശ്വരനു പ്രസക്തിയില്ല (12-ാം അദ്ധ്യായം കൂടി കാണുക)

ജൈനമതം

മഹാവീരൻ സ്ഥാപിച്ച ജൈനമതവും നിരീശ്വരമതമാണ്. പ്രപഞ്ചം സൃഷ്ടിക്കപ്പെടാത്തതുകൊണ്ട് അതിനൊരു സ്രഷ്ടാവില്ല. പ്രപഞ്ചത്തിലു ള്ളതൊക്കെ ജീവം, അജീവം എന്നു രണ്ടു തരം. അവ അനാദിയാണ്. നാശമില്ലാത്തതാണ്. എന്നാൽ അതു പരിണാമവിധേയമാണ്. (കൂടുതൽ വിവരങ്ങൾ 12-ാം അദ്ധ്യായത്തിൽ)

അറിയപ്പെടാത്ത ദൈവങ്ങൾ

ഓരോ ജനതയ്ക്കും ഒരുപക്ഷേ ഓരോ ഗോത്രങ്ങൾക്കും കുലങ്ങൾക്കും സവിശേഷമായ ദൈവങ്ങളുണ്ട്. രൂപിയും അരൂപിയുമായ ദൈവങ്ങൾ. അതിന്റെയെല്ലാം കണക്കെടുക്കുക പ്രയാസമാണ്. ബൈബിളിനെ കേന്ദ്രീകരിച്ചുതന്നെ 38000 മതങ്ങൾ ഉണ്ട്. ഓരോ ദൈവങ്ങളുടെയും

രീതികൾ വിചിത്രങ്ങളാണ്. പലദൈവങ്ങളുടെയും ജനനം പ്രകൃതി വിരുദ്ധമാണ്. ക്രിസ്തു കന്യകയ്ക്ക് ജനിച്ചതുപോലെ അത്ഭുതകരമായ ജനനമാണ് മറ്റു പല ദൈവങ്ങൾക്കുമുള്ളത്.

പെർസിയൂസ് (Perseus) എന്ന ഗ്രീക്കദേവൻ ഡാനെ കന്യകയ്ക്ക് ജൂപ്പിറ്ററിൽ ജനിച്ച ദൈവമാണ്. ഹ്യുയിസ് ലോപോച്ച്ലി (Huitgilopochtli) എന്ന അസ്റ്റെക് മതദൈവം കാറ്റ്ലിക്കസ് കന്യകയിൽ ജനിച്ചതാണ്. ആറ്റിസ് (Attis) നാനാകന്യകയ്ക്കും ഹോറസ് (Horus) ഐറിസ് കന്യകയ്ക്കും ജനിച്ച ദൈവങ്ങളാണ്. ദൈവങ്ങളെ സംബന്ധിച്ച അത്ഭുതപരമ്പരകൾക്ക് അവസാനമില്ല. ഓരോ വംശത്തെപ്പറ്റി പഠിക്കുമ്പോഴും പുതിയ പുതിയ ദൈവങ്ങൾ ജനിച്ചുവരുന്നതായി കാണാം. ഓരോരുത്തരെ സംബന്ധിച്ചും അവരുടെ ദൈവം തന്നെയാണ് സർവ്വശക്തൻ. ഏകദൈവമെന്ന വാദം അപ്രസക്തമാകുന്നു. ഏതു ദൈവമാണ് ശരി എന്ന തർക്കം പരിഹരിക്കാനാവാത്തതാണ്. അല്ലെങ്കിൽ തന്നെ ഏതു മതക്കാരനാണു ദൈവം എന്നു ചോദിക്കേണ്ടിവരുന്നു.

ദൈവത്തിന്റെ മതം

മതങ്ങൾ തമ്മിൽ മാത്രമല്ല, അവരുടെ ദൈവങ്ങൾ തമ്മിലും എത്ര മാത്രം വൈരുദ്ധ്യങ്ങളാണുള്ളതെന്നു വ്യക്തമായിക്കഴിഞ്ഞു. ഇതിൽ ഏതെങ്കിലും ദൈവത്തെ കൈമാറാൻ ആരും സമ്മതിക്കില്ല. ഒരൊറ്റ ദൈവമേയുള്ളെങ്കിൽ അതു തങ്ങളുടെ ദൈവമാണ് എന്നു പ്രമാണിക്കുന്നതിനപ്പുറം മറ്റൊരു ദൈവത്തെ അംഗീകരിക്കാൻ ഏതു വിശ്വാസിക്കു കഴിയും? വേറൊരു ദൈവത്തെ ആരാധിക്കുന്നത് ഓരോ മതവിശ്വാസവുമനുസരിച്ച് കുറ്റകരമാണുതാനും. മതസൗഹാർദ്ദം പ്രസംഗിക്കുന്നവരും അന്യദൈവങ്ങളെ ആരാധിക്കുന്നവരല്ല.

വളരെ പ്രധാനപ്പെട്ട മറ്റൊരു ചോദ്യം കൂടി ഉയർന്നു വരുന്നുണ്ട്. മുഹമ്മദ് മതം സ്ഥാപിക്കുന്നതുവരെ അള്ളാഹു എവിടെയായിരുന്നു? അദ്ദേഹത്തിന്റെ മതമേതായിരുന്നു? യഹോവയെ കണ്ടെത്തുംവരെ യഹോവ ഏതു മതക്കാരനായിരുന്നു? ക്രിസ്തു ക്രിസ്ത്യാനിയായിരുന്നോ, മുഹമ്മദ് ഇസ്ലാമായിരുന്നോ എന്ന ചോദ്യങ്ങൾക്കെന്താവും ഉത്തരം?

ഈ ചോദ്യങ്ങൾ അത്രനിസ്സാരമല്ല. പാക്കിസ്ഥാനിൽ 2001 ആഗസ്റ്റ് 18-ന് യൂനസ്ഷേക്കിനെ തൂക്കിക്കൊല്ലാൻ വിധിച്ചത് ഇത്തരമൊരു ചോദ്യത്തിന്റെ പേരിലായിരുന്നു. മുഹമ്മദ് 40-ാം വയസ്സിൽ മതം സ്ഥാപിക്കുംവരെ മുസ്ലീമായിരുന്നോ എന്നായിരുന്നു യൂനസിന്റെ ചോദ്യം. പാക്കിസ്ഥാൻ പീനൽ കോഡ് സെക്ഷൻ 295 സി. പ്രകാരം മതനിന്ദ കുറ്റം ചുമത്തിയാണ് വധശിക്ഷ വിധിച്ചത്.

അഞ്ച്

ദൈവത്തിന്റെ കൊലക്കളങ്ങൾ

'വിശ്വാസമെന്നത് ആശിക്കുന്നതിന്റെ ഉറപ്പും കാണാത്ത കാര്യങ്ങളുടെ നിശ്ചയവുമാകുന്നു' എന്നാണ് ബൈബിൾ വാക്യം. അതായത് 'വിശ്വസിക്കുക' എന്നതുമാത്രമാണ് മതാനുയായിക്കു അവലംബം. സംശയിക്കലോ, ചോദ്യം ചെയ്യലോ മതത്തിന്റെ വഴിയല്ല; അത് അനുവദിക്കുകയുമില്ല. 'വിശ്വസിച്ച സ്നാനമേൽക്കുന്ന'വനെയേ ക്രിസ്തുമതം സ്വീകരിക്കു. (അങ്ങനെയുള്ളവർ മാത്രമേ സ്വർഗ്ഗത്തിൽ പോവുകയുള്ളൂ) എങ്ങനെ എന്നു ചോദിക്കാൻ പാടില്ല, അതു ശാസ്ത്രത്തിന്റെ വഴിയാണ്. എങ്ങനെ എന്നു ചോദിച്ചാൽ എന്തുകൊണ്ട് എന്ന് മറുപടി പറയുന്ന ശൈലിയാണ് മതത്തിന്റേത്. അഥവാ അങ്ങനെ ചോദിക്കുന്നവരെയൊക്കെ ശരിക്കും 'കൈകാര്യം' ചെയ്തിട്ടുള്ള ചരിത്രമാണ് മതങ്ങളുടേത്. പ്രസംഗിക്കപ്പെടുന്നതുപോലെയല്ല, മതാധിപത്യങ്ങളും അവരുടെ ദൈവങ്ങളും ചരിത്രത്തിൽ ഇടപെട്ടിട്ടുള്ളത്. ദൈവത്തെ സ്ഥാപിച്ചുകിട്ടാൻ അവരുടെ പേരിൽ നൂറ്റാണ്ടുകളുടെ ചോരക്കളങ്ങൾ സൃഷ്ടിച്ച ചരിത്രമാണ് ഓരോ മതത്തിന്റെയും.

സ്വർഗവും നരകവും

അയാൻ ഹിർസി അലിയോടൊപ്പം 'സറണ്ടർ' എന്ന ലഘുചിത്രം സംവിധാനം ചെയ്ത തിയോ വാൻഗോഗിനെ വെടിവെച്ചിട്ടശേഷം ഒരു കത്തികൊണ്ട് കഴുത്ത് അറിഞ്ഞുമാറ്റി. മറ്റൊരു കത്തികൊണ്ട് നെഞ്ചുകത്തിക്കീറി ആ കഠാരയിൽ ഒരു കുറ്റപത്രം കൂടി കുത്തി വെച്ച

അയാൻ ഹിർസി അലി

ശേഷമാണ് കൊലയാളി പിൻവാങ്ങിയത്. പ്രവാചകനെ നിന്ദിച്ച എന്നതായിരുന്നു പട്ടാപ്പകൽ തെരുവിലിട്ടുനടത്തിയ ഈ നികൃഷ്ടകർമ്മത്തിന്റെ കാരണമായി പറഞ്ഞത്. വിചാരണവേളയിൽ ഈ കൊലയാളി കോടതിയിൽ വെച്ച വിളിച്ചുപറഞ്ഞതിങ്ങനെ "എനിക്ക് ശിക്ഷയെ ഭയമില്ല. കാരണം സ്വർഗത്തിൽ എനിക്കു ജീവിതം ഉറപ്പായിരിക്കുന്നു".[1] ബോംബെ ഭീകരാക്രമണക്കേസിലെ കസബും ഏതാണ്ട് ഇപ്രകാരമാണ് പറഞ്ഞത്.

കലാപങ്ങൾക്കും കൊലപാതകപരമ്പരകൾക്കും മതാധിപത്യശക്തികൾ ആഹ്വാനം ചെയ്യുമ്പോൾ ചാടിപ്പുറപ്പെടുന്നതിന്റെ പിന്നിലെ ചേതോവികാരം മതം വെച്ചുനീട്ടുന്ന സ്വർഗ്ഗമാണ്. മരണാനന്തരം ലഭിക്കുന്ന പരമാനന്ദ സുഖമാണ് മനുഷ്യമനസ്സിൽ മതവും ദൈവവും വേരിറക്കിയിരിക്കുന്നത്. ഇഹലോകജീവിതം അർത്ഥശൂന്യമാണെന്നും യഥാർത്ഥ സുഖവും ജീവിതവും പരലോകത്തിലാണെന്നും, ഇവിടെ കഷ്ടപ്പെടുന്നവർക്കാണ് അവിടെ സുഖം കൂടുകയെന്നും മനുഷ്യർ വിശ്വസിക്കുന്നതും വിശ്വസിപ്പിച്ചിരിക്കുന്നതും ഒരൊറ്റ തെളിവിന്റെ പോലും അടിസ്ഥാനത്തിലല്ല. സ്വർഗ്ഗം എവിടെയെന്നോ അവിടെ ആരെങ്കിലും പോയിട്ടുണ്ടോ എന്നും പോയവരുടെ അവസ്ഥ എന്താണെന്നോ ഇതുവരെ ഒരു തെളിവും ഒരാൾക്കെങ്കിലും ലഭിച്ചിട്ടില്ല. ഒരാളും അത് ആവശ്യപ്പെടുന്നുമില്ല. പക്ഷേ വിശ്വാസി തെളിവില്ലാതെ തന്നെ അത് സത്യമായി വിശ്വസിക്കുന്നു. സ്വർഗസുഖത്തെക്കാൾ ഒരുപക്ഷേ അവരെ ഭയപ്പെടുത്തുന്നത് നരകത്തെക്കുറിച്ചുള്ള അതിഭീകരമായ ചിത്രീകരണമാണ്. തീയെരിയുന്ന നരകം ഘോരമായ വന്യതകളുടെ കൊടിയ ലോകമാണ്. അങ്ങനെയൊരിടത്തുപോകാൻ ആരാണ് ഇഷ്ടപ്പെടുക.

ദൈവത്തിൽ വിശ്വസിക്കുന്നവർ സാത്താനിൽ വിശ്വസിച്ചേ മതിയാവൂ. സ്വർഗനരകങ്ങൾ ഒഴിവാക്കാനാവാത്തതാണ്. ഹിന്ദുമിത്തോളജിയിൽ ദേവലോകമെന്ന സ്വർഗ്ഗവും പാതാളമെന്ന നരകവുമാണുള്ളത്. നരകത്തിൽ ഒരു യമനുണ്ട്. അയാളാണ് മനുഷ്യരെ കൊന്നു കൊണ്ടുപോകുന്നത്. പക്ഷേ പാതാളത്തിൽ തള്ളിയാലും മരിച്ചവരുടെ പ്രശ്നം തീരുന്നില്ല. അവർ പുനർജ്ജനിക്കണം. പട്ടിയായും പൂച്ചയായും

1 Infidel: Ayan Hirsi Ali

പാമ്പായും പക്ഷിയായുമൊക്കെ. ബ്രാഹ്മണർ മാത്രമാണ് ദ്വിജർ - രണ്ടു ജന്മമുള്ളവർ. ബ്രാഹ്മണരാകുന്നതുവരെയുള്ള പൂർവ്വാശ്രമവും ബ്രാഹ്മ ണ്യം നേടിയശേഷമുള്ള ഉത്തരാശ്രമവും. അവർമാത്രം പുനർജ്ജനി ക്കില്ല. (പക്ഷേ ബ്രാഹ്മണരെ കൊല്ലുന്നത് (ബ്രഹ്മഹത്യ) പരിഹാരം പോലുമില്ലാത്ത മഹാപാപമാണ്) ബ്രാഹ്മണന്റെ ആത്മാവിനെ എങ്ങിനെയാണ് തിരിച്ചറിയുക എന്നത് ചോദിക്കാൻ പോലുമാവില്ല.

എന്നാൽ സ്വർഗ നരകങ്ങളെപ്പറ്റിയുള്ള ഈ സങ്കൽപത്തിനു വിരുദ്ധമാണ് ഹൈന്ദവദർശനങ്ങളിൽ പലതും സർവ്വാൽ സത്യം ബ്രഹ്മമാണെന്നു ആവർത്തിക്കുന്ന ഭഗവദ്ഗീത ആത്മാവിനെപ്പറ്റി പരാമർശിക്കുന്നതിങ്ങനെ.

വാസാംസിജീർണ്ണാനി യഥാവിഹായ
നവാനി ഗൃഹ്ണാതി നരോളപരാണി
തഥാ ശരീരാണി വിഹായജീർണ്ണാ
തന്യാംഹി സംയാതിനിവാദനിദേഹി (2:22)

മനുഷ്യർ എപ്രകാരമാണ് പഴയ വസ്ത്രങ്ങൾ ഉപേക്ഷിച്ച് പുതിയവ സ്വീകരിക്കുന്നത്, അപ്രകാരം തന്നെ ആത്മാവ് ജീർണ്ണദ്ദേഹത്തെ വിട്ട് ഒരു വികാരവും കൂടാതെ പുതിയ ദേഹത്തെ പ്രാപിക്കുന്നു.

വാദത്തിന് ഇത് അംഗീകരിച്ചാൽതന്നെ സ്വർഗ നരകങ്ങൾ അപ്രസക്തമാണ്. ആത്മാവ് ഒരു ശരീരം വിട്ടുമറ്റു ശരീരം തേടുകയും ശരീരം ദഹിച്ചു പോകുകയും ചെയ്യുമ്പോൾ പിന്നെ എന്തിനെയാണ് സ്വർഗ്ഗത്തിലോ നരകത്തിലോ കൊണ്ടുപോകുക?

ബ്രാഹ്മണ മതം കാച്ചിക്കുറുക്കിയെടുത്ത അദ്വൈതം രണ്ടുവിധത്തി ലാണ് ആത്മമോക്ഷത്തെ വിശദീകരിക്കുന്നത്. ജ്ഞാനസിദ്ധിയോടെ സമാധിയിൽ ലയിച്ച് ബ്രഹ്മഭാവത്തിൽ പ്രാപിക്കുന്നു. അദ്വൈതത്തെ സാക്ഷാൽക്കരിച്ച് സാധാരണജീവിതത്തിലേക്ക് തിരിച്ചുവരുന്നു (വ്യുത്ഥാനം)

രണ്ടായാലും സ്വർഗനരകങ്ങൾക്കു പ്രസക്തിയില്ല. കാരണം മനു ഷ്യശരീരമോ ആത്മാവോ വേറെങ്ങും പോകുന്നില്ല, മോക്ഷം പ്രാപിക്കു കയാണ്. ദേഹിയും ദേഹവുമില്ലാതെ എന്താണാവോ നരകത്തിൽ പോവുക.

ആകാശത്തിനു മുകളിലെ സ്വർഗത്തെപ്പറ്റിയും അവിടെ സിംഹാസ നാരൂഢനായിരിക്കുന്ന ദൈവത്തെപ്പറ്റിയും ബൈബിൾ വാചാലമാണ്. ഭൂമിക്കു താഴെയാണ് നരകം.[2]

---

2 നരകത്തെ സംബന്ധിച്ച ബൈബിളിലെ അവ്യക്തതകൾ നീക്കി അതിന്

സ്വർഗരാജ്യം കടുകുമണിയോടും നിലത്തെ വിത്തിനോടും വയലിലെ നിധിയോടുമൊക്കെ സദൃശ്യമാണ്. (മത്തായി: 13) നരകത്തിലെ അഗ്നിയെക്കുറിച്ച് ആവർത്തിക്കുന്നുണ്ട്. (മത്തായി 18: 9, മർക്കോസ് 9: 46) വിശ്വസിക്കാത്തവർ നരകത്തിലെ ശിക്ഷാവിധിയിൽ അകപ്പെടുമെന്ന ഭീഷണിയുണ്ട്. (മർക്കോസ് 16: 16) ധനവാനായ മനുഷ്യൻ പാതാളത്തിലെ തീയിൽക്കിടന്നു വേദന അനുഭവിക്കുന്നതായും ലാസർ എന്ന ദരിദ്രൻ സ്വർഗത്തിൽ അബ്രഹാമിന്റെ മടിയിൽ ഇരിക്കുന്നതായും ലൂക്കോസ് (16) വിവരിക്കുന്നു. നരകത്തിലെ ഗന്ധകം കത്തുന്ന തീപ്പൊയ്കയെപ്പറ്റി വെളിപ്പാട് ആവർത്തിക്കുന്നു. (19: 20, 20:10, 20:15) ജീവപുസ്തകത്തിൽ പേരെഴുതിക്കാണാത്തവരെയൊക്കെ തീപ്പൊയ്കയിൽ തള്ളിയിടുമെന്നാണ് ഭീഷണി (20:15) ഭീരുക്കൾ, അവിശ്വാസികൾ, അറക്കപ്പെട്ടവർ, കൊലപാതകികൾ ദുർനടപ്പുകാർ, ക്ഷുദ്രക്കാർ, ബിംബാരാധകർ, എന്നിവർക്കും ഭോഷ്ക്കുപറയുന്ന ഏവർക്കും ഓഹരി തീയും ഗന്ധവും കത്തുന്ന പൊയ്കയിലാണെന്ന് വിശദീകരണവുമുണ്ട് (വെളിപ്പാട് 21:8)

മറ്റെല്ലാമതങ്ങളുടെയും സ്വർഗത്തെ അപ്രസക്തമാക്കുന്നതാണ് ഇസ്ലാമിന്റെ സ്വർഗം. പഞ്ചനക്ഷത്ര ഹോട്ടലിന്റെയും അപ്പുറത്തെ ആഢംബരപൂർണ്ണമായ കാബറേ ഹാളോ ഇന്ദ്രിയസുഖത്തിന്റെ പരമോന്നത പൂർത്തീകരണമോ ഒക്കെയാണ് ഇസ്ലാമിക സ്വർഗം. അല്പജ്ഞനായ ഏതൊരു വിശ്വാസിയും ഇതിൽ വീണുപോകും. തേനും പാലുമൊഴുകുന്ന നദികളും ഫലസമൃദ്ധമായ ഉദ്യാനവും വെളിച്ചം മറയാത്ത ലോകവും ഒക്കെയായി അവർണ്ണനീയമായ കാഴ്ചതന്നെ.

അവിടെ പരിശുദ്ധരായ ഇണകളുണ്ടായിരിക്കും (4:57) വെള്ളനിറവും വിശാലമായ കണ്ണുകളുമുള്ള ചില തരുണികളെ അവർക്കു ചേർത്തു കൊടുക്കും (44:54) ആ തരുണികൾ പുഷ്യരാഗം പോലെയും പവിഴം പോലെയുമിരിക്കും (55:58) അവൻ സ്പർശിക്കുംമുമ്പ് ഇൻസോ, ജിന്നോ അവരെ സ്പർശിച്ചിട്ടില്ല (55:74) മുലകൾ രണ്ടും പൊങ്ങി നില്ക്കുന്നവരും പാനീയം നിറച്ച കോപ്പകളുമാണ് അവിടെ ലഭിക്കുക (78:32-33)

അതിവിപുലമായൊരു ഭാവനൽകിയത് ജോൺമിൽട്ടനാണ്. അദ്ദേഹത്തിന്റെ Paradise Lost എന്ന മഹാകാവ്യത്തിലാണ് സ്വർഗനരകങ്ങളെ ഇവ്വിധം വിശദീകരിക്കുന്നത്. സാത്താനെയും ഇതര പിശാചുക്കളെയുമൊക്കെ ഇതിൽ ആവിഷ്ക്കരിക്കുന്നു. പ്യൂരിറ്റൻ ആയിരുന്നതിനാൽ സഭാവിരുദ്ധമായ പലപരാമർശങ്ങളും മിൽട്ടൺ ഈ കൃതിയിൽ ആവർത്തിക്കുന്നു.

ഇത്രവശ്യമനോഹരമായൊരു ലോകത്തെത്താൻ ആരാണ്കൊതിക്കാത്തത്? ഭൂമിയിൽ ആരെയൊക്കെ വെട്ടിക്കൊന്നാലും കുരുതികൊടുത്താലും ഇസ്ലാം ഭയപ്പെടുന്നതെന്തിന്? എത്രവേഗം മരിക്കുന്നവോ അത്രവേഗം മലർക്കെ തുറന്നിട്ടിരിക്കുന്ന സ്വർഗത്തിലെത്താം. അന്യർ സ്പർശിക്കാത്ത മഞ്ഞിളംമേനിയുള്ള സുന്ദരികളോടൊത്ത് തേനും പാലും ഒഴുകുന്ന നാട്ടിൽ വാർദ്ധക്യമോ മരണമോ ഇല്ലാതെ അനന്തജീവിതമാണ്. തീവ്രവാദം വളർത്താൻ ഇതിലും നല്ലൊരു വാഗ്ദാനം വേറെന്താണുള്ളത്? പക്ഷേ പ്രശ്നമതല്ല, മുസ്ലീം സ്ത്രീകൾ മരിച്ചാൽ അവർ എവിടെപോകുമെന്നതാണ്. അവർക്കായി സുന്ദരന്മാരായ തരുണന്മാരുള്ള സ്വർഗം അള്ളാഹ്പണിയിച്ചിട്ടില്ല. അതോ അവർക്കായാണോ നരകം പണിതിരിക്കുന്നത്?

ദൈവവും പിശാചും

പാപപുണ്യങ്ങളും സ്വർഗനരകങ്ങളും പറഞ്ഞുവിരട്ടിയാണ് മതം മനുഷ്യരെ വിശ്വാസികളാക്കിയത്. അതുപോലൊരു വൈരുദ്ധ്യമാണ് പിശാച്. അതില്ലെങ്കിൽ പിന്നെ ദൈവത്തിനു പ്രസക്തിയില്ല. ദൈവത്തിന്റെ ആവശ്യം തന്നെ പിശാചിൽ നിന്നു മനുഷ്യരെ രക്ഷിക്കുകയെന്നതാണ്. പിശാചാകട്ടെ, സാക്ഷാൽ ക്രിസ്തുവിനെത്തന്നെ പരീക്ഷിച്ച് കൊല്ലാനൊരുങ്ങിയ വിക്രമനാണ്. ഉല്പത്തിമുതലേ ഈ ഭീഷണി ദൈവം നേരിടുന്നുണ്ട്. ആദാമിനെയും ഹവ്വയേയും സ്വർഗത്തിൽ നിന്ന് പുറത്താക്കാൻ കാരണക്കാരൻ സാത്താനാണ്. എന്നാൽ എല്ലാം സൃഷ്ടിച്ച ദൈവമാകട്ടെ സാത്താനെ സൃഷ്ടിച്ചതായി പറയുന്നുമില്ല!

ദൈവത്തിന്റെ അസ്തിത്വത്തിന് എതിർപക്ഷത്തൊരു സാത്താൻ (Evil God) അത്യാവശ്യമാണ്. ഈ വിരുദ്ധ ദ്വന്ദ്വങ്ങൾ എല്ലാ മതകഥകളിലുമുണ്ട്. സൊറാസ്ട്രിയൻ മതത്തിൽ അഹുര മസ്ദയാണ് (Ahura Mazda) സഗുണ ദൈവമെങ്കിൽ ആൻഗ്രാ മൈന്യു (Angra Mainyu) ദുർദേവതയാണ്. ക്രിസ്തുമതത്തിൽ ദൈവത്തിന്റെ എതിരാളി സാത്താനാണ്. ഇയാൾ ബിൽസബബ്, ബിലയൽ, ലൂസിഫർ തുടങ്ങിയ പര്യായങ്ങളിലും പ്രത്യക്ഷപ്പെടുന്നു. ഇസ്ലാമിൽ സാത്താൻ സെയ്ത്താ (Shaytan) നായിട്ടാണ് അവതരിക്കുന്നത്. ഹജ്ജ് കർമ്മത്തിലെ മുഖ്യഇനമാണ് സാത്താനെ കല്ലേറിയൽ. 1400 വർഷമായി കോടിക്കണക്കിനു മനുഷ്യർ ആഞ്ഞ് എറിഞ്ഞിട്ടും സാത്താന് ഒരു പോറൽപോലും ഏറ്റിട്ടില്ല എന്നതാണ് കഥയിലെ പരിണാമഗുപ്തി. സാത്താൻ മരിച്ചുപോയാൽ പിന്നെ ദൈവത്തിന്റെ ആവശ്യം ഇല്ലതന്നെ. അതുകൊണ്ട് മതാധിപന്മാർ ഇരുവരെയും ഒന്നിച്ച് പരിപാലിക്കുകയാണ്.

ഹൈന്ദവ പുരാണങ്ങളിൽ ദേവൻ/അസുരൻ ദ്വന്ദ്വമാണ് കഥകൊഴുപ്പിക്കുന്നത്. ദൈവങ്ങൾ അവതരിക്കുന്നതുതന്നെ അസുരന്മാരെ നിഗ്രഹിക്കാനാണ്. അസുരന്മാർക്ക് രാക്ഷസർ, ചണ്ഡാലർ തുടങ്ങിയ പര്യായങ്ങളുമുണ്ട്. സർവ്വശക്തനായ ദൈവം എന്തിനാണ് ഇത്തരം ദുഷ്ട ശക്തികളെ സൃഷ്ടിക്കുന്നത് എന്ന ചോദ്യമില്ല. ഇല്ലാതാകട്ടെ എന്നു ദൈവം പറഞ്ഞാൽ പോരേ എന്ന് കഥയിൽ തടസ്സം പറയാനും പറ്റില്ല. അതു നേരിട്ടുവന്ന് യുദ്ധം ചെയ്തു തന്നെ കൊല്ലണം.

കൊല്ലുന്ന ദൈവങ്ങൾ

ദൈവ/സാത്താൻ സങ്കല്പങ്ങളെ നന്മതിന്മകളായി വ്യാഖ്യാനിക്കുകയും ലോകസദാചാരത്തിന്റെ കുത്തകകൾ തങ്ങൾക്കാണെന്നു വരുത്തിത്തീർക്കുകയും ചെയ്യുന്ന കുബുദ്ധിയാണ് ഈശ്വരനിലൂടെ മതങ്ങൾ അവതരിപ്പിക്കുന്നത്. മാനുഷികമൂല്യങ്ങൾ നിലനില്ക്കുന്നത് മതങ്ങൾ ഉള്ളതുകൊണ്ടാണെന്നും ഈശ്വരവിശ്വാസമാണതിന്റെ കാതൽ എന്നും കൊട്ടിഘോഷിക്കുന്നുണ്ട്. യഥാർത്ഥത്തിൽ മതഗ്രന്ഥങ്ങൾ പ്രഖ്യാപിക്കുന്നത് കൊലപാതകത്തിന്റെ സംസ്ക്കാരമാണ്. ഗോത്ര/വംശീയ വൈരാഗ്യത്തിന്റെ ഭയാനകസംസ്ക്കാരമാണ് മതങ്ങൾ പ്രകടിപ്പിക്കുന്നത്. അന്യഗോത്രങ്ങളോടും അന്യജനതകളോടും ബൈബിളും ഖുറാനും പ്രഖ്യാപിക്കുന്ന വൈരാഗ്യവും അസഹിഷ്ണുതയും കൊലവിളിയും എത്രമാത്രം മനുഷ്യത്വവിരുദ്ധമാണ്.

സദാചാരത്തിന്റെ പത്തുകല്പനകൾ നല്കിയ ദൈവം മോശയോട് അന്യഗോത്രങ്ങളെ ഉന്മൂലനം ചെയ്യാൻ ആവശ്യപ്പെടുന്ന വാക്യങ്ങൾ ബൈബിളിൽ സമൃദ്ധമാണ്.

...ആകയാൽ ഇപ്പോൾ കുഞ്ഞുങ്ങളിലുള്ള ആണിനെയൊക്കെയും പുരുഷനോടൊപ്പം ശയിച്ചിട്ടുള്ള സകല സ്ത്രീകളെയും കൊന്നുകളയുവിൻ (സംഖ്യ 31:17) നിന്റെ ദൈവമായ യഹോവയ്ക്ക് അനിഷ്ടമായതു ചെയ്യുകയും സൂര്യചന്ദ്രന്മാരെയോ ആകാശത്തിലെ ശേഷം സൈന്യത്തെയോ ചെന്നു സേവിച്ചു നമസ്ക്കരിക്കുകയും ചെയ്യുന്ന സ്ത്രീയാകട്ടെ പുരുഷനാകട്ടെ, അവരെ പട്ടണവാതിലിനുപുറത്തുകൊണ്ടുപോയി കല്ലെറിഞ്ഞു കൊല്ലണം (ആവർത്തനം 17:3-5) സ്ത്രീകളെയും കുട്ടികളെയും നാല്ക്കാലികളെയും പട്ടണത്തിലുള്ള സകലത്തിനെയും കൊള്ളകളൊക്കെയും നിനക്കായിട്ട് എടുക്കാം... യഹോവ നിനക്കു അവകാശമായി തരുന്ന ജാതികളുടെ പട്ടണങ്ങളിലെ ശ്വാസമുള്ള ഒന്നിനെയും ജീവനോടെ വെക്കരുത്, സംഹരിക്കണം (ആവ 20:1-18)

അന്യജാതികളെയും അന്യഗോത്രങ്ങളെയും അവരുടെ ദൈവങ്ങളെയും നശിപ്പിച്ചുകളയാൻ ബൈബിളിൽ നൂറുകണക്കിനു സന്ദർഭങ്ങളിൽ ദൈവം ആവശ്യപ്പെടുന്നുണ്ട്.[3] ഇതു പഴയനിയമത്തിലേതാണെന്നും പുതിയ നിയമത്തിൽ അങ്ങനെയില്ലെന്നും വാദിച്ചേക്കാം.

ഞാൻ രാജാവായതു സമ്മതമില്ലാത്ത ശത്രുക്കളായവരെ ഇവിടെ കൊണ്ടുവന്ന് എന്റെ മുമ്പിൽ വെച്ചുകൊന്നു കളയുക (ലൂക്കോസ് 19:27) എങ്കൽ വിശ്വസിക്കുന്ന ഈ ചെറിയവരിൽ ഒരുത്തനു ഇടർച്ച വരുത്തുന്നവന്റെ കഴുത്തിൽ വലിയൊരു തിരികല്ലുകെട്ടി അവനെ കടലിൽ ഇട്ടുകളയുന്നത് നല്ലത് (മർക്കോസ് 9:43)

തുടങ്ങി മത്തായി 10:34-36, ലൂക്കോസ് 12:15-52 എന്നീ വാക്യങ്ങളെല്ലാം ക്രിസ്തുവിന്റെ ഗോത്രവൈരാഗ്യത്തെ സാക്ഷ്യപ്പെടുത്തുന്നു. കായ്ക്കാത്ത അത്തിമരത്തെ യേശു ശപിച്ച് ഇല്ലാതാക്കുന്നു. അകാലത്തിൽ കായ്ക്കാത്തതു മരത്തിന്റെ കുഴപ്പമാണോ? ശപിച്ച് പഴമുണ്ടാക്കിയിരുന്നെങ്കിൽ എത്ര നന്നായിരുന്നു. കൊല്ലുവാനുള്ള ആഹ്വാനം ഏറ്റവും പരസ്യമായും ധിക്കാരമായും നടത്തുന്നത് അള്ളാഹുവും പ്രവാചകനുമാണ്.

സത്യനിഷേധികളെ (ഇസ്ലാമല്ലാത്തവരെ) കണ്ടാൽ അവരുടെ പിടലിക്കു വെട്ടുക (47:4) സത്യനിഷേധികളുടെ കഴുത്തുകൾ വെട്ടിക്കൊള്ളുക അവരുടെ വിരലുകളെല്ലാം വെട്ടിമുറിക്കുക (8:12) ബഹുദൈവവിശ്വാസികളെ കണ്ടേടത്തുവെച്ചു കൊന്നുകളയുക, അവരെപിടിക്കുക, വളയുക, പതിയിരിക്കാൻ പറ്റിയ എല്ലാ സ്ഥലങ്ങളിലും അവരെ പിടിക്കാൻ പതിയിരിക്കുക (9:5)

ഇതുപോലെയുള്ള എത്രയെത്ര 'സദാചാര' ആഹ്വാനങ്ങളാണ് ഖുറാൻ നിറയെ.[4] വംശവെറിയുടെ പ്രഖ്യാപനങ്ങളാണ് സെമിറ്റിക് മതഗ്രന്ഥങ്ങൾ നിറയെ. അവരാണ് പൊതുവേദികളിൽ കയറിനിന്ന് സ്നേഹപ്രഭാഷണം ചൊരിയുന്നത്.

ഇതിലൊട്ടും മോശമായിരുന്നില്ല ഇന്ത്യയിൽ ബ്രാഹ്മണ മതം അനുവർത്തിച്ചത്. ബ്രാഹ്മണ്യം അതിന്റെ സകല ഭീകരതകളോടുംകൂടി ഭൂരിപക്ഷം വരുന്ന ദലിത്, പിന്നോക്ക ജനതയ്ക്കെതിരെ യുദ്ധം പ്രഖ്യാപിച്ചതിന്റെ തെളിവുകളാണ് പുരാണങ്ങൾ. അസുരനിഗ്രഹങ്ങൾക്കായാണ് അവരുടെ ദൈവങ്ങൾ അവതരിച്ചതു തന്നെ. കൈകളിൽ

---

3 'മതഭീകരതയുടെ മാരകവഴികൾ' എന്ന ലേഖകന്റെ കൃതിയിൽ കൂടുതൽ ഉദ്ധരണികളുണ്ട്. ആവർത്തനം 13:9, 20:14, 20:17, 17:1-15, 12:2-7, 28:53-55 യിരെമ്യാവ് 19.9, 2 ശമുവേൽ 12: 13 തുടങ്ങിയവയും, പുറപ്പാടിന്റെ ഉൽഘോഷണങ്ങൾ അപ്പാടെയും നോക്കുക.

4 മേൽകൃതിയിൽ കൂടുതൽ ഉദ്ധരണികളുണ്ട്. ഖുറാൻ 2:193, 9:29, 9:28, 5:51, 60:4, 9:23, 98:6, 8:20, 3:118 തുടങ്ങിയ വാക്യങ്ങൾ കാണുക.

നിറയെ ആയുധങ്ങളുമായി നിൽക്കുന്ന ദൈവചിത്രങ്ങൾ പരിചിതങ്ങളാണല്ലോ. ശപിക്കാൻ ശക്തരായ ഒറ്റദൈവങ്ങളും നന്നായിപ്പോകാൻ ശപിച്ചിട്ടില്ല. കൊന്നു തീർക്കുകയായിരുന്നു. ബ്രാഹ്മണനുവേണ്ടി കൊല്ലുവാൻ ഒറുവംശത്തെ (ക്ഷത്രിയർ) തന്നെ സൃഷ്ടിച്ചിരുന്നു. കൊല്ലുന്നവന്റെ ന്യായത്തിനായി ഒരു ഗ്രന്ഥം തന്നെ രചിച്ചു. ഗുരുവായാലും സഹോദരനായാലും അവരെകൊല്ലുകയെന്നതാണ് ക്ഷത്രിയ ധർമ്മം എന്ന് ഭഗവത്ഗീത ഉൽഘോഷിക്കുന്നു.

ഫലേച്ഛകൂടാതെ കർമ്മം അനുഷ്ഠിക്കണം (കർമ്മം ഇവിടെ കൊലപാതകമാണ് (2:47) യുദ്ധത്തിൽ മരിച്ചാൽ സ്വർഗ്ഗസുഖമനുഭവിക്കും ശത്രുക്കളെ ജയിച്ചാൽ ഭോഗങ്ങളനുഭവിക്കും. ഏതുവിധത്തിലും സുഖത്തിനായുള്ള പോരിനിറങ്ങുക (2:3) ശത്രുക്കളെയെല്ലാം ജയിച്ച് കീർത്തിനേടൂ, സമ്പത്സമൃദ്ധമായ രാജ്യസുഖത്തെ അനുഭവിക്കൂ (11:33) കർമ്മം ജന്മവും ജാതീയവുമാണ്, അതുമാറ്റാൻ ആരാലും കഴിയില്ല (18:48)

ഇങ്ങനെ കൊലക്കളങ്ങളെ ന്യായീകരിക്കുന്ന എന്തെന്തു വാദഗതികളാണ് ഗീത നിരത്തുന്നത്.[5] ഇതെല്ലാം രേഖകളായി നിലനിൽക്കുമ്പോഴാണ് സ്നേഹത്തിന്റെ ദൈവമഹത്വം വാഴ്ത്തപ്പെടുന്നത്.

കുലം മുടിച്ച ദൈവങ്ങൾ

യൂറോപ്യൻ ചരിത്രത്തിലെ മദ്ധ്യകാലഘട്ടത്തെ ചോരപ്പുഴയിൽ മുക്കിയതും ദശലക്ഷങ്ങളെ കൊന്നൊടുക്കിയതും ദൈവത്തിന്റെ പേരിൽതന്നെയായിരുന്നു. ക്രിസ്തുവിന്റെ വേട്ടനായ്ക്കൾ (Dominaanes) എന്നു സ്വയം പ്രഖ്യാപിച്ച കത്തോലിക്കാ പൗരോഹിത്യം നൂറ്റാണ്ടുകൾ നടത്തിയ ആക്രമണങ്ങളുടെയും സൃഷ്ടിച്ച കൊലക്കളങ്ങളുടെയും നിർമ്മിച്ച കൽത്തുറുങ്കുകളുടെയും എണ്ണം എടുക്കാനാവില്ല. സഭയെന്ന പ്രതിപുരുഷന്മാർ ചക്രവർത്തിമാരെയും അവഗണിച്ച് നടത്തിയ യുദ്ധങ്ങൾ നൂറ്റാണ്ടുകൾ നീണ്ടുനിന്നു.

ക്രിസ്തുവിന്റെ സാങ്കല്പിക ശവകുടീരം സ്ഥിതിചെയ്യുന്ന യരുശലേം പിടിച്ചെടുക്കാനും പുണ്യഭൂമിയിൽ അധികാരം ഉറപ്പിക്കാനും നടത്തിയ കുരിശുയുദ്ധങ്ങൾ കുപ്രസിദ്ധങ്ങളാണ്. യരുശലേം പിടിച്ചടക്കിയ ഏകദൈവവിശ്വാസത്തിന്റെ ഇസ്ലാം ഭീകരതയാകട്ടെ ചോരപ്പുഴ നീന്തിവന്നമതമായിരുന്നു. സഭയുടെ സാമ്പത്തിക-വാണിജ്യ-അധികാരതാല്പര്യങ്ങൾക്കുവേണ്ടി യൂറോപ്പെമ്പാടും ശവപ്പറമ്പായിമാറുകയായിരുന്നു.

5 തത്സംബന്ധിയായ കൂടുതൽ വിവരങ്ങൾ ലേഖകന്റെ 'ആര്യദ്രാവിഡ' വിവാദവും ഭഗവദ്ഗീതയുടെ രാഷ്ട്രീയവും' എന്ന കൃതിയിലുള്ളതിനാൽ വിശദീകരണങ്ങൾ ഒഴിവാക്കുന്നു.

ഇൻക്വിസിഷൻ

'യുദ്ധം ക്രിസ്തീയവിശ്വാസത്തെ രക്ഷിക്കാനുള്ളതാകയാൽ ദൈവത്തിനിഷ്ടപ്പെട്ട തീർത്ഥാടനമാണ്' എന്ന ഉർബൻ മാർപാപ്പയുടെ പ്രഖ്യാപനത്തോടെ 1095ൽ നടന്ന ആദ്യ കുരിശുയുദ്ധത്തിൽ ഒരു ലക്ഷത്തിലേറെപ്പേർ കൊല്ലപ്പെട്ടു. 1145 ലെ രണ്ടാം യുദ്ധം, 1190 ൽ മൂന്നാംയുദ്ധം, 1202 ൽ നാലാം യുദ്ധം. അതിനിടയിൽ അരലക്ഷത്തോളം വന്ന കുട്ടികളുടെ യുദ്ധത്തിൽ മുഴുവൻ പേരും ഉന്മൂലനം ചെയ്യപ്പെട്ടു. അങ്ങനെ നടന്ന എട്ടു പ്രധാന കുരിശുയുദ്ധങ്ങളിൽ കൊല്ലപ്പെട്ടവർ ദശലക്ഷങ്ങളായിരുന്നു. തീയെരിക്കപ്പെട്ട നഗരങ്ങൾ, കൊള്ളയടിക്കപ്പെട്ട ഗ്രാമങ്ങൾ, അനാഥരാക്കപ്പെട്ട കുടുംബങ്ങൾ ഒന്നിനും കണക്കുണ്ടായില്ല. യാതൊരു സൈനിക പരിശീലനമോ വേണ്ടത്ര തയ്യാറെടുപ്പുകളോ ആവശ്യത്തിനുഭക്ഷണമോ ഇല്ലാതെ വിശ്വാസികൾ മാർച്ചു ചെയ്തു. കണ്ടവരെയൊക്കെ കൊന്നു, കണ്ടവരാലൊക്കെ കൊല്ലപ്പെട്ടു. അവർ കൈയിലേന്തിയ കുരിശുകൾ വിശ്വാസത്തിന്റെ അടയാളങ്ങളായിരുന്നു. സർവ്വാധികാരത്തിന്റെ പൗരോഹിത്യമണിമേടകൾക്ക് മാത്രം ഒന്നും പറ്റിയില്ല.

മൂന്നു നൂറ്റാണ്ടിലേറെ നീണ്ട ഈ നരഹത്യകൾകൊണ്ടും സഭയ്ക്കുസമാധാനം ലഭിച്ചില്ല. ഹിറ്റ്ലറെയും നാണിപ്പിച്ച 'ഇൻക്വിസിഷൻ' എന്ന കശാപ്പുകാരുടെ കോടതികൾ സ്ഥാപിച്ചുകൊണ്ട് ദശലക്ഷങ്ങളെ പിന്നെയും കൊന്നൊടുക്കി. മതനിന്ദ (heresy) എന്ന പാഷണ്ഡതയുടെ പേരിലായിരുന്നു സ്വന്തം വിശ്വാസികളെത്തന്നെ അസമാനമായതരത്തിൽ കൊന്നൊടുക്കിയ നൂറ്റാണ്ടുകൾ നീണ്ടുനിന്ന പീഢനപർവ്വം. പോപ്പുമാരുടെ ഉത്തരവിൻ പ്രകാരം ഡൊമിനിക്കൻ, ഫ്രാൻസിസ്ക്കൻ, ജസ്യൂട്ട് പാതിരിമാരായിരുന്നു കേട്ടുകേൾവിയില്ലാത്തവിധമുള്ള നരമേധം നടത്തിയത്. 13-ാം നൂറ്റാണ്ടിലാരംഭിച്ച് മൂന്നു നൂറ്റാണ്ടിലേറെ നീണ്ടുനിന്ന കൊലപാതകപരമ്പരകളുടെ ഇരകൾ കത്തോലിക്കാസഭയ്ക്കെതിരെ നിന്ന വിശ്വാസികൾ തന്നെയായിരുന്നു.

മാനിക്കേയർ എന്ന മർത്തോമ്മാക്കാരുടെ മുൻ തലമുറക്കാർ, കഥാറുൾ, അൽബേജിൻസുകൾ, വാൽഡേയൻസ്, ബിഗ്വയിൻസ്, ബ്രദറൻസ്, നൈറ്റ് ടെമ്പ്ലേഴ്സ് തുടങ്ങി എത്രയോ വിഭാഗങ്ങൾ വംശീയോന്മൂലനം ചെയ്യപ്പെട്ടു. മന്ത്രവാദിനികൾ എന്ന പേരിൽ സ്ത്രീകൾക്കെതിരെ നടന്ന വേട്ടകളിൽ 90 ലക്ഷം പേരാണ് ചുട്ടെരിക്കപ്പെട്ടത്. ഹിറ്റ്ലർ പോലും കൊന്നത് 60 ലക്ഷം പേരെയാണ്.

ഇതു കൂടാതെയാണ് പുസ്തകങ്ങൾ നിരോധിച്ചതും ചിന്തകരെയും ശാസ്ത്രജ്ഞരെയും കലാകാരന്മാരെയും യാതൊരു മനഃസാക്ഷിക്കുത്തുമില്ലാതെ തീയിലെറിഞ്ഞതും. ഈ കൊടും ക്രൂരതകൾക്കെല്ലാം ബൈബിൾ വാക്യങ്ങളുടെ ന്യായീകരണം ആവശ്യത്തിനു ചാർത്തികൊടുത്തിരുന്നു.

ഹിറ്റ്ലറും സഭയും

ലോകം കണ്ട ഏറ്റവും വലിയ ഭീകരനായിരുന്നു ഹിറ്റ്ലർ. (സഭയെ താരതമ്യം ചെയ്താൽ അല്ല) വംശീയതയെപ്പറ്റി ഹിറ്റ്ലർ ഇപ്രകാരമെഴുതി.

> ഓരോ ജീവിവർഗ്ഗത്തിനും അതിന്റേതായ ജീവപരിധി പ്രകൃതി നിശ്ചയിച്ചിട്ടുണ്ട്. ഓരോ വംശവും ജീവിച്ചു വരേണ്ടതും പെറ്റുപെരുകേണ്ടതും അതിനുള്ളിൽ തന്നെയാണ്. ഏതു ജീവിയേയും അതേ വംശത്തിലുള്ള ജീവിയുമായാണ് ഇണ ചേർക്കപ്പെടുന്നത്. കുരുവി കുരുവിയുമായി, ചുണ്ടെലി ചുണ്ടെലിയുമായി, ചെന്നായ ചെന്നായുമായി... (അല്ലാത്തതൊക്കെ ജാര വംശമാണ്) അങ്ങനെ വന്നാൽ അധമവംശങ്ങളാണ് പെറ്റുപെരുകുക. അവയുടെ അതിജീവനസാദ്ധ്യത തുല്യമായാൽ ലോകം ക്രമേണ അവരുടെ ആധിപത്യത്തിലാകും.[6]

'ന്യായ'മായ ഈ 'പ്രകൃതിസത്യ'മായിരുന്നു ഈ കൊടും കൊലയാളിയുടെ ഫാസിസ്റ്റ് അടിത്തറ. ജൂതന്മാർക്കെതിരെ ഹിറ്റ്ലർ യുദ്ധം പ്രഖ്യാപിച്ചതിനു മൂന്നു ന്യായങ്ങളാണു പറഞ്ഞത്. 1. ജൂതവംശീയത കപടമാണ്. 2. അവർക്ക് മരണാനന്തരം ജീവിതമില്ല. 3. അവർ നിരീശ്വരവാദികളാണ്. അറുപതുലക്ഷം ജൂതരെയാണ് ഹിറ്റ്ലർ കൊന്നൊടുക്കിയത്. കൊലപാതകത്തിനുപോലും ഒരു മര്യാദയുണ്ടെങ്കിൽ അതെല്ലാം വെടിഞ്ഞ് ഇരകളെക്കൊണ്ടു കുഴിമാന്തിച്ച് അതിലിറക്കി നിർത്തി വെടിവെച്ചുകൊന്നും, ഗ്യാസ്ചേമ്പറുകളിലടച്ചും, പട്ടിണിക്കിട്ടും സങ്കല്പിക്കാവുന്നതിനപ്പുറത്തെ കരാളതകൾ സൃഷ്ടിച്ച ഹിറ്റ്ലർ ഒന്നാംതരമൊരു കത്തോലിക്കനായിരുന്നു.

---

6 മെയ്ൻ കാംഫ്: അഡോൾഫ് ഹിറ്റ്ലർ.

ലോകസ്നേഹത്തിന്റെ മൊത്തക്കച്ചവടക്കാരായ കത്തോലിക്കാ സഭ ഹിറ്റ്ലറുടെ സഖ്യകക്ഷിയായിരുന്നു. 1933 ജൂലൈയിൽ അധികാരത്തിലെത്തി ഏതാനും മാസങ്ങൾക്കുള്ളിൽ വത്തിക്കാനുമായി കരാറുണ്ടാക്കി. കാത്തലിക് സെന്റർപാർട്ടിയെ നിയന്ത്രണത്തിലാക്കാനും കത്തോലിക്കർ രാഷ്ട്രീയ പ്രക്രിയയിൽ നിന്നു മാറിനില്ക്കാനും, സ്കൂളുകളിൽ പ്രചാരണപരിപാടികൾ പാടില്ലെന്നും, എന്നാൽ സഭയ്ക്ക് എല്ലാവിധ സൗജന്യങ്ങളും നല്കും എന്നുമായിരുന്നു കരാർ. പിറ്റേവർഷം ഏപ്രിൽ 20 ന് പാപ്പയുടെ നിർദ്ദേശപ്രകാരം ബർലിനിൽ ഹിറ്റ്ലറുടെ ജന്മദിനം ആഘോഷിച്ചുകൊണ്ട് ഹിറ്റ്ലർക്ക് സന്ദേശമയച്ചത് ഇങ്ങനെ.

ജർമ്മൻ രൂപതകളുടെയും ബിഷപ്പന്മാരുടെയും പേരിൽ ജർമ്മനിയിലെ കത്തോലിക്കരുടെ തീവ്രമായ പ്രാർത്ഥനകൾ അവരുടെ അൾത്താരയിൽ നിന്ന് സ്വർഗത്തിലേക്ക്.

പയസ് തക-ാമൻ പാപ്പ ഹിറ്റ്ലറെ റോമിൽ സ്വീകരിച്ചെങ്കിൽ യുജിനോ പാസെല്ലി എന്ന പയസ് തകക-ാമൻ തന്റെ സ്ഥാനാരോഹണത്തിന്റെ നാലാം നാൾ ഹിറ്റ്ലർക്ക് ഇങ്ങനെ സന്ദേശമയച്ചു.

ജർമ്മൻ ജനതയുടെ ആത്മീയക്ഷേമം അങ്ങേയ്ക്കു സമർപ്പിച്ചിരിക്കുന്നു. ജനങ്ങളിവിടെ കഴിഞ്ഞ കാലമത്രയും സഭയും സ്റ്റേറ്റും തമ്മിൽ സൗഹാർദ്ദത്തിലായിരുന്നു. ഞങ്ങളുടെ വൈദിക പ്രവൃത്തികളുടെ അവസരങ്ങൾ വർദ്ധിച്ചിരിക്കുന്നതിനാൽ എത്ര തീവ്രമായാണ് ഞങ്ങൾ ലക്ഷ്യത്തിനായി പ്രാർത്ഥിക്കേണ്ടത്. ജർമ്മൻ ജനതയുടെ അഭിവൃദ്ധിയും പുരോഗതിയും ദൈവാനുഗ്രഹത്താൽ ഫലപ്രദമാകട്ടെ[7].

പിന്നീട് ഹിറ്റ്ലറെ നിരീശ്വരവാദിയാക്കി ചിത്രീകരിക്കാൻ സഭ ശ്രമങ്ങൾ നടത്തുകയുണ്ടായി എന്നാൽ ഹിറ്റ്ലറെ സംബന്ധിച്ച് സുഹൃത്തുക്കളും സഹപ്രവർത്തകരുമടക്കമുള്ളവർ എഴുതിയ രേഖകളൊക്കെ ഇതിനെതിരായിരുന്നു. ഹിറ്റ്ലറുടെ സഹപ്രവർത്തകനായ റുഡോൾഫ് ഹെസ്സ് ഇങ്ങനെ പറഞ്ഞു.

എനിക്കു ഹിറ്റ്ലറെ വ്യക്തിപരമായി വളരെ അടുത്തറിയാം. അദ്ദേഹം അസാധാരണമാംവിധം ആദരണീയമായ സ്വഭാവമുള്ളവനും അഗാധമായ ദയയുള്ളവനും മതവിശ്വാസിയുമായ നല്ലൊരു കത്തോലിക്കനാണ്. 1953 ലെ ബർലിൻ പ്രസംഗത്തിൽ ഹിറ്റ്ലർ പ്രഖ്യാപിച്ചു. നമ്മൾക്കു ബോധ്യമുണ്ട് ജനങ്ങൾക്ക് വിശ്വാസം ആവശ്യവും അനിവാര്യവുമാണ്. അതുകൊണ്ട് നിരീശ്വരപ്രസ്ഥാനത്തിനെതിരായ യുദ്ധം നാം ഏറ്റെടുത്തിരിക്കുന്നു. വെറും താത്വികപ്രഖ്യാപനങ്ങൾ കൊണ്ടല്ല, അതിനെ നാം ചവിട്ടിയരച്ചിരിക്കുന്നു.[8]

7 God is not Great: Christopher Hitchens

8 God Delusion: Richard Dawkins

മാർട്ടിൻ ലൂഥർ

മാർട്ടിൻ ലൂഥറെപ്പോലെ യഹൂദരെ 'അണലിസന്തതികൾ' എന്നായിരുന്നു ഹിറ്റ്ലർ സംബോധന ചെയ്തിരുന്നത്. ക്രിസ്തുവിന്റെ ഘാതകർ എന്ന പേരിൽ ഇരുവരും ജൂതരെ സദാ ആക്ഷേപിച്ചിരുന്നു. മാർക്സിസത്തോടുള്ള ഹിറ്റ്ലറുടെ ശത്രുത യുടെ പ്രധാന കാരണങ്ങളിലൊന്ന് അത് ആവിഷ്കരിച്ച മാർക്സും ഏംഗൽസും ജൂതരായിരുന്നുവെന്നതാണ്.

ലോകഭീകരന്മാരായിരുന്ന ഹിറ്റ്ലറും മുസ്സോളിനിയുമായി കൈകോർത്തുനിന്ന സഭയാണ് സ്നേഹത്തെപ്പറ്റി, കാരുണ്യ ത്തെപ്പറ്റി, പ്രേഷിത പ്രവർത്തനത്തെപ്പറ്റി ലോകമെങ്ങും വാചാലമാകുന്നത്. മുസ്സോളിനിക്കു ചെയ്തുകൊടുത്ത സേവനങ്ങൾ മാനിച്ചാണ് ഇറ്റലിയിൽ 'വത്തിക്കാൻ' എന്ന 108 ഏക്കർ സാമ്രാജ്യം മുസോളിനി കത്തോലിക്കാ സഭയ്ക്കു നല്കിയത്.

സമകാലീന കുരുതിക്കളങ്ങൾ

മദ്ധ്യകാലഘട്ടത്തെ ചോരയിൽ മുക്കിയ ക്രൈസ്തവ, ഇസ്ലാമിക, ജൂത കൊലവിളികൾക്ക് ആധുനിക ഘട്ടത്തിലും അവസാനമില്ലെന്ന് സമകാലികചരിത്രം ബോദ്ധ്യപ്പെടുത്തുന്നു. മതങ്ങൾ തമ്മിലെന്നതുപോ ലെതന്നെ മതങ്ങൾക്കുള്ളിൽ പൊട്ടിപ്പുറപ്പെടുന്ന സംഘട്ടനങ്ങൾ തീവ്ര വാദപരമാണ്. ബൽഫാസ്റ്റിലെ ഒരു പഴയ തമാശയെപ്പറ്റി ക്രിസ്റ്റഫർ ഹിച്ചൻസ് പറയുന്നു.

കത്തോലിക്കരും പ്രോട്ടസ്റ്റന്റുകളും തമ്മിലുള്ള കൊടിയകലാപം നടക്കുകയാണ്. കലാപകാരികൾ ഒരാളെ വഴിയിൽ തടഞ്ഞുനിർ ത്തി 'നിങ്ങൾ ആരാണ്?' 'ഞാൻ നിരീശ്വരവാദിയാണ്' ഉടനെ വന്നു മറുചോദ്യം 'കത്തോലിക്കാ നിരീശ്വരവാദിയോ പ്രോട്ടസ്റ്റന്റ് നിരീശ്വ രനോ?'

അത്രമാത്രം വൈകാരികമായ ഒരവസ്ഥയാണ് കത്തോലിക്കരും പ്രോട്ടസ്റ്റന്റുകളും സൃഷ്ടിച്ചിരിക്കുന്നത്. യുഗോസ്ലോവിയയിൽ റോമൻ കത്തോലിക്കരും ഓർത്തഡോക്സുകളും തമ്മിൽ നടത്തുന്ന കലാപം എത്രയധികം ആളുകളെ കൊന്നൊടുക്കി. പക്ഷേ ഇതു വാർത്തയായി വരുന്നത് ഇങ്ങനെയാവും - ക്രോട്ടുകളും (Croats) സെർബുകളും (Serbs) തമ്മിൽ സംഘർഷം. എത്രസമർത്ഥമായി കത്തോലിക്കർ, ഓർത്ത ഡോക്സുകൾ എന്ന വിവരം മറച്ചുവെക്കുന്നു. 1940 കളിൽ വത്തിക്കാ

ക്രിസ്റ്റഫർ ഹിച്ചൻസ്

ന്റെ അനുഗ്രഹത്താൽ ക്രൊയേഷ്യയിൽ ഭരണമുണ്ടായപ്പോൾ യഹൂദരെ മാത്രമല്ല, ഇതര ക്രിസ്ത്യൻ വംശങ്ങളെ ഉന്മൂലനം ചെയ്യാനുള്ള നടപടികളാണ് ജനറൽ ആന്റിപാവ്‌ലിൻ (Ante Pavelin) ചെയ്തത്. പതിനായിരക്കണക്കിന് ഓർത്തഡോക്സ് ക്രിസ്ത്യാനികളാണ് കോൺസൻട്രേഷൻ ക്യാമ്പുകളിൽ ഒടുക്കപ്പെട്ടത്.

90 കളിൽ വാക്കോവാർ, ഡ്യുബ്റോവനിക് നഗരങ്ങളിൽ സെർബിയൻ സൈന്യം നടത്തിയ ഭയാനകമായ ഷെൽ വർഷങ്ങൾ 'വംശീയ ശുദ്ധീകരണം' ഉന്നം വെച്ചുള്ളതായിരുന്നു. സാരാജവോനഗരം 24 മണിക്കൂർ നീണ്ട ഷെൽ വർഷത്തിനും ബോസ്നിയ-ഹെർസഗോവ്ന കൂട്ടക്കൊലയ്ക്കും വിധേയമായി. ഓട്ടോമൻ സംസ്ക്കാരത്തിന്റെ സകല അവശിഷ്ടങ്ങളെയും തകർത്തുവാരുന്നതായിരുന്നു ആക്രമണം. ഓർത്തഡോക്സ് ബിഷപ്പുമാരുടെ ഒത്താശയോടെ നടത്തിയ ഈ ആക്രമണങ്ങൾ പക്ഷേ വാർത്തകളിൽ സെർബിയൻ/ക്രോട്ട് ആക്രമണം എന്നല്ലാതെ ക്രൈസ്തവ ആക്രമണം എന്നു പറയപ്പെട്ടില്ല. കൊല്ലപ്പെടുന്നവർ മുസ്ലീമായാലും വാർത്തകൾ അപ്രകാരമായിരിക്കും. മുസ്ലീങ്ങൾ തമ്മിലുള്ള കൊലപാതകങ്ങളാണെങ്കിൽ ഷിയ-സുന്നി ഖുർദ് ആക്രമണം എന്നൊക്കെയാവും വാർത്ത[9]. ആസ്ട്രേലിയയിൽ ഇന്ത്യൻ വംശജർ അക്രമിക്കപ്പെട്ടു എന്ന വാർത്ത എഴുതുമ്പോഴും ക്രിസ്ത്യൻ മൗലികവാദികളാണ് ആക്രമിച്ചതെന്നു മറച്ചുവെക്കും.

ഇസ്രായേൽ എത്രനൂറ്റാണ്ടായി ചോരയൊലിപ്പിച്ചു കിടക്കുന്നു. ഹമാസിന്റെ നേതാവായ മുഹമ്മദ് അൽ സഹർ വാദിക്കുന്നത് പാലസ്തീൻ ഇസ്ലാമിക് വഖഫ് ആണെന്നാണ്. അതുകൊണ്ട് അവിടെയുള്ളവർ അത്രയും ഇസ്ലാമിക നിയമം അനുസരിച്ചേ മതിയാകൂ. അമുസ്ലീങ്ങൾ 'ദിമ്മി[10]' കളെപ്പോലെ ജസ്യ[11] നല്കണം. സ്ത്രീകൾ അപ്പാടെ പർദ്ദധരിക്കണം, ആരെയും ഹസ്തദാനം ചെയ്തു സ്വീകരിക്കരുത്.

9 God is not great: Christopher Hitchens

10 അള്ളാഹുവിലും ഇസ്ലാമിലും വിശ്വസിക്കാത്തവർ നൽകേണ്ട മതനികുതിയാണ് ജസിയ: ആ നികുതി നൽകി ജീവിക്കുന്നവർ 'ദിമ്മികൾ' (അടിമകൾ) എന്നറിയപ്പെടുന്നു

11 അള്ളാഹുവിലും ഇസ്ലാമിലും വിശ്വസിക്കാത്തവർ നൽകേണ്ട മതനികുതിയാണ് ജസിയ: ആ നികുതി നൽകി ജീവിക്കുന്നവർ 'ദിമ്മികൾ' (അടിമകൾ) എന്നറിയപ്പെടുന്നു

തുർക്കിയിൽ മതനിരപേക്ഷ ഭരണം കൊണ്ടുവന്ന കമാൽപാഷയെ നീക്കിയത് ഇസ്ലാമിക തീവ്രവാദമായിരുന്നു. ഇറാനിലെ ഷായ്ക്കെതിരെ യുദ്ധമിളക്കിവിട്ടത് ഖുമൈനിയായിരുന്നു. ഇറാക്കിലെ സദ്ദാം ഹുസൈന്റെ കൊലക്കളത്തിൽ നിന്നും അമേരിക്കൻ സാമ്രാജ്യത്വം ആർത്തട്ടഹസിച്ചപ്പോൾ, അതിനൊപ്പം കൂടിയവർ ഷിയാകളായിരുന്നു. കാരണം സദ്ദാംഹുസൈൻ സുന്നിയായിരുന്നു.

ഒടുവിൽ അമേരിക്കയ്ക്കും കിട്ടി. അഫ്ഘാനിസ്ഥാനിലെ നജീബുള്ളയെ അട്ടിമറിക്കാൻ മാനസപുത്രനായി വളർത്തിയെടുത്ത ബിൽലാദൻ തന്നെ 9/11-ൽ അമേരിക്കൻ വേൾഡ് ട്രേഡ് സെന്റർ തവിടുപൊടിയാക്കിയപ്പോഴാണ് മതഭീകരതയുടെ മാരകത്വം ആധുനിക സമൂഹത്തിനു ബോദ്ധ്യപ്പെട്ടത്. ദൈവം എത്രമാത്രം സ്നേഹസമ്പന്നനാണെന്നും, ലാദന്റെ ദൈവത്തിന് ക്രിസ്തുവിനേക്കാൾ ശക്തിയുണ്ടെന്നും ലോകം തിരിച്ചറിഞ്ഞു. പിന്നീട് ക്രിസ്തു അള്ളാഹുവിനെ തോല്പിച്ച-ലാദൻ അമേരിക്കൻ തോക്കിനു വിധേയനായി. ഇസ്ലാമിന്റെ ലോകാധിപത്യം ജമാഅത്തെ ഇസ്ലാമിയിലൂടെ ലഷ്ക്കർ ഇ-തോയബ പോലുള്ള അന്താരാഷ്ട്ര സൈനികശക്തികളായി മാറുമ്പോൾ അമേരിക്കൻ സി.ഐ.എ. പോലും അശക്തമാകുന്നു.

ഇന്ത്യയെ വെട്ടിമുറിച്ചത് മതമായിരുന്നു. ഇസ്ലാമിന്റെ പേരിൽ പാക്കിസ്ഥാൻ എന്ന വിശുദ്ധ നാട്ടുരൂപീകരിച്ചിട്ട് നാളിതുവരെ സമാധാനമെന്താണെന്നവർ അറിഞ്ഞിട്ടില്ല. ജനാധിപത്യത്തിന്റെ പേരിൽ ഇസ്ലാമിക ഭരണം നടക്കുന്ന പാക്കിസ്ഥാനിൽ ഓരോ ഭരണാധികാരിയും വെടിയേറ്റു മരിക്കുകയാണ്. ഇപ്പോഴാണെങ്കിൽ ഭരണകൂടം മാത്രമല്ല കോടതിയും മതാത്മകമാണ്. മതനിന്ദയുടെ പേരിൽ ആർക്കും എപ്പോൾ വേണമെങ്കിലും കൊലക്കയർ കിട്ടാം. പ്രവാചകനെപ്പറ്റി എന്തുപറഞ്ഞാലും അതു മതനിന്ദയാണ്. മന്ത്രിയായാലും വേണ്ടില്ല കൊല്ലപ്പെടുക എന്നതാണ് മിനിമം ശിക്ഷ. ഇത്രമാത്രം അസഹിഷ്ണമായ കൊലയാളി സംസ്ക്കാരത്തെയാണ് ഈശ്വരൻ സാക്ഷ്യപ്പെടുത്തുന്നത്. ഏകാധിപത്യഭരണകൂടങ്ങളുടെ സർവ്വാധിപത്യതന്ത്രങ്ങളായിരിക്കാം; സാമ്രാജ്യത്വ താല്പര്യങ്ങളായിരിക്കാം. പക്ഷേ മുന്നിൽ കളിക്കുന്നത് മതം തന്നെയാണ്. ആഹാരത്തിനോ വസ്ത്രത്തിനോ വേണ്ടിയുള്ള പോരാട്ടങ്ങളല്ല ഇവയൊന്നും - ദൈവത്തെ രക്ഷിക്കാനുള്ള കുരുതികളാണ്. അവരുടെ പരിചകളിലും ആയുധങ്ങളിലും ദൈവചിഹ്നങ്ങൾ തന്നെയാണുള്ളത്.

നിരീശ്വരത എങ്ങനെ അനിവാര്യമല്ലാതെയാവും?

ആറ്

എന്തുകൊണ്ട് നിരീശ്വരത

ടി.വി. പരസ്യങ്ങളിൽ ഡോക്ടറുടെ വേഷം കെട്ടിവരുന്ന മോഡലുകൾ പല്ലിന്റെയും തൊലിയുടെയുമൊക്കെ ശാസ്ത്രം പറഞ്ഞ് അതിന് ഉടനടി പരിഹാരമായി ബഹുരാഷ്ട്രകുത്തകയുടെ മരുന്നു നിർദ്ദേശിക്കുന്നു. ആവർത്തിച്ച പരസ്യം കണ്ടുകഴിയുമ്പോൾ ആ മരുന്നിന്റെ (തൊലി വെളുപ്പിക്കാനും പല്ലുനന്നാക്കാനും തുടങ്ങി ബുദ്ധി വളർത്താൻ വരെ) ആരാധകരും പ്രയോക്താക്കളുമായി മാറുന്ന കാഴ്ച ഇന്നിന്റെ ദൈന്യത യാണ്. പരസ്യത്തിൽ പ്രത്യക്ഷപ്പെടുന്നത് ഡോക്ടറല്ലെന്ന ബോധമോ, മരുന്നെന്നത് ഡോക്ടറുടെ നിർദ്ദേശമില്ലാതെ കഴിക്കരുതെന്നോ ഉള്ള സാമാന്യയുക്തിയെങ്കിലുമുണ്ടെങ്കിൽ 500 രൂപയുടെ കാന്തമാല മുതൽ 80000 രൂപയുടെ കാന്തക്കിടക്കവരെ ഇവിടെ വിറ്റുപോകുമായിരുന്നില്ല. ഇതാണ് വിശ്വാസത്തിന്റെ രീതി. വിചാരത്തേക്കാൾ വിശ്വാസം - കപട വിശ്വാസം ആധുനിക മനുഷ്യനെ ചതിക്കുഴികളിൽ കൊണ്ടെത്തിക്കു മ്പോഴും കുപ്രസിദ്ധമായ ആ പരസ്യവാചകം ദൈവത്തിന്റെയും പരസ്യമാകുന്നു - വിശ്വാസം, അതല്ലേ എല്ലാം!

നാസ്തിക്യം, ഒരു പുതിയ വിഷയമല്ല. ഈശ്വരവിശ്വാസം തുടങ്ങിയ നാൾ മുതലുള്ളതാണ്. വിശ്വാസത്തിന്റെ രൂപഭാവങ്ങൾ മാറിയതനു സരിച്ച് നിരീശ്വരത്വം കൂടുതൽ ശാസ്ത്രീയമാവുകയാണുണ്ടായത്. ശാസ്ത്ര ത്തിന്റെ വികാസത്തോടെ നാസ്തികരുടെ എണ്ണം വർദ്ധിക്കുകയാണ് ചെയ്യുന്നത്. ചരിത്രപരമായ പലകാരണങ്ങളും ഇതിനുണ്ട്.

ദിവ്യാത്ഭുതങ്ങളുടെ മതം

എല്ലാ മതങ്ങളുടെയും നിലനില്പ് അത്ഭുതങ്ങളിലാണ്. ഓരോരുത്തരുടെയും ദൈവങ്ങൾ അസാധാരണമാംവിധം അത്ഭുതങ്ങൾ പ്രവർത്തിക്കുന്നതായി അവരുടെ ഗ്രന്ഥങ്ങളും മിത്തുകളും പ്രഘോഷിക്കുന്നു. ഓരോ മതങ്ങളും ഇത്തരം കഥകൾ വാശിയോടെ അവതരിപ്പിക്കുകയും അതിനെ വ്യാഖ്യാനിക്കാനും ആഘോഷിക്കാനും വാശിപിടിക്കുകയും ചെയ്യുന്നു.

Marvellous event due to some supposed Supernatural Agency (പ്രകൃത്യാതീതശക്തിയാലെന്നു കരുതപ്പെടുന്ന അത്ഭുതകരമായ സംഭവം) എന്നാണ് ദിവ്യാത്ഭുത(Miracle)ത്തിന്റെ നിർവ്വചനം. അതിൽതന്നെ 'കരുതപ്പെടുന്ന' എന്നു വ്യക്തമാക്കിയിരിക്കുന്ന സ്ഥിതിക്ക് അതിന്റെ വ്യാഖ്യാനത്തിലേക്ക് ഏറെ കടക്കേണ്ടതില്ല. ഇന്ദ്രിയാതീതമായി എന്തൊക്കെയോ ആകാശത്തും ഭൂമിയിലും നടക്കുന്നുവെന്നതാണ് ദിവ്യാത്ഭുതങ്ങളെപ്പറ്റിയുള്ള അവകാശവാദം. ദൈവങ്ങളുടെയൊക്കെ 'മഹത്വം' അവർ കാണിച്ച അത്ഭുതങ്ങൾ തന്നെയാണ്. ഓരോ മതങ്ങളിൽ നിന്നും അവാന്തരവിഭാഗങ്ങൾ പിറക്കുന്നതുപോലും ദിവ്യാത്ഭുതങ്ങളുടെ പേരിലാണ്.[1] മതപുനരുജ്ജീവന ശക്തികൾ അവലംബിക്കുന്നതും ദിവ്യാത്ഭുതങ്ങളെത്തന്നെയാണ്. ഐതിഹ്യങ്ങളാണ് എല്ലാ മതങ്ങളുടെയും ഈടുവെപ്പുകൾ.

ദൈവങ്ങളുടെയെല്ലാം പിറവിതന്നെ 'അത്ഭുതകര'മാണ്. കന്യകയ്ക്ക് കുട്ടിയുണ്ടാവുക, തുടയിൽ നിന്നു ജനിക്കുക, പായസം കുടിച്ച് ഗർഭമുണ്ടാകുക തുടങ്ങിയ വേലത്തരങ്ങളിലൂടെ ഇവർ 'അവതരിക്കുക'യാണ്. ആകാശത്തുനിന്ന് ഇടിവാളിറങ്ങിവരുന്നതും മാലാഖമാർ പറന്നുവരുന്നതും കല്ലുപിളർന്നു പെണ്ണായി മാറുന്നതും മരിച്ചവരെ ഉയിർത്തുന്നതും തുടങ്ങി അമാനുഷികതയുടെ തുടരൻ എപ്പിസോഡുകളാണ് മതത്തിലുള്ളത്. ഇതൊക്കെ ഒഴിവാക്കിയാൽ മതത്തിൽ മനുഷ്യനു വലിയതാല്പര്യമുണ്ടാകില്ല.

സ്ക്കോട്ടിഷ് തത്വചിന്തകനായ ഡേവിഡ് ഹ്യൂം അത്ഭുതങ്ങളെ ഇങ്ങനെ നിർവ്വചിക്കുന്നു.

---

1 കത്തോലിക്കാ സഭയിൽ നിന്ന് പെന്തക്കോസ്ത വിഭാഗങ്ങളിലേക്ക് ഒഴുക്കുണ്ടാകുന്നത് അവരുടെ കരിസ്മാറ്റിക് തന്ത്രങ്ങളിലൂടെയും രോഗശാന്തി ശുശ്രൂഷകളിലൂടെയുമാണ്. അവരിൽ നിന്ന് മറ്റു വിഭാഗങ്ങൾ പൊട്ടിമുളയ്ക്കുന്നതും ഇങ്ങനെ തന്നെ 'സ്വർഗീയവിരുന്ന്' എന്ന തട്ടിപ്പുസംഘം 'വഴിഞ്ഞൊഴുകുന്ന' ഇൻസ്റ്റന്റ് അത്ഭുതങ്ങൾ കാണിച്ചാണ് വളർന്നത്. പുതിയ മനുഷ്യദൈവങ്ങൾ പിറക്കുന്നതൊക്കെ ഇതേ വിദ്യകൾകൊണ്ടുതന്നെയാണ്. ശ്രീശ്രീയെപോലുള്ളവർ ഇതിനെ കൗണ്ടർ ചെയ്യാനാണ് ജീവനകലയുമായി ഇറങ്ങിത്തിരിച്ചത്.

നിയതവും പ്രതീക്ഷിതവുമായ കാര്യങ്ങളുടെ തടസ്സമോ മാറ്റമോ ആണ് അത്ഭുതം - സൂര്യൻ പടിഞ്ഞാറ് ഉദിക്കുന്നതോ കുതിര പറക്കുന്നതോ ഒക്കെ. രണ്ടു സാദ്ധ്യതകളാണ് ഇതിൽ അന്തർലീനമായിരിക്കുന്നത്. പ്രകൃതിനിയമങ്ങൾ നശിച്ചിരിക്കുന്നുവെന്നോ, കാഴ്ചക്കാരൻ മതിഭ്രമത്തിൽ അകപ്പെട്ടിരിക്കുന്നുവെന്നതോ.[2]

പ്രകൃതി നിയമങ്ങൾക്കതീതമായി ഒന്നും സംഭവിക്കുന്നില്ല എന്നത് ശാസ്ത്രബോധമുള്ള ഏതൊരാൾക്കും അറിയാവുന്നസാമാന്യ തത്വം മാത്രമാണ്. മതത്തിന്റെ ദിവ്യാത്ഭുത പരിവേഷത്തെപ്പറ്റി തോമസ് പെയ്ൻ നടത്തുന്ന നിരീക്ഷണം അർത്ഥവത്താണ്.

മതം എന്ന ഏതെങ്കിലുമൊരു വിശ്വാസ സമ്പ്രദായത്തെയോ അഭിപ്രായസമ്പ്രദായത്തെയോ തെളിയിക്കുന്നതിനായി പ്രധാനമായും അവതരിപ്പിക്കുന്നത് ദിവ്യാത്ഭുതത്തെയാണ്.[3]

ദിവ്യാത്ഭുതങ്ങളുടെ സവിശേഷതകൾ ഇവയാണ്. 1. കൈവേലകളോ തട്ടിപ്പോ ആയിരിക്കും. 2. അത് ആവർത്തിക്കേണ്ടി വരുമ്പോൾ കള്ളത്തരം പുറത്താകും. 3. കണ്ടു എന്നു പറയുന്ന ആളിന്റെ സാക്ഷ്യത്തിനപ്പുറം അതിനു നിലനില്പില്ല. 4. അതു വിശ്വസിച്ചാൽ തന്നെ ദൈവത്തിലുള്ള വിശ്വാസം അയാളിലേക്കു മാറുകയാണു ചെയ്യുന്നത്.

ഒരു തെരുവു മജീഷ്യന്റെ നിലവാരമാണ് ലോകസ്രഷ്ടാവായ ദൈവത്തിന് ഉള്ളതെന്നുവന്നാൽ അതു ദൈവത്തെ തന്നെ ഇകഴ്ത്തലാണ്. അങ്ങനെ ചെയ്തെന്നു വന്നാൽ തന്നെ എന്തു പ്രയോജനം. ക്രിസ്തു ലാസറെ ഉയർത്തി എന്ന് ആവർത്തിക്കുന്നതുകൊണ്ട് മരിച്ച ആരെങ്കിലും ഇന്നുവരെ തിരിച്ചുവന്നോ? ക്രിസ്തുപോലും തിരിച്ചുവന്നില്ല. അത്ഭുതങ്ങളോ കെട്ടുകഥകളോ കൊണ്ട് സമൂഹത്തിന് എന്തു ഗുണമാണുള്ളത്? ദൈത്തിനപ്പുറത്തേക്ക് അത്ഭുതങ്ങൾ സംക്രമിക്കുന്നു എന്നതിന്റെ തെളിവാണ് പ്രവാചകന്മാരും മനുഷ്യദൈവങ്ങളും. ഇവർ ദൈവത്തെ സാക്ഷ്യപ്പെടുത്തുന്നു എന്നു പറയുമ്പോഴും ദൈവത്തെ സംബന്ധിക്കുന്ന തത്വങ്ങൾ അട്ടിമറിക്കുകയാണു ചെയ്യുന്നത്. ഉദാഹരണത്തിന് സായിബാബയോ അമൃതാനന്ദമയിയോ കെ.പി. യോഹന്നാനോ ഒരാളുടെ രോഗം ഭേദമാക്കുമ്പോൾ അയാൾ രോഗമുണ്ടാകണമെന്ന ദൈവനിശ്ചയത്തെയാണ് അട്ടിമറിക്കുന്നത്. അഥവാ അയാളുടെ രോഗം അതുവഴി മാറുന്നെങ്കിൽ 'ദൈവം' അങ്ങനൊരു രോഗം വരുത്തേണ്ടിയിരുന്നില്ല.

---

2 David Hume: Cited from God Delusion

3 Thomas Paine: The Age of Reason

മനുഷ്യദൈവങ്ങളുടെ ഓപ്പൺ മാർക്കറ്റാണ് ഇന്ത്യ. മുപ്പത്തിമുക്കോടി പുരാണ ദൈവങ്ങൾക്കും മീതെയാണ് ആയിരക്കണക്കായ ദേശീയ, പ്രാദേശീയ മനുഷ്യദൈവങ്ങൾ. സായിബാബ, ധീരേന്ദ്ര ബ്രഹ്മചാരി, ചന്ദ്രസ്വാമി, രവിശങ്കർ, അമൃതാനന്ദമയി തുടങ്ങി അന്താരാഷ്ട്ര (കു) പ്രസിദ്ധമായ മനുഷ്യദൈവങ്ങളെ കൂടാതെ കണക്കില്ലാത്ത ലോക്കൽ ദൈവങ്ങളുമുണ്ട്. എന്തെങ്കിലും അത്ഭുത പൊടിക്കൈകൾ കാട്ടിയാണ് ഇവരൊക്കെ ധനാഢ്യന്മാരും സാമ്രാജ്യത്വസേവകരുമായി വിലസുന്നത്.[4]

ദിവ്യാത്ഭുതമോ പ്രവചനമോ യഥാർത്ഥമാണെന്നുതന്നെ വാദത്തിനായി സമ്മതിക്കുക. എങ്കിൽ തന്നെ അതുകൊണ്ട് ആർക്ക് എന്തു ഗുണമാണുള്ളത്? പ്രവചനം ഫലിച്ചു. ദിവ്യാത്ഭുതം കണ്ടു എന്നു പറയുന്ന ആളിന്റെ സ്വയംസാക്ഷ്യത്തിനപ്പുറം മറ്റെന്തു തെളിവാണുള്ളത്? ഏതെങ്കിലും ദേശീയദുരന്തം മുൻകൂട്ടി പ്രവചിച്ച് ഒഴിവാക്കിയ ഒരു സംഭവമെങ്കിലുമുണ്ടോ? ഇന്ദിരാഗാന്ധി വധമോ, സുനാമിയോ ഒക്കെ നേരത്തെ പ്രവചിക്കാൻ ഈ ദൈവങ്ങൾക്കു കഴിഞ്ഞിരുന്നെങ്കിൽ എന്തുനന്നായിരുന്നു. അല്ലാത്ത പ്രഹസനങ്ങൾകൊണ്ട് എന്തുകാര്യം? ധാർമ്മികതത്വങ്ങൾ തനതു നിലയ്ക്കുതന്നെയാണ് ലോകൈകമായി നിലനില്ക്കുന്നത്. അതു ദൈവം വഴി സാധിക്കുന്നകാര്യമല്ല. അതുകൊണ്ടാണ് നിരീശ്വരത പ്രസക്തമാകുന്നത്.

ബൈബിളിലെ സദാചാരം

സദാചാരവും നന്മയുമൊക്കെ രൂപപ്പെടുത്തുന്നതും നിലനിർത്തുന്നതും ഈശ്വരനും മതവുമാണെന്നാണല്ലോ ആസ്തികരുടെ വാദം. ഈശ്വരവിശ്വാസമില്ലെങ്കിൽ ധർമ്മത്തിന്റെ ആകാശം ഇടിഞ്ഞു വീഴുമത്രേ. എന്നാൽ മതങ്ങളിലൂടെ അവരുടെ ഈശ്വരന്മാർ പ്രഖ്യാപിക്കുന്ന സദാചാരം എന്തെന്ന് അറിയേണ്ടതു തന്നെയാണ്. അടിമത്തം, ലൈംഗികത, സ്ത്രീകളോടുള്ള നിലപാട്, ഇതര വിഭാഗങ്ങളോടുള്ള പെരുമാറ്റം എന്നീ കാര്യങ്ങളിൽ ദൈവങ്ങൾ എന്തു പറയുന്നു എന്നറിയുമ്പോഴേ നാസ്തിക്യത്തിന്റെ ആവശ്യകത ബോദ്ധ്യമാവുകയുള്ളൂ.

ബൈബിൾ ആണല്ലോ സദാചാരത്തിന്റെ കുത്തക അവകാശപ്പെടുന്നത്. ലോകത്തിലെ ഏറ്റവും നീചമായ അടിമത്ത വ്യവസ്ഥയെ ബൈബിൾ അംഗീകരിക്കുകയും ന്യായീകരിക്കുകയും ചെയ്യുന്നു.

ഒരു എബ്രായദാസനെ വിലയ്ക്കുവാങ്ങിയാൽ ആറു സംവത്സരം സേവിച്ചിട്ടു ഏഴാം സംവത്സരത്തിൽ അവന് ഒന്നും കൊടുക്കാതെ

---

4 കൂടുതൽ വിവരങ്ങൾ ലേഖകന്റെ 'അമൃതാനന്ദമയിയും ആഗോള വല്ക്കരണവും എന്ന കൃതിയിൽ.

സ്വതന്ത്രനായി പൊയ്ക്കൊള്ളട്ടെ...യജമാനൻ അവനു ഭാര്യയെ നല്കിയെങ്കിൽ അതും തിരികെ നല്കണം (പുറപ്പാട് 21:1-4)

ക്രിസ്തു പ്രസംഗിച്ചത് അശരണരും അടിമകളുമായ ജനങ്ങളോടാണ്. ഒരു ചെകിട്ടത്തടിച്ചാൽ മറുചെകിട്ട് കാട്ടിക്കൊടുക്കാനും, ഏഴ് എഴുപതുവട്ടം ക്ഷമിക്കണമെന്നുമൊക്കെ ക്രിസ്തു പ്രസംഗിച്ചത് അടിമകളോടാണ്. അത് അടിമത്തത്തെശാശ്വതവൽക്കരിക്കലാണ്. മാത്രമല്ല ഒരു മഹത്കാര്യം പോലെ നടത്തിയ പ്രസ്താവം ഇതായിരുന്നു.

ഉള്ളവന് കൊടുക്കും, ഇല്ലാത്തവരിൽ നിന്ന് ഉള്ളതുകൂടി എടുത്തുകളയും (ലൂക്കോ 19:26)

അക്രമത്തെയും കൊലപാതകങ്ങളെയും യഥേഷ്ടം പ്രോത്സാഹിപ്പിച്ച ദൈവമായിരുന്നു യഹോവ. തന്റെ തിരഞ്ഞെടുക്കപ്പെട്ട ഇസ്രയേൽ ജനത ഒഴികെയുള്ളവരെ മുഴുവൻ 'അന്യജാതികൾ' എന്നാണ് വിളിച്ചിരുന്നത്. അവരെയൊക്കെ യഥേഷ്ടം കൊന്നൊടുക്കാൻ യഹോവ ആജ്ഞാപിക്കുന്നു. പരമ കാരുണികനെന്ന് ആഘോഷിക്കുന്ന യേശുവും ഇതിന് അപവാദമല്ല.

ഞാൻ ഭൂമിയിൽ സമാധാനം വരുത്താൻ വന്നതല്ല. മനുഷ്യനെ അപ്പനോടും മകളെ അമ്മയോടും മരുമകളെ അമ്മായിയമ്മയോടും ഭേദിപ്പാനാണു വന്നത്. എന്നെക്കാളധികം അച്ഛനമ്മമാരെയോ മകനെയോ ഇഷ്ടപ്പെടുന്നവർ എനിക്കുപ്രിയരല്ല (മത്തായി 10:34-36)

എന്നാണ് ക്രിസ്തു തുറന്നടിക്കുന്നത്. ഇത് ലൂക്കോസും സാക്ഷ്യപ്പെടുത്തുന്നു (12:51-52) ഇതാണോ സമാധാനം? സ്ത്രീയടിമത്തത്തെയും സ്ത്രീയെ വെറും ഉപഭോഗവസ്തുവാക്കുന്നതിനെയും ബൈബിൾ സാക്ഷീകരിക്കുന്നു.

ആക്രമിക്കപ്പെടുന്ന രാജ്യത്തെ സ്ത്രീകൾ, കുട്ടികൾ എന്നിവരെ എടുക്കാം. (ആവർത്തനം 20:13-15) ഇസ്രയേല്യരിൽ ആരും അന്യജാതിയിൽപെട്ടവരായ സ്ത്രീകളെ ഭാര്യമാരാക്കരുത് (ആവ. 7:3-6) അന്യജാതിക്കാരിൽ നിന്നും ഭാര്യമാരെ എടുക്കുകയോ അവർക്കു ഭാര്യമാരായി കൊടുക്കുകയോ അരുത് (ആവ. 7:3-6)

ഇതിനു വിപരീതമായി പ്രവർത്തിക്കുന്നവരെകൊന്നു കളയുമെന്നും അങ്ങനെ 24000 പേരെ കൊന്നെന്നും സംഖ്യാപുസ്തകം (25:6-9) പ്രസ്താവിക്കുന്നു. ഇസ്രയേലിനുവേണ്ടി മിദാന്യരെ കൊന്നൊടുക്കിയ യഹോവ അവരുടെ സ്ത്രീകളെ മുഴുവൻ പിടിച്ചു കെട്ടിക്കൊണ്ടുപോന്നു. ദൈവം പറയുന്നു.

ഇപ്പോൾ കുഞ്ഞുങ്ങളിലുള്ള ആണിനെയൊക്കെയും പുരുഷനോടു കൂടി ശയിച്ചിട്ടുള്ള സകല സ്ത്രീകളെയും കൊന്നുകളയുവിൻ. പുരുഷനോടു കൂടെ ശയിക്കാത്ത പെൺകുഞ്ഞുങ്ങളെ ജീവനോടെ വെച്ചുകൊള്ളുവിൻ (സംഖ്യ 31:17-18)

പുരുഷനോടുകൂടി ശയിക്കാത്ത 32000 സ്ത്രീകളെ ജനപ്രമാണിമാരും പുരോഹിതരും പങ്കിട്ടെടുത്തു വെപ്പാട്ടിമാരാക്കി. എന്തുനല്ല സദാചാരം! 'സ്ത്രീ സ്വാതന്ത്ര്യ'ത്തെപ്പറ്റിയുള്ള ദൈവവചനം കേൾക്കേണ്ടതു തന്നെയാണ്.

> 'സ്ത്രീ മൂടുപടമിടുന്നില്ലെങ്കിൽ മുടികത്രിച്ചുകളയട്ടെ. കത്രിക്കുന്നതോ ക്ഷൗരംചെയ്യുന്നതോ സ്ത്രീക്കു ലജ്ജയെങ്കിൽ മൂടുപടം ഇട്ടുകൊള്ളട്ടെ. സ്ത്രീയോ പുരുഷന്റെ തേജസ് ആകുന്നു. പുരുഷൻ സ്ത്രീക്കായിട്ടല്ല, സ്ത്രീ പുരുഷനായിട്ടല്ലോ സൃഷ്ടിക്കപ്പെട്ടത്. (1കൊരി 11 :6-10) ഭാര്യമാരേ, കർത്താവിനു സഭയെന്നപ്പോലെ സ്വന്തം ഭർത്താക്കന്മാർക്കു കീഴടങ്ങുവിൻ. സഭ ക്രിസ്തുവിനു കീഴടങ്ങിയിരിക്കുന്നതുപോലെ ഭാര്യമാരും ഭർത്താക്കന്മാർക്ക് സകലത്തിലും കീഴടങ്ങിയിരിക്കേണം. (എഫെസ്യർ 5:22-23) പിന്നിയ തലമുടി, പൊന്ന്, മുത്ത്, വിലയേറിയ വസ്ത്രം എന്നിവകൊണ്ട് അലങ്കരിക്കരുത്. സ്ത്രീ മൗനമായിരുന്ന് പൂർണ്ണാനുസരണത്തോടും കൂടെ പഠിക്കട്ടെ. മൗനമായിരിപ്പാൻ അല്ലാതെ ഉപദേശിക്കാനോ പുരുഷന്റെ മേൽ അധികാരം നടത്താനോ ഞാൻ സ്ത്രീയെ അനുവദിക്കുന്നില്ല (1 തിമോഥെയോസ് 2:10-12)

ഏതെങ്കിലുമൊരു സ്ത്രീ ഇതു സമ്മതിക്കുമോ എന്നതിനെക്കാൾ ഇന്നത്തെ സമൂഹം ഇത് അനുസരിക്കണമെന്നു കരുതാനാകുമോ? സാമൂഹ്യബോധത്തിൽ ദൈവം എത്രപുറകിലാണെന്നാണ് ഇതു വ്യക്തമാക്കുന്നത്.

കുത്തഴിഞ്ഞ ലൈംഗിക സദാചാരമാണ് ബൈബിൾ സാക്ഷ്യപ്പെടുത്തുന്നത്. ലോത്തിൽ നിന്നും സ്വന്തം പെൺമക്കൾ ഗർഭിണികളായകഥ (ഉല്പത്തി 19:30-38) അബ്രഹാമിന്റെ ഭാര്യ സാറായി ദാസിയെ അബ്രഹാമിനു കാഴ്ചവെച്ച കഥ (16:1-6) യാക്കോബ് ലാബാന്റെ മൂത്ത മകളായ ലേയയെയും പിന്നെ റാഫേലിനെയും റാഫേൽ ദാസിയായ ബിൽഹയേയും കാഴ്ചവെച്ച കഥ (29:21-28) യഹൂദ മകൻ ഏരിന് താമാറിനെ നല്കിയതും ഏരിനെ ദൈവം കൊന്നതും ജ്യേഷ്ഠത്തിയിൽ അനുജൻ ഓനാനെക്കൊണ്ട് സൃഷ്ടിനടത്താൻ ആവശ്യപ്പെട്ടതും

അനുസരണക്കേടിന്റെ പേരിൽ ഓനാനെ കൊന്നതും ഒടുവിൽ അമ്മായിയപ്പൻതന്നെ മരുമകളെ ഗർഭിണിയാക്കിയതുമായ കഥ (38:1-26) ദാവീദ് ഊരിയാവിന്റെ ഭാര്യ ബത്ത്ശേബയോടൊത്തു ശയിക്കുകയും ഊരിയാവിനെ യുദ്ധത്തിൽ വിട്ടുമനഃപൂർവ്വം കൊല്ലിക്കുകയും ചെയ്ത കഥ (2ശമുവേൽ 11:2-8) തുടങ്ങി ലൈംഗികാഭാസങ്ങളുടെ പരമ്പര തന്നെ 'വിശുദ്ധവേദപുസ്തകം' കാഴ്ചവെക്കുന്നുണ്ട്. അന്യന്റെ ഭാര്യയെ ആഗ്രഹിക്കരുതെന്ന് ഒരു ഘട്ടത്തിൽ ഉപദേശിച്ച സാക്ഷാൽ ദൈവം തന്നെയാണ് ജോസഫിന്റെ ഭാര്യ മറിയമിൽ പുത്രോല്പാദനം നടത്തിയത്. എല്ലാം സൃഷ്ടിച്ച ദൈവത്തിനു പുത്രനുണ്ടാകട്ടെ' എന്നൊന്നു പറഞ്ഞാൽ പോരായിരുന്നോ, എന്തിന് പാവപ്പെട്ട ഒരു പെണ്ണിന്റെ മാനത്തിനു വിലപറഞ്ഞു. പുരുഷാധിപത്യ സാമൂഹ്യവ്യവസ്ഥിതിയുടെ നിരോധനങ്ങൾക്കപ്പുറത്ത് എന്തു നിലവാരമാണ് ഇതിനൊക്കെയുള്ളത്.

ആധുനിക സമൂഹത്തിനോ കുടുംബത്തിനോ സ്വാംശീകരിക്കാനുള്ള എന്തു സന്ദേശവും സദാചാരവുമാണ് ബൈബിളിലും അതിലെ ദൈവവും മുന്നോട്ടുവെക്കുന്നത്? ഒരു കാലത്തും മനുഷ്യ സമൂഹത്തിനുസ്വീകരിക്കാൻ കഴിയാത്ത ഗോത്രകാല നിലപാടുകളാണവ. അതുകൊണ്ടുതന്നെയാണ് സദാചാരത്തിനുവേണ്ടി ആസ്തിക്യത്തെ തള്ളിക്കളയേണ്ടതും നാസ്തിക്യത്തെ സ്വീകരിക്കേണ്ടതും.

ഖുറാനിലെ അടിമവ്യവസ്ഥ

1984 ജൂലൈ 30 ന് ഹിമാങ്ഷുചക്രവർത്തി എന്നൊരാൾ പശ്ചിമബംഗാൾ ആഭ്യന്തര വകുപ്പിന് ഒരു കത്തെഴുതി. IPC 153, 295അ വകുപ്പുകൾ പ്രകാരം ഖുറാൻ പ്രസിദ്ധീകരിക്കുന്നത് കുറ്റകരമാണെന്നായിരുന്നു അദ്ദേഹത്തിന്റെ വാദം. 1985 മാർച്ച് 16 ന് ചന്ദ്മാൽചോപ്ര എന്നയാൾ ഇതേ ആവശ്യം ഉന്നയിച്ചു. മറുപടികിട്ടാതെ വന്നപ്പോൾ 1985 മാർച്ച് 29ന് കൽക്കട്ട ഹൈക്കോടതിയിൽ ഭരണഘടന 226-ാം വകുപ്പുപ്രകാരം ഒരു റിട്ട് ഫയൽ ചെയ്തു. ജസ്റ്റിസ് പത്മാകസ്തഗീറിന്റെ മുമ്പാകെ ഇതു വിചാരണയ്ക്കുവന്നു. ആ വർഷം ബംഗാൾ നിയമസഭയിലും ലോകസഭയിലും പ്രശ്നം ചൂടുപിടിച്ചു. ഗവൺമെന്റ് പെറ്റീഷനെ എതിർത്തു. ഇതുമായി ബന്ധപ്പെട്ട സംഘർഷങ്ങൾ ഉടലെടുത്തു. 85 മെയ് 14 ന് കോടതി പെറ്റീഷൻ തള്ളിക്കളഞ്ഞു. പക്ഷേ 'കൽക്കട്ട ഖുറാൻ കേസ്' എന്നപേരിൽ അതു പ്രസിദ്ധമായി.

വാദികൾ ഉന്നയിച്ചതത്രയും ഖുറാനിലെ വാക്യങ്ങൾ ഉദ്ധരിച്ചുകൊണ്ടായിരുന്നു. ക്രൂരതയും ഹിംസയും പ്രചരിപ്പിക്കുന്ന, വിവിധ മതവിഭാ

ഗങ്ങളിൽ വെറുപ്പും വൈരാഗ്യവും വളർത്തുന്ന, മറ്റു മതവിഭാഗങ്ങളെ അവഹേളിക്കുന്ന തുടങ്ങിയവയായിരുന്ന അവരുടെ വാദങ്ങൾ. അവർ ഉദ്ധരിച്ച ഖുറാൻ വാക്യങ്ങൾ ഇവരായിരുന്നു. (കഴിഞ്ഞ അദ്ധ്യായത്തിൽ ഉദ്ധരിച്ചവര ഒഴിവാക്കുന്നു)

> മതം അല്ലാഹുവിന് അധീനപ്പെടുംവരെ അവരുമായി യുദ്ധം ചെയ്യുക (2:193, 8:39) സത്യനിഷേധികളോടു ഖുറാൻ കൊണ്ടു ഘോരസമരം ചെയ്യുക (25:52) വിഗ്രഹാരാധകരെ അല്ലാഹു നിന്ദ്യരാക്കി തള്ളിക്കളയും (9:12) ധനം കൊണ്ടും ദേഹം കൊണ്ടും അല്ലാഹുവിന്റെ മാർഗത്തിൽ പോരാടുകയും ചെയ്യുന്നവർക്ക് അല്ലാഹുവിങ്കൽ അതിമഹത്തായ പദവിയാണുള്ളത് (9:20) നിങ്ങളുടെ പിതാക്കന്മാരും സഹോദരന്മാരും സത്യവിശ്വാസത്തിനെതിരായി സത്യനിഷേധത്തെയാണ സ്നേഹിക്കുന്നതെങ്കിൽ അവരെ നിങ്ങളുടെ രക്ഷകർത്താക്കളായിവെക്കരുത് (9:23) ലോകാവസാനം വരെ അവർക്കിടയിൽ (ക്രിസ്ത്യാനികൾ) ശത്രുതയും വിദ്വേഷവും നാം ഇളക്കിവിടും (5:14) ജൂതന്മാരെയും ക്രിസ്ത്യാനികളെയും ആത്മമിത്രങ്ങളും സഹായികളുമാക്കിവെക്കരുത്.... നിങ്ങളിലാരെങ്കിലും അവരെ സഹായികളും മിത്രങ്ങളുമാക്കിവെച്ചിട്ടുണ്ടെങ്കിൽ അവരിൽപെട്ടവനാകുന്നു. അക്രമികളായ അവർക്ക് അല്ലാഹു മാർഗദർശനം നല്കുകയില്ല (5:51) വേദക്കാരിലും ബഹുദൈവവിശ്വാസികളിലുമുള്ള സത്യനിഷേധികൾ നരകാഗ്നിയിലേക്കാണ പോകുക. സൃഷ്ടികളിൽ വെച്ച് ഏറ്റവും ദുഷിച്ചവരത്രേ അവർ... (98:6)

അടിമയും ഉടമയും തമ്മിലുള്ള ബന്ധമാണ് മനുഷ്യനും ദൈവവുമായുള്ളതെന്ന് ഖുറാൻ. അല്ലാഹുവിനെ മ അബൂദ് (യജമാനൻ) ആയും മനുഷ്യരെ അബ്ദു (അടിമ) ആയും പ്രഖ്യാപിക്കുന്നു. അടിമത്തത്തെ സർവ്വാത്മനാ അംഗീകരിക്കുന്ന ഇസ്ലാം സ്ത്രീയെ ഒരു വ്യക്തിയായി പോലും അംഗീകരിക്കുന്നില്ല.

കഴിയുന്നവർക്കു നാലുഭാര്യമാരെ വിവാഹം കഴിക്കാം (4:3) എത്ര വെപ്പാട്ടിമാരെയും സൂക്ഷിക്കാം (23:5-6) സ്ത്രീയെ മർദ്ദിക്കാം (4:34) സ്ത്രീ പുറത്തിറങ്ങാൻ പാടില്ല (33:83) സ്ത്രീ ഭരണാധികാരിയായി വരുന്ന കാലത്ത് ജീവിക്കുന്നതിലും നല്ലത് മരിക്കുകയാണ് (ശരിയത്ത്) ഭാര്യ കൃഷിസ്ഥലമാകുന്നു. നിങ്ങൾക്ക് ഇഷ്ടമുള്ളത് പ്രവർത്തിക്കാം (2:223)

ഇസ്ലാമിക നിയമമായ 'ശരിയത്ത്' സ്ത്രീയോടുകാണിക്കുന്ന ക്രൂരമായ നിലപാടിന്റെ തെളിവാണ്. രണ്ടു സ്ത്രീകൾക്കുള്ള സ്വത്തിനു തുല്യമാണ് പുരുഷനുള്ള സ്വത്ത്. ഭർത്താക്കന്മാർ ഉപേക്ഷിക്കുന്നത് 1/4 സ്വത്തുമാത്രമാണ് ഭാര്യയ്ക്കു അവകാശം. മക്കളില്ലാത്ത വിധവയ്ക്ക് ജംഗമസ്വത്തുക്കളുടെ 1/4 മാത്രമേയുള്ളൂ; സ്ഥാവരസ്വത്തുക്കളില്ല. ഇതിലൊക്കെ മ്ലേച്ഛമാണ് വിവാഹമോചനത്തിന്റെ നിയമം. എപ്പോൾ വേണമെങ്കിലും ഭർത്താവിന് ഭാര്യയെ വിവാഹമോചനം നടത്താം. നേരിട്ടോ ദൂതൻ മുഖേനയോ 'തലാക്' എന്നു മൂന്നുപ്രാവശ്യം പറഞ്ഞാൽ വിവാഹമോചനമായി. വെറുതെ ഉറക്കത്തിൽ ഉരുവിട്ടാൽ പോലും അതു വിവാഹമോചനമാകും. വിവാഹമോചനം നടത്തിയ ഭാര്യയ്ക്ക് ചെലവിനു കൊടുക്കാനുള്ള യാതൊരു ബാദ്ധ്യതയും ഭർത്താവിനില്ല - ഇതൊക്കെ 'ദൈവിക നിയമ'ങ്ങളാണ്. ഇത്തരമൊരു ദൈവത്തിൽ വിശ്വസിച്ചുകൊണ്ട് എങ്ങനെയാണ് സദാചാരപരമായി ജീവിക്കുക.

ജാതിഭീകരതയുടെ ഹൈന്ദവത്വം

വേദകാലത്തെ ബ്രാഹ്മണമതം വളരെന്യൂനപക്ഷമായിരുന്നു. അവരുടെ സൃഷ്ടികളായ ശ്രുതികളും സ്മൃതികളും പുരാണങ്ങളും രാഷ്ട്രീയാധികാരത്തിന്റെ ഉപാധികളായിരു. ചാതുർവർണ്യ വ്യവസ്ഥയെ അതുവഴി പ്രമാണീകരിച്ചു. അതിലുൾപ്പെടുന്നവർ ജനസംഖ്യയുടെ 13% പോലും വരികയില്ല. പിന്നാക്കരും ദലിതരും ആദിവാസികളുമൊന്നും യഥാർത്ഥത്തിൽ ഹിന്ദുക്കളല്ല.[5] പിന്നീട് ഭരണഘടനാപരമായ വിവക്ഷയിലാണ് ഹിന്ദുവാക്കപ്പെട്ടത്.[6]

'ഹിന്ദുമത'ത്തിന്റെ പ്രമാണവും അടിസ്ഥാനവും തത്വവുമൊക്കെ ജാതിയാണ്. ജാതികൾകൊഴിഞ്ഞുപോയാൽ പിന്നെ ഹിന്ദുമതം എന്നൊന്നില്ല. ജാതി അപമാനവീകരണമാണ്, അടിമത്തമാണ്; അയിത്തവും ക്രൂരതയുമാണ്. ഹിന്ദുവിൽ മനുഷ്യനില്ല, ജാതിയേയുള്ളൂ. ഏതാണ്ട് മൂവായിരത്തിലധികം വർഷമായി വളരെ ചെറിയൊരുപക്ഷം ഭൂരിപക്ഷത്തെ ചവിട്ടിയരച്ച് ഗ്രാമത്തിനു പുറത്തു തള്ളിയിരുന്ന സാമൂഹ്യവ്യവസ്ഥയും, ഭൂമിയും സ്വത്തും അധികാരവുമടക്കമുള്ള രാഷ്ട്രീയാധിപത്യമൊക്കെ ജാതിയുടെ അടിസ്ഥാനത്തിലായിരുന്നു. അതിന്റെ 'സദാചാരം' എത്രമാത്രം ഭയാനകവും മനുഷ്യവിരുദ്ധവുമാണെന്നതിന് 'മനുസ്മൃതി' മാത്രം നോക്കിയാൽ മതി.

---

5 ‘ഹിന്ദു’ എന്ന വാക്ക് ‘അൽബറുനി’ എന്ന അറേബ്യൻ സഞ്ചാരി 1005-ൽ സമ്മാനിച്ചതാണ്.

6 ക്രിസ്ത്യാനികൾ, മുസ്ലീങ്ങൾ, സിക്ക്, പാഴ്സി വിഭാഗങ്ങൾ ഒഴികെയുള്ളവരാണ് ഹിന്ദുക്കൾ എന്ന ഭരണഘടന നിർവ്വചനപ്രകാരമാണ് ഇവർ ഹിന്ദുവായത്.

> ഏറ്റവും താഴ്ന്നജാതിയിൽപെട്ടവൻ ഏറ്റവും ഉയർന്ന ജാതിയിൽപെട്ടവനെ ഏതവയവം കൊണ്ടാണ് പീഡിപ്പിച്ചതെങ്കിൽ ആ ക്ഷതത്തിന് ആനുപാതികമായി അവന്റെ അതേ അവയവം വെട്ടിക്കളയണം (മനു:VIII:279) ഉയർന്ന ജാതിക്കാരന്റെ നേരെ വടിയോ കൈയോ ഉയർത്തിയാൽ കൈ മുറിച്ചുകളയണം, തൊഴിച്ചാൽ കാലു വെട്ടികളയണം (VIII:280) ഉന്നത ജാതിക്കാരനൊപ്പം ഇരിക്കാൻ മുതിരുന്ന ഹീനജാതിക്കാരന്റെ പൃഷ്ഠത്തിൽ ഇരുമ്പു പഴുപ്പിച്ചു വെച്ചശേഷം നാടുകടത്തണം. അല്ലെങ്കിൽ അവന്റെ പിൻഭാഗം ഛേദിച്ചു കളയണം (VIII.281) ഭൂമിയിൽ എന്തുണ്ടെങ്കിലും അതു ബ്രാഹ്മണന്റെ വകയാണ് (1:10) ബ്രാഹ്മണൻ അജ്ഞനായാലും വിജ്ഞനായാലും വലിയ ദേവനാണ് (XI:317) ശൂദ്രൻ വേദം കേട്ടാൽ ചെവിയിൽ ഉരുക്കിയ ഈയവും അരക്കും ഒഴിച്ചു നിറയ്ക്കണം. വേദം ചൊല്ലിയാൽ നാവുമുറിച്ചുകളയണം, വേദത്തിൽ പ്രാവീണ്യം നേടിയാൽ ശരീരം തുണ്ടങ്ങളാക്കി വെട്ടിമുറിക്കണം (XI:4)

മനുവിൽ നിന്ന് ഇത്തരം നൂറുകണക്കിനു വാക്യങ്ങൾ ഉദ്ധരിക്കാം. പരാശരസ്മൃതിയും യാജ്ഞവല്ക്യസ്മൃതിയും ഇതുപോലെ തന്നെ ജനവിരുദ്ധമാണ്. ഇതിനെല്ലാം ന്യായീകരിക്കുന്ന ഭഗവദ്ഗീതയുടെ തത്വശാസ്ത്രവുമുണ്ട്[7] ഇതിന്റെയൊക്കെ അടിത്തറ നടപ്പിലാക്കിയിരുന്ന സാമൂഹ്യവ്യവസ്ഥ പറഞ്ഞാൽ അറയ്ക്കുന്നതായിരുന്നു. സവർണ്ണകുടുംബത്തിലെ മൂത്തപുരുഷനുമാത്രം അനുവദിക്കപ്പെട്ടതായിരുന്നു വിവാഹം. ബാക്കിയുള്ളവർക്ക് സംബന്ധവും വ്യഭിചാരവും മാത്രം. അവർണ്ണ സത്രീകൾക്കു മാത്രമല്ല സവർണ്ണസ്ത്രീകൾക്കും വസ്ത്രം നിഷിദ്ധമായിരുന്നു. അക്ഷരവും വഴിനടപ്പും ഒക്കെ നിരോധിക്കപ്പെട്ടിരുന്നു. സവർണ്ണകുട്ടികൾക്കുപോലും ബ്രാഹ്മണനായ പിതാവിനെ 'അച്ഛ' നെന്നു വിളിക്കാൻ അവകാശമുണ്ടായിരുന്നില്ല. ഇത്രനെറികെട്ട ആഭാസകരമായ ഒരു സാമൂഹ്യവ്യവസ്ഥ ദൈവത്തിന്റെ പേരിൽ മറ്റൊരു നാട്ടിലും ഉണ്ടായിരുന്നില്ല. [8]ഈ വ്യവസ്ഥയ്ക്കു കീഴിൽ നാസ്തികൃമല്ലാതെ മറ്റെന്താണ് ആശാസ്യകരമായിരിക്കുന്നത്.

---

7 കൂടുതൽ വിവരങ്ങൾ ലേഖകന്റെ 'ആര്യ ദ്രാവിഡവിവാദവും ഭഗവദ് ഗീതയുടെ രാഷ്ട്രീയവും' എന്ന കൃതിയിൽ

8 കൂടുതൽ വിവരങ്ങൾ ലേഖകന്റെ 'ജാതിവ്യവസ്ഥയുടെ രാഷ്ട്രീയ ഭൂമിക' എന്ന കൃതിയിൽ

ദൈവത്തിന്റെ വേട്ടനായ്ക്കൾ

നിരീശരത്വം ഒരു പ്രസ്ഥാനമായി മാറിയതിനു പിന്നിൽ ചരിത്രപരമായ കാരണങ്ങളുണ്ട്. മതങ്ങളുടെ താത്വിക വിചാരങ്ങൾക്കെതിരായ ബൗദ്ധികവ്യായാമം മാത്രമായിരുന്നില്ല നാസ്തികത്വം. അതു വലിയൊരു സമൂഹ്യമുന്നേറ്റം തന്നെയായിരുന്നു.

ഇന്ത്യയിൽ നിരീശ്വരത അതിശക്തമായ ഒരു പ്രസ്ഥാനമായി (ചാർവ്വാകമതം) ജനപ്രിയമായി മാറിയത് ബ്രാഹ്മണമതത്തിന്റെ ഭയാനകമായ വേട്ടയാടലുകൾക്കെതിരായ പോരാട്ടമായിട്ടാണ്.[9] ദൈവത്തിന്റെ പ്രതി പുരുഷന്മാരായ (ഭൂദേവന്മാർ) ബ്രാഹ്മണർ ഭൂരിപക്ഷത്തിനുമേൽ നടത്തിയ വിവരണാതീതമായ അതിക്രമങ്ങൾ, അവതാരദൈവങ്ങൾ സൃഷ്ടിച്ച കൊലക്കളങ്ങൾ ഒക്കെ വളരെ സ്വാഭാവികമായും നാസ്തിക്യത്തിലേക്ക് ജനങ്ങളെ കൊണ്ടുപോയി. അങ്ങനെ പല കാലത്തും 'ഹിന്ദുമതം' നാമാവശേഷമായി. കാലാകാലങ്ങളിൽ രാജാക്കന്മാരും ഗുരുക്കന്മാരുമാണ് അതിനെ പിടിച്ചുനിർത്തിയത്. പക്ഷേ അതുകൊണ്ടൊന്നും ദൈവവിശ്വാസത്തെ അണകെട്ടി നിർത്താൻ കഴിഞ്ഞില്ല.

ഇതിന്റെ യൂറോപ്യൻ പതിപ്പായിരുന്നു ദൈവത്തിന്റെ വേട്ടനായ്ക്കൾ (Dominicans) എന്നറിയപ്പെട്ട പാതിരിപ്പട. ഒരു സഹസ്രാബ്ദത്തോളം യൂറോപ്പിൽ നടത്തിയ അഴിഞ്ഞാട്ടം വിവരണാതീതമായിരുന്നു (അഞ്ചാം അദ്ധ്യായം കാണുക) 'മായാവിനിയെവെച്ചുപൊറുപ്പിക്കരുത്' എന്ന ബൈബിൾ വാക്യത്തിന്റെ (പുറപ്പാട് 22:18) അടിസ്ഥാനത്തിൽ എത്രയായിരം സ്ത്രീകളെയാണ് തീയിലെറിഞ്ഞും വെള്ളത്തിൽ മുക്കിയും കൊന്നതെന്നതിനു കണക്കില്ല. മായാവിനിവേട്ട (Witch hunt) എന്നപേരിൽ കുപ്രസിദ്ധിനേടിയ ഇതിന്റെ ഒരു ദൃഷ്ടാന്തമായിരുന്നു ജോൻ ഓഫ് ആർക്ക് (John of Arch)[10] നീണ്ടമുടിയും കുനിഞ്ഞമുതുകും നനുത്തരോമവുമുള്ള ലക്ഷക്കണക്ക് സുന്ദരികളാണ് അംഗവിഹീനരാക്കപ്പെട്ടതും തീയിലെറിയപ്പെട്ടതും ശാസ്ത്രജ്ഞരും ചിന്തകരുമായ എത്രയെത്രപേരാണ് വേട്ടയാടപ്പെട്ടത് (അദ്ധ്യായം 5 കാണുക) ബൈബിൾ വിവർത്തനം ചെയ്ത വൈക്ലിഫിന്റെ കുഴിമാടം തോണ്ടി അസ്ഥികളെ ശിക്ഷിച്ച സഭയാണ് കത്തോലിക്കാ സഭ.

---

9 വിശദാംശങ്ങൾ 'ആര്യദ്രാവിഡ വിവാദവും ഭഗവദ്ഗീതയുടെ രാഷ്ട്രീയവും' എന്ന കൃതിയിൽ.

10 ജോൻ ഓഫ് ആർക്ക് (1412-1431) ഫ്രഞ്ചുദേശസ്നേഹിയായിരുന്ന ജോവാൻ. ദൈവവിളിയുണ്ടായി എന്ന് അവകാശപ്പെട്ട് ഫ്രഞ്ചുപട്ടാളത്തെ ഇംഗ്ലണ്ടിനെതിരായി നയിക്കുകയും ചതിവിൽ പിടിക്കപ്പെടുകയും ചെയ്തു. മതക്കോടതിയിൽ ക്രൂരമായ പീഢനത്തിനുവിധേയയായി. ഒരു വർഷത്തിലധികം കാരാഗൃഹത്തിലടയ്ക്കപ്പെട്ട ശേഷം റുവാൻ (Rouen) ചന്തസ്ഥലത്തു വെച്ച് കുറ്റിയിൽ ബന്ധിച്ച് തീയിലിട്ടു. അതേ സഭ 1920-ൽ അവളെ വിശുദ്ധയായി പ്രഖ്യാപിച്ചു. (St.Joan)

ചോരപ്പുഴ നീന്തിക്കയറി വന്ന മുഹമ്മദ് മതം സ്ഥാപിച്ചതോടെ യുദ്ധം ക്രിസ്തുമതവും ഇസ്ലാം മതവും തമ്മിലായി. റോമിനെതിരെ കലാപമഴിച്ചുവിട്ടുകയും 1453 -ൽ കോൺസ്റ്റാന്റിനോപ്പിൾ പിടിച്ചെടുത്ത് തുർക്കികൾ റോമാസാമ്രാജ്യത്വത്തിനെതിരെ 'ഓട്ടോമൻ' സാമ്രാജ്യം സ്ഥാപിക്കുകയും ചെയ്തു. മനുഷ്യരക്തം മഴപോലെ ഒഴുക്കിക്കൊണ്ടാണ് ദൈവങ്ങൾ ലോകം രക്ഷിക്കാൻ തുനിഞ്ഞിറങ്ങിയത്. മനുഷ്യത്വം മരവിച്ച കാലത്ത് ആ യുദ്ധ ഭൂമികളിൽ നിന്നു തന്നെയാണ് നിരീശ്വരത്വത്തിന്റെ പതാകകൾ ഉയർന്നത്. നവോത്ഥാനമെന്നതുതന്നെ മതത്തിനു പകരം മനുഷ്യത്വത്തെ സ്ഥാപിക്കലായിരുന്നു.

മാനവികതയുടെ ഉദയം

കത്തോലിക്കാ മതഭീകരതയ്ക്കെതിരെ ജനകീയത മുദ്രാവാക്യങ്ങളുമായെത്തിയ മാർട്ടിൻ ലൂഥറിന്റെ നേതൃത്വത്തിലുള്ള പ്രോട്ടസ്റ്റന്റ് സഭ ക്രമേണ കത്തോലിക്കാമതത്തെക്കാൾ പ്രതിലോമകരമായി. നവീകരണവും (Ref ormation) പ്രതിനവീകരണ (Counter Ref ormation) വും ഒക്കെ നടന്നെങ്കിലും ദുരിതങ്ങൾക്ക് ഒരു അറുതിയും ഉണ്ടായില്ല. പ്രോട്ടസ്റ്റന്റുകാരെ കൈകാര്യം ചെയ്യാൻ രൂപീകരിക്കപ്പെട്ട ജസ്യൂട്ട് സഭ (Society of Jesus) നടത്തിയ തേരോട്ടം കൂടുതൽ വഷളാക്കി. അതിനിടെ നെതർലന്റിലെ ഏഴുപ്രവിശ്യകൾ ചേർന്നു രൂപീകരിച്ച ഉട്രെറ്റ് (Union of Utrecht) സ്പെയ്നിനെതിരെ നടത്തിയ സൈനിക നീക്കം ഭയാനകമായ വിനാശങ്ങൾ വിതച്ചു (1566-1609) തൊട്ടു പിന്നാലെയുണ്ടായ പ്രോട്ടസ്റ്റന്റ് യുദ്ധം (1618-1648) 'മുപ്പതുവർഷയുദ്ധം' എന്ന പേരിൽ കുപ്രസിദ്ധമായി.

ഇതിനിടയിൽ പ്രതീക്ഷയുടെ പുതുനാമ്പുകൾ വിരിയുന്നുണ്ടായിരുന്നു. രാജ, മതാധികാരത്തിനെതിരെ ഒലിവർ ക്രോംവെല്ലിന്റെ നേതൃത്വത്തിൽ പാർലമെന്റിന്റെ ആധിപത്യം സ്ഥാപിച്ചതോടെ 'ജനാധിപത്യം' എന്ന പുതിയ വ്യവസ്ഥ സ്ഥാപിതമായി. മുപ്പതാണ്ട് യുദ്ധത്തിനു ശേഷമുണ്ടായ വെസ്റ്റ് ഫാലിയൻ ഉടമ്പടിയെ (West fallian pact) തുടർന്ന് 'മതനിരപേക്ഷത' എന്ന രാഷ്ട്രീയ സംജ്ഞ നിലവിൽ വന്നു.

അതോടൊപ്പം 'നവോത്ഥാനം' എന്ന വിജ്ഞാനവിപ്ലവം യൂറോപ്പിൽ അരങ്ങേറി. ചിന്തയുടെയും അറിവിന്റെയും കലയുടെയും സാഹിത്യത്തിന്റെയും ഉണർവ്വ് പുതിയ ജ്ഞാനോദയത്തിന് ഇടയാക്കി. തത്വചിന്താരംഗത്ത് ദാന്തേ, പെട്രാർക്ക്, ദിദറോ, ബൊക്കാച്ചിയോ, ബ്രൂണോ, ദക്കാർത്തേ തുടങ്ങിവയരും, കലാസാഹിത്യരംഗങ്ങളിൽ ബോട്ടിച്ചേലി, ടിഷൻ, ഡോണടല്ലോ, ഡാവിഞ്ചി, മൈക്കലാഞ്ചലോ,

ഡാവിഞ്ചി

മൈക്കലാഞ്ജലോ

പെട്രാർക്ക്

റഫായേൽ റാബലെയ്, മാർലോ, ഷേക്സ്പിയർ തുടങ്ങിയവരും, ശാസ്ത്ര രംഗത്ത്, ടോളമി, കോപ്പർനിക്കസ്, കെപ്ലർ, വെസാലിയസ്, ന്യൂട്ടൻ തുടങ്ങി അനേകരും ഉയർത്തിവിട്ട ചിന്താവിപ്ലവം പുതിയൊരു സംജ്ഞ യ്ക്കു കൂടി ഇടയാക്കി - മാനവികത

നവോത്ഥാനമെന്നത് നവീകര ണമല്ല. മതത്തിനു പകരം മാനവിക തയെ സ്ഥാപിക്കലായിരുന്നു. മത, വർണ്ണ, വർഗ, ലിംഗ, പ്രാദേശികത കൾക്കു പകരം മനുഷ്യന്റെ സത്തയെ അംഗീകരിക്കലായിരുന്നു. സകലതിന്മ കൾക്കും ആധിപത്യങ്ങൾക്കും സാമൂഹ്യധ്രുവീകരണത്തിനും മറയായി വർഗാധിപത്യ മതശക്തികൾ ഉയർത്തിപ്പിടിച്ചിരുന്ന ദൈവത്തെ നിഷേധിക്കൽ കൂടിയായിരുന്നു നവോത്ഥാനവും അതിന്റെ ഉള്ളടക്ക മായ മാനവികതയും.

ഏഴ്

നാസ്തികൃത്തിന്റെ തത്വശാസ്ത്രം

അമേരിക്കയുടെ രാഷ്ട്രപിതാവെന്നു വിശേഷിപ്പിക്കാവുന്ന തോമസ് ജഫേഴ്സൺ ഒരിക്കൽ തന്റെ രാജ്യത്തെക്കുറിച്ച് പ്രതിവചിച്ചത് ഇങ്ങനെയാണ്.

"ദൈവം നീതിമാനാണെന്നു ചിന്തിക്കുമ്പോൾ നിശ്ചയമായും ഞാൻ എന്റെ രാജ്യത്തെയോർത്ത് ഞെട്ടിപ്പോകുന്നു"

സർവ്വശക്തനായ ദൈവം എല്ലാവരുടേതുമാണെന്നും ഏറ്റവും ശക്തമായി പ്രചരിപ്പിക്കപ്പെടുന്ന അമേരിക്കയിലെ അടിമത്തവും വർണ്ണവിവേചനവും വംശീയവിദ്വേഷവും നൂറ്റാണ്ടുകളിലൂടെ അക്രമാസക്തമായിരുന്നു. കറുത്തവരോട് സായിപ്പിനുള്ള വൈരാഗ്യം ജനിതകപരമാണ്. എത്രയെത്ര ആഭ്യന്തര യുദ്ധങ്ങളിൽ അതുകൊണ്ടെത്തിച്ചു. അടിമത്തം നിയമംമൂലമെങ്കിലും നിരോധിക്കാൻ കഴിഞ്ഞത് നാസ്തികനായ ഏബ്രഹാം ലിങ്കനാണ്. അതുകൊണ്ടു തന്നെ അദ്ദേഹത്തിനു രക്തസാക്ഷിയാകേണ്ടി വന്നു.

അനീതിയുടെ ദൈവം

ദൈവവിശ്വാസം ഒരിക്കലും ഒരിടത്തും സമത്വത്തിന്റെയോ സാഹോദര്യത്തിന്റെയോ തത്വശാസ്ത്രമായിരുന്നില്ല. അടിമയും ഉടമയുമായി പീഡിതരും പീഡകരുമായി, ചൂഷിതരും ചൂഷകരുമായി കറുത്തവരും വെളുത്തവരുമായി ഒക്കെ മനുഷ്യനെ സൃഷ്ടിച്ചത് ദൈവമാണെന്നു തന്നെയാണ് വിശ്വാസം. അത് വിധിയാണ്. ദൈവഹിതമാണ്. ഒരു

കൈപ്പത്തിയിലെ അഞ്ചുവിരലു അഞ്ചുവലിപ്പത്തിലാക്കിയ 'ദൈവനീതി' തന്നെയാണ് ഇക്കാര്യത്തിലുമെന്ന് അവർ നിരീക്ഷിക്കുന്നു. വൈക്കം സത്യഗ്രഹം ഒത്തുതീർപ്പിലാക്കാൻ ഇണ്ടംതുരുത്തി മനയിലെത്തിയ ഗാന്ധിജിയോട് പൂച്ചത്തിൽ ദേവദത്തൻ നമ്പൂതിരി പ്രതികരിച്ചത്. ദൈവം അയിത്തക്കാരായി സൃഷ്ടിച്ചവരെ സഹായിക്കാൻ ശ്രമിച്ച ദൈവകോപം വരുത്തിവെക്കരുത് എന്നായിരുന്നു. ആസ്തികവാദികളെ സംബന്ധിച്ച ശരി അതാണ്. ദൈവം അങ്ങനെയാണ് സൃഷ്ടി നടത്തി യിരിക്കുന്നത്. ദൈവസൃഷ്ടിയിൽ നീതിയോ തുല്യതയോ ഇല്ല.

ദൈവം പരമകാരുണികനും സ്നേഹധനനും ദയാമയനുമൊക്കെ യാണെന്ന് സദാ പ്രസംഗിക്കപ്പെട്ടുമ്പോഴും അതൊക്കെ പാഴ്വാക്കുക ളാണെന്ന് നൊമ്പരപ്പെടുന്ന മനുഷ്യർക്കൊക്കെ അറിയാം. കഷ്ടപ്പെട്ടു ന്നവരും വേദനിക്കുന്നവരുമൊക്കെ ദൈവത്തെ വിളിച്ചു കേണിട്ടും ആരു ടെയെങ്കിലും പ്രശ്ന പരിഹാരത്തിനായി ദൈവം ഇറങ്ങിവന്നതായി തെളിവില്ല. മറിച്ച് കൊള്ളയും കൊലയും അപകടങ്ങളും ദുരന്തങ്ങളും ബലാത്സംഗങ്ങളുമൊക്കെ പെരുകുകയല്ലാതെ കുറയുന്ന യാതൊരു റിപ്പോർട്ടുമില്ല. പിന്നെ എന്തർത്ഥത്തിലാണ് ദൈവം കരുണാമയനാ ണെന്ന് പറയുന്നത്. എല്ലാം സൃഷ്ടിച്ചതും എല്ലാറ്റിനും കാരണവും ദൈവ മാണെങ്കിൽ എല്ലാ ദുരിതങ്ങളുടെയും കാരണക്കാരനും ദൈവം തന്നെ.

ഇസ്രായേൽ ഉണ്ടായ കാലം മുതൽ അവിടെ കലാപമാണ്. കൊലപാതക പരമ്പരകളാണ്. ഇന്നുവരെ യഹോവ അതിനൊരു പരിഹാരവുമുണ്ടാക്കിയിട്ടില്ല. ഇസ്ലാമുണ്ടായ കാലം മുതൽ ജിഹാദ് തുടങ്ങിയതാണ്. ഇതുവരെ അള്ളാഹ ഇറങ്ങിവന്ന് അത് വിജയിപ്പിച്ചു കൊടുത്ത് ഇസ്ലാമിക രാഷ്ട്രം സ്ഥാപിച്ചിട്ടില്ല. ക്രിസ്ത്യാനികൾ പരസ്പര യുദ്ധം തുടങ്ങിയിട്ടു രണ്ടായിരം വർഷമായിട്ടും ക്രിസ്തു ഉയിർത്തെഴുന്നേ റ്റു വന്നിട്ടില്ല. ജാതീയ കുരുതികളും വംശഹത്യകളും നൂറ്റാണ്ടുകളായി തുടർന്നു പോന്നിട്ടും ധർമ്മിഷ്ഠരായ ഒരു ഇന്ത്യൻ ദൈവവും പുനരവതരി ച്ചിട്ടില്ല. മനുഷ്യവംശത്തെ സ്വയം നാശത്തിലേക്ക് കൊണ്ടുപോകുന്ന ദുരി തങ്ങൾ ഏതുദൈവം എന്നുവന്നു പരിഹരിക്കുമെന്നാണ് പറയുന്നത്? അനീതിയെ ന്യായീകരിക്കാനാണ് യഥാർത്ഥത്തിൽ ദൈവാശയം ഉരുത്തിരിഞ്ഞുവന്നത്.

ഡാർവിനും ഫ്രോയിഡും

നിത്യ ജീവിതവുമായി ശാസ്ത്രവും സാങ്കേതികവിദ്യയും അഭേദ്യമായി ബന്ധപ്പെട്ടിരിക്കുന്നു.ഏത് അന്ധവിശ്വാസിയും നിരക്ഷരനും സൈബർ യുഗത്തിലാണ് ജീവിക്കുന്നത്. ഉണ്ണുന്നതിലും ഉടുക്കുന്നതിലും വരെ ശാസ്ത്രത്തിന്റെയും സാങ്കേതികശാസ്ത്രത്തിന്റെയും നിത്യസാന്നിദ്ധ്യമുണ്ടായിരിക്കുന്നു. എന്നാൽ ദൈവത്തിന്റെ കാര്യം വരുമ്പോൾ ശാസ്ത്രത്തെ തള്ളിപ്പറയുന്നതിന് ആസ്തികർക്കൊരു മടിയുമില്ല. ശാസ്ത്രജ്ഞരും ശാസ്ത്രാദ്ധ്യാപകരും ശാസ്ത്രവിദ്യാർത്ഥികളുമൊക്കെ ശാസ്ത്രബോധത്തിലും ശാസ്ത്രത്തിന്റെ തത്വജ്ഞാനത്തിലും അത്രമാത്രം അജ്ഞരാണ്.

ശാസ്ത്രമെന്നത് ശാസ്ത്രത്തിന്റെ ചരിത്രം കൂടിയാണ്. ഏറ്റവുമധികം ആക്രമിക്കപ്പെട്ടിട്ടുള്ള വിജ്ഞാനശാഖയാണത്. മദ്ധ്യകാലം വരെ മതപരമായ പഠനങ്ങളായിരുന്നു ആധികാരികമായ അറിവ്. എന്നാൽ പൈഥഗോറസും തെയ്ൽസും ഹിപ്പാർക്കസുമൊക്കെ സിദ്ധാന്തങ്ങൾ ആവിഷ്ക്കരിച്ചതോടെ ചിത്രം മാറി. നിരീക്ഷണപരീക്ഷണങ്ങളിലൂടെ സത്യത്തെ കണ്ടെത്തണമെന്ന റോജർ ബേക്കണിന്റെ സിദ്ധാന്തത്തിലൂടെ ശാസ്ത്രം പുതിയ പന്ഥാവിലെത്തി നവോത്ഥാനം ശാസ്ത്രത്തിന്റെ പുഷ്ക്കല കാലമായി. ഡാവിഞ്ചി, കോപ്പർ നിക്കസ്, ബേക്കൺ, കെപ്ലർ, ഗലീലിയോ തുടങ്ങി ദെക്കാർത്തെയിലെത്തുമ്പോൾ ശാസ്ത്രത്തിന് നിരീശ്വരവാദപരമായ യഥാർത്ഥമുഖം ലഭിച്ചു. സംശയിക്കുക, ചോദ്യം ചെയ്യുക എന്ന യുക്ത്യധിഷ്ഠിത നിലപാടിലൂടെ, 'ഞാൻ ചിന്തിക്കുന്നു അതിനാൽ ഞാൻ ഞാൻ തന്നെയാകുന്നു' എന്ന പ്രഖ്യാപനത്തിലൂടെ ദക്കാർത്തെ ശാസ്ത്രത്തെ ദാർശനികവൽക്കരിച്ചു. വെസാലിൻ, ഹാർവേ, ഹാലിമാരിലൂടെ ന്യൂട്ടനിലെത്തുമ്പോൾ ശാസ്ത്രം അതിവികസ്വരമായി - ചലനസിദ്ധാന്തങ്ങൾ ദാർശനികലോകത്തുനിന്ന് ആശയവാദത്തെ അകറ്റിനിർത്തി.

ശാസ്ത്രരംഗത്തെ കുതിച്ചുകയറ്റം വ്യാവസായിക രംഗത്തുണ്ടാക്കിയ യന്ത്രവത്ക്കരണവും വൈദ്യുതിയും ആധുനികവൽക്കരണവും യൂറോപ്പിൽ, പ്രത്യേകിച്ച് ഇംഗ്ലണ്ടിൽ വമ്പിച്ച സാമൂഹ്യമാറ്റത്തിന് ഇടയാക്കി - വ്യാവസായിക വിപ്ലവം (Industrial Revolution 1750-1850) അതോടെ പാരമ്പര്യവ്യവസായങ്ങളിൽ നിന്നു വ്യത്യസ്തമായി വൻകിട ഉൽപ്പാദനമുണ്ടാകുകയും, കുടിൽ വ്യവസായങ്ങൾ ഫാക്ടറി വ്യവസായങ്ങളായി പരിവർത്തിക്കപ്പെടുകയും ചെയ്തു. തൊഴിൽ വിഭജനം പ്രായോഗികമാകുകയും ജീവിതനിലവാരം ഉയരുകയും ചെയ്തതോടെ ഭൗതികബോധം ശക്തമാവുകയും ദൈവത്തിൽ നിന്ന് മനുഷ്യർ വളരെ അകലുകയും മതത്തിന്റെ അടിത്തറ തന്നെ ഇളകുകയും ചെയ്തു.

ഡാർവിൻ

ഫ്രോയിഡ്

എന്നാൽ ദൈവാശയത്തിന്റെ അടിവേരു മാന്തിയത് ഡാർവിനാണ്. ജീവിതസമരത്തിൽ അനുകൂലമായ വംശങ്ങളുടെ സംരക്ഷണം, അഥവാ പ്രകൃതിനിർദ്ധരണത്തിലൂടെ ജീവിവർഗ്ഗങ്ങളുടെ ഉത്ഭവം എന്ന സിദ്ധാന്തം അവതരിപ്പിച്ചുകൊണ്ട് ഡാർവിൻ പ്രസിദ്ധീകരിച്ച Origin of Species, The Descent of Man എന്നീ കൃതികൾ 'പരിണാമസിദ്ധാന്തം' സ്ഥാപിച്ചതോടെ ലോകം ഇളകി മറിഞ്ഞു. ദൈവസൃഷ്ടി കഥകൾ (Speical Creation Theory) ചീട്ടു കൊട്ടാരം പോലെ നിലംപതിച്ചു. ദൈവത്തിനു സൃഷ്ടിയിലൊരു പങ്കില്ലാതെയായി. മനുഷ്യപ്രകൃതിക്കും പാരമ്പര്യങ്ങൾക്കും കാരണമാകുന്ന ജീനുകളെക്കുറിച്ചുള്ള പഠനം പരിണാമത്തിന്റെ തെളിവുകളായിമാറി. ഒരു ജീവി കോശത്തിലെ ജീൻ (Gene) അതിന്റെ ഗുണകരവും വിനാശകരവുമായ വികാസപരിണാമങ്ങൾക്ക് ഇടയാക്കുന്നു. ഡോക്കിൻസ് പറയുന്നു ''ഒരാൾക്ക് വിനാശകരമാകുന്ന ജീനിനെ മാരകജീൻ എന്നു പറയാം. അർദ്ധമാരകമായ ജീനുകൾ മറ്റുള്ളവരുമായി ചേരുമ്പോൾ കൂടുതൽ മാരകമാകും. ജീനുകൾ ഓരോ വ്യക്തിയിലും അതിന്റെ തനതു സ്വഭാവം പ്രകടിപ്പിക്കുന്നത് ഭ്രൂണാവസ്ഥയിലോ, ശൈശവകാലത്തോ, യൗവ്വന, വാർദ്ധക്യകാലത്തോ ആയിരിക്കാം. പ്രായമാകുമ്പോൾ പ്രകടിപ്പിക്കുന്ന തനതു സ്വഭാവങ്ങൾ കുട്ടിക്കാലത്തേതിനെക്കാൾ വിനാശകരമാകും. ഉദാഹരണത്തിന് കാൻസറിന്റെ ജീൻ പ്രായമായ കാലത്താണ് ഒരാളിൽ രോഗം വരുന്നതെങ്കിൽ ആരോഗ്യത്തിന്റെ അവസ്ഥ പാരമ്യത്തിലായിരിക്കും എന്നുസാരം. അതായത് വാർദ്ധക്യകാലരോഗാതുരത ജീൻസംഘാതത്തിന്റെ മാരകസ്വഭാവത്തിന്റെ ഉപോല്പന്നമാണ്. അതിനെ അതിജീവിക്കുന്നത് പ്രകൃതിനിർദ്ധാരണത്തിലൂടെയാണ്.[1]

1 The Selfish Geene: Richard Dawkins

ദൈവാസ്തിത്വത്തെ പാടെ നിഷേധിക്കുന്നതാണ് പ്രകൃതി നിർദ്ധാരണ (Natural Selection) നിയമം. അത് സമ്പൂർണ്ണ ജീവിതത്തെ വിശദീകരിക്കുകമാത്രമല്ല, ശാസ്ത്രത്തിന്റെ ശേഷിയെക്കുറിച്ചുള്ള ബോധവും നല്കുന്നു. ബോധപൂർവ്വമായ സഹായമില്ലാതെതന്നെ ലളിതമായ തുടക്കത്തിൽ നിന്ന് സങ്കീർണ്ണമായ രൂപത്തിലേക്ക് എങ്ങനെ രൂപപ്പെട്ടു എന്ന് അതു വിശദീകരിക്കുന്നു... അത് നമ്മുടെ സംശയത്തെ ഉണർത്തുകയും ഇതരമേഖലകളിലെ തെറ്റിദ്ധാരണാപരമായ പോംവഴികളെ ബോദ്ധ്യപ്പെടുത്തുകയും ചെയ്യുന്നു. "പരിണാമപരമായ തെളിവുകളെ ഡോക്കിൻസ് ഇങ്ങനെ വ്യക്തമാക്കുന്നു.[2]

> ഈ തത്വത്തിന്റെ അടിത്തറയിലാണ് അതിജീവനത്തെ (Survival of the fittest) നെ ഡാർവിൻ വിശദീകരിക്കുന്നത്. പുനരുല്പാദനവിജയമാണ് അതിജീവനമായി നിർവ്വചിക്കുന്നത്. തുടർച്ചയായ തലമുറകളിലൂടെ അതിന്റെ അതിജീവിക്കുന്ന ജീവി കൂടുതൽ സദൃശരൂപങ്ങളെ സൃഷ്ടിച്ചുകൊണ്ടിരിക്കും. പരിണാമത്തെ ശാസ്ത്രീയമായി വിശദീകരിക്കുന്നതിലൂടെയേ ഇതു മനസ്സിലാക്കാനാവൂ. ഇതിന്റെ ഒട്ടേറെ തെളിവുകളാണ് ഡാർവിൻ അവതരിപ്പിക്കുന്നത്.[3]

ഗ്രിഗർ മെന്റൽ ജനിതശാസ്ത്രം (Genetics) ആവിഷ്ക്കരിച്ചതോടുകൂടി പരിണാമം ചോദ്യംചെയ്യപ്പെടാ നാവാത്തതായി. മനുഷ്യ പ്രതിഭാസങ്ങളുടെ രഹസ്യം അങ്ങനെ വെളിവായതോടുകൂടി ഒരു ബാഹ്യസ്രഷ്ടാവിന്റെ പ്രസക്തിയും നഷ്ടപ്പെട്ടു. ജെ.ബി.എസ്. ഹാൽഡേൻ, റൊണാൾഡ് ഫിഷർ, ഷ്വൽറൈറ്റ് തുടങ്ങിയ നിരവധി ശാസ്ത്രജ്ഞർ പരിണാമസിദ്ധാന്തത്തിന് കൂട്ടിച്ചേർക്കലുകൾ നടത്തിയതോടെ ദൈവത്തിന്റെ സ്ഥിതി തികച്ചും പരിതാപകരമായി മാറി.

മനഃശാസ്ത്രരംഗത്ത് പരീക്ഷണമാരംഭിച്ചത് 1897-ൽ വില്യംവുണ്ട് (William Wundt) ആണെങ്കിലും അതിനെ വിപ്ലവകരമാക്കിയത് സിഗ്മണ്ട് ഫ്രോയ്ഡ് (Sigmund Freud) ആണ്. ശരീരശാസ്ത്രവും ഞരമ്പുശാസ്ത്രവുമായി മനഃശാസ്ത്രത്തിനുള്ള ബന്ധം വിശദീകരിക്കുകയും സൈക്കോ അനാലിസിസിനെപ്പറ്റി തിസീസ് ചമക്കുകയും ചെയ്തതോടെ 'ആത്മീയഭാവത്തെപ്പറ്റിയുള്ള ധാരണകൾ മുഴുവൻ കടപുഴകി. മനുഷ്യന്റെ ബുദ്ധിവികാസത്തെയും പക്വതയെയും തടസ്സപ്പെടുത്തുന്ന പ്രതിഭാസമായാണ് അദ്ദേഹം മതത്തെ കണ്ടത്. ആഭ്യന്തര, ബാഹ്യ

---

2 The God Delution: Richard Dawkins

3 ജീവിവർഗങ്ങളുടെ ഉത്ഭവം.

ഗ്രിഗർ മെന്റൽ

ജീവിതങ്ങൾ തമ്മിലുള്ള പാരസ്പര്യവും ലൈംഗികതയ്ക്ക് വ്യക്തിജീവിതത്തെ രൂപപ്പെടുത്തുന്നതിലുള്ള പങ്കും വിശദീകരിച്ചതോടെ ദൈവത്തിന് വ്യക്തിജീവിതത്തിൽ യാതൊരു പങ്കുമില്ലാതെയായി. ഫ്രോയിഡിന്റെ ഏറ്റവും പ്രിയശിഷ്യനായ യുങ്ങ് (Carl Gustar Jung) തുറന്നു പ്രഖ്യാപിച്ചത് ദൈവസങ്കൽപ്പത്തിന് മനഃശാസ്ത്രത്തിൽ സ്ഥാനമുണ്ടെങ്കിലും തെളിയിക്കപ്പെടാത്ത ഒന്നിന്റെ വക്താവാകാൻ കഴിയില്ല എന്നുതന്നെയാണ്.

ശാസ്ത്ര, വ്യാവസായിക, തൊഴിൽ മേഖലകളിലെ മുന്നേറ്റം ഭൗതികവാദത്തിന് അതിശക്തമായ അടിത്തറയുണ്ടാക്കി. ന്യൂട്ടന്റെ ഭൗതികദർശനങ്ങളെത്തുടർന്ന് ഹെഗൽ വൈരുദ്ധ്യവാദം അവതരിപ്പിച്ചു. മനുഷ്യനെ കേന്ദ്രീകരിച്ചുകൊണ്ട് അദ്ദേഹം പ്രപഞ്ചത്തെ വ്യാഖ്യാനിച്ചു. ഡയലക്ടിക്സിനെ വിശദീകരിച്ചുകൊണ്ടും ഹെഗലിയൻ ഭൗതികവാദത്തിന്റെ തെറ്റുകൾ പരിഹരിച്ചുകൊണ്ടും മാർക്സും ഏംഗൽസും വൈരുദ്ധ്യാധിഷ്ഠിത ഭൗതികവാദം സ്ഥാപിച്ചതോടെ ആശയവാദം ദാർശനികമായി പരാജയപ്പെട്ടു. അതിനെ രാഷ്ട്രീയമായി പ്രയോഗിച്ചും ചരിത്രപരമായി ഭൗതിക വാദത്തെ വിശദീകരിച്ചും ലെനിൻ സോഷ്യലിസം സ്ഥാപിച്ചതോടുകൂടി ഭൗതിക ജീവിതത്തിൽ മതവും ദൈവവും അപ്രസക്തവിഷയങ്ങളായി.

ഭാതികവാദ/നിരീശ്വരവാദ/ശാസ്ത്രപ്രചാരണം ശക്തിപ്രാപിച്ചതോടെ അങ്കലാപ്പിലായ മതങ്ങൾ നാലുതാടിക്കാരെ ശത്രുക്കളായി പ്രഖ്യാപിച്ചു - ഡാർവിൻ, ഫ്രോയ്ഡ്, മാർക്സ്, നീക്ഷേ. ഇവരാണല്ലോ മതത്തിന്റെ നട്ടെല്ലായ ദൈവത്തെ അസ്ത്രപ്രജ്ഞമാക്കിയത്. പക്ഷേ ദൈവം മരിച്ചില്ല.

ശാസ്ത്രത്തിനെതിരെ മതം

ശാസ്ത്രം ഏറ്റവുമധികം ഭീഷണിയും ആക്രമണവും നേരിട്ടിട്ടുള്ളത് മതത്തിൽ നിന്നാണ്. ഒരു തരത്തിലല്ലെങ്കിൽ മറ്റൊരു തരത്തിൽ ശാസ്ത്രജ്ഞരെല്ലാം മതാധിപത്യങ്ങളാൽ പീഡിപ്പിക്കപ്പെട്ടിട്ടുണ്ട്. ഗലീലിയോ, ബ്രൂണോ, ജാൻഹസ് തുടങ്ങി എത്രപേരാണ് നേരിട്ടുകൊല്ലപ്പെട്ടിട്ടുള്ളത്. കൊടിയ ശിക്ഷകളും പീഡനങ്ങളും സഹിച്ചുകൊണ്ടാണ് ശാസ്ത്രം

ഗലീലിയോ

ബ്രൂണോ

ജീവിതത്തെ വിപ്ലവകരമാക്കിയത്. ആ നേട്ടങ്ങളെല്ലാം യാതൊരു ഉള്ളുപ്പുമില്ലാതെ ഉപയോഗിച്ചുകൊണ്ട് തന്നെയാണ് ശാസ്ത്രത്തെയും ഭൗതികവാദത്തെയും ആശ്രയിക്കാൻ സംഘടിത മതങ്ങൾ ശ്രമിക്കുന്നത്. തങ്ങളെതിർക്കുന്ന ശാസ്ത്രത്തിന്റെ നേട്ടങ്ങളെ വേണ്ടെന്നു വെക്കാൻ അവർ തയ്യാറുമല്ല.

ശാസ്ത്രത്തിനെതിരെ മതം വിവിധതരങ്ങളായ കുതന്ത്രങ്ങളാണ് ഉപയോഗിക്കുന്നത്. ഒന്ന് ശാസ്ത്രത്തിന്റെ രീതികളോ സംജ്ഞകളോ ഉപയോഗിച്ച് കപടശാസ്ത്രം നിർമ്മിക്കുന്നു. പ്രഥമശ്രവണത്തിൽ ഇത് ശരിയാണെന്ന പ്രതീതി ഉണർത്തിക്കളയും. മന്ത്രവാദത്തിന്റെ താത്വികാടിത്തറ സമ്പർക്കനിയമവും (Law of contact/contagion) സദൃശനിയമവും (Law of Similarity) ആണെന്നു പറയുമ്പോൾ അത് ശാസ്ത്രീയമാണെന്നൊരു തോന്നലുണ്ടാകാം. കാര്യം കാരണത്തിന്റെ സാമ്യം വഹിക്കുന്നു. (An effect resembles its cause) അതായത് രണ്ടു വസ്തുക്കൾ പരസ്പരം സംഘടിച്ചിരുന്നാൽ ബന്ധം വേർപെട്ടാലും സമ്പർക്കം തുടരുമെന്നാണ് സമ്പർക്കനിയമം. സദൃശ്യങ്ങൾ സദൃശ്യങ്ങളെ സൃഷ്ടിക്കുന്നു എന്ന സദൃശ്യനിയമവുമായി മന്ത്രവാദത്തിന് യാതൊരു ബന്ധവുമില്ല - താൻ ആഗ്രഹിക്കുന്ന ഫലം അതിന്റെ അനുകരണം കൊണ്ടു ലഭിക്കുമെന്ന് ആണ് ഇതിനർത്ഥം. പ്രേതങ്ങളുടെ പ്രതിമയുണ്ടാക്കി അതിന്മേൽ ആണിതറച്ചാൽ പ്രേതത്തെ ബന്ധിക്കാമെന്നു പറയുന്നതിലെ വിഡ്ഢിത്തം എന്തായിരിക്കും.[4]

---

4 ലേഖകന്റെ 'യുക്തിചിന്ത' എന്ന കൃതിയിൽ വിശദാംശങ്ങളുണ്ട്.

വാനനിരീക്ഷണവുമായി ബന്ധപ്പെട്ട ജ്യോതിശാസ്ത്രത്തെ (Astronomy) ഫലപ്രവചനത്തിലധിഷ്ഠിതമായ ജ്യോതിഷവുമായി (Astrology) ബന്ധപ്പെടുത്തുന്നതാണ് മറ്റൊരു തട്ടിപ്പ്. ജ്യോതിശാസ്ത്രത്തിലെ നവഗ്രഹങ്ങളാണ് ജ്യോതിഷത്തിലേതെന്ന് പലരും ധരിച്ചുവെച്ചിട്ടുണ്ട്. സൂര്യൻ, ചന്ദ്രൻ, രാഹു, കേതു തുടങ്ങിയ ജ്യോത്സ്യത്തിലെ ഗ്രഹങ്ങൾക്ക് ശാസ്ത്രത്തിൽ പങ്കില്ല. യുറാനസും, നെപ്ട്യൂണും പ്ലൂട്ടോയുമൊന്നും ജ്യോതിഷത്തിലില്ല. ഗ്രഹങ്ങളുടെ മനുഷ്യരിലേക്കുള്ള ആകർഷണം എന്നത് ശരിയല്ല എന്നു പ്രഥമദൃഷ്ട്യാ തോന്നാം. ഒരു ഫ്രിഡ്ജോ മൊബൈൽഫോണോ ഒരു വീട്ടിൽ ഉണ്ടാകുന്നത്ര റേഡിയേഷൻ ആയിരക്കണക്കുകിലോമീറ്റർ ദൂരെയുള്ള ഒരു ഗ്രഹത്തിന് നടത്താൻ കഴിയില്ല.[5]

ഇതുപോലെയൊന്നാണ് ഇന്നു കൊട്ടിഘോഷിക്കപ്പെടുന്ന വാസ്തുശാസ്ത്രം. ഗൃഹനിർമ്മാണവുമായി ബന്ധപ്പെട്ട കണക്കുകളും അളവുകളുമൊക്കെ Civil Engineeringന്റെ ഭാഗമാണ്. അതറിയാവുന്ന പണിക്കാരുമുണ്ട്. വാസ്തുപുരുഷനും ഗുണദോഷങ്ങളുമായി ബന്ധപ്പെട്ട 'വാസ്തു ശാസ്ത്ര'ത്തിന് ശാസ്ത്രത്തിന്റെ മാനങ്ങളൊന്നുമില്ല. അതൊരുകപടശാസ്ത്രമാണ് (Psudo Science)

> മനഃശാസ്ത്രം വികസിച്ച് മതവിശ്വാസത്തിന്റെ അസ്ഥിവാരം ഇളക്കിയപ്പോൾ കണ്ടുപിടിച്ച മറ്റൊരു കുതന്ത്രമാണ് പാരാസൈക്കോളജി. ഏതോ ശാസ്ത്രശാഖയാണെന്ന് ഒറ്റ കേൾവിയിൽ തോന്നും. ഇന്ദ്രിയാതീത ജ്ഞാനം (Extra Sensory Perception - ESP) എന്ന ഭൂതപ്രേതജ്ഞാനം, ടെലിപ്പതി തുടങ്ങിയവയെ ശാസ്ത്രവൽക്കരിക്കാനുള്ള പാഴ്‌വേലയാണ് പാരാസൈക്കോളജി. യാതൊരു മനഃശാസ്ത്രതത്വങ്ങളുമായി ഇതിനുബന്ധമില്ല.[6]

ശാസ്ത്രത്തിന്റെ ഉപാധികളുപയോഗിച്ച് ഈശ്വരത്വത്തെ സാക്ഷ്യപ്പെടുത്താൻ ശ്രമിക്കുന്നതാണ് മതത്തിന്റെ മറ്റൊരു അഭ്യാസം. അഥവാ ശാസ്ത്രത്തിന്റെ പരിവേഷം ചാർത്താതെ അന്ധവിശ്വാസങ്ങൾക്കും നിലനിൽക്കാനാവില്ല. അതിന്റെ ഏറ്റവും നല്ല ഉദാഹരണമാണ് ജ്യോത്സ്യന്മാരും മന്ത്രവാദികളും തട്ടിപ്പ് കമ്പ്യൂട്ടറൈസ് ചെയ്തിരിക്കുന്നത്. കമ്പ്യൂട്ടറിൽ ഫീഡ് ചെയ്യുന്നതനുസരിച്ചേ അതിന്റെ ഫലമുണ്ടാകൂ (Output) എന്നറിയാവുന്നവർക്ക് ഇതിന്റെ തട്ടിപ്പറിയാം. കുംഭമേള

5 ജ്യോത്സ്യവും ശാസ്ത്രവും എന്ന് ലേഖകന്റെ കൃതിയിൽ ഇതു വിശദമായി ചർച്ച ചെയ്യുന്നു.

6 A skeptic's Guide to the New Age - Harry Edwards കാണുക.

യിലെ നഗ്നസ്വാമിമാർ മൊബൈലും ലാപ്ടോപ്പും തൂക്കി നടക്കുന്നതു കൊണ്ട് അവരുടെ പ്രാകൃതാചാരങ്ങൾ ശാസ്ത്രീയമാകുമോ?

ശാസ്ത്രസിദ്ധാന്തങ്ങളെ മതത്തിലും വിശ്വാസത്തിലും സന്നിവേശിപ്പിച്ച് അതിന്റെ അടിസ്ഥാനത്തിൽ ശാസ്ത്രീയത നിർമ്മിക്കുന്നതാണ് മറ്റൊരു സൂത്രം. തെക്കുവടക്കായി കിടന്നാൽ ഭൂമിയുടെ കാന്തികാകർഷണമുണ്ടാകുമെന്ന വിശ്വാസത്തിന് ശാസ്ത്രീയത കലർത്താൻ ശ്രമിക്കുന്നവരും, ശരീരത്തിലെ കാന്തികശക്തിയെ ഉപയോഗിച്ച് രോഗശമനത്തിന് കാന്തിക ഉപകരണങ്ങൾ വിൽക്കുന്നവരും ഒരുപോലെ വിഡ്ഢിവേഷം കെട്ടുകയാണ്. കാന്തം ഇരുമ്പിനെ മാത്രമേ ആകർഷിക്കുകയുള്ളൂ എന്ന ബാലപാഠത്തെ വിസ്മരിക്കുകയാണിവർ. ശരീരത്തിൽ എവിടെയാണ് ഇരുമ്പുള്ളത്? രക്തത്തിൽ ഇരുമ്പിന്റെ അംശമുണ്ടെന്നു പറയുന്നതാണെങ്കിൽ അത് ഇരുമ്പിൻ തരികളായി രക്തത്തിൽ ഓടി നടക്കുന്നുവെന്നാണോ അർത്ഥം? ഇരുമ്പിന്റെ കുറവു രക്തത്തിലുള്ളതിന് ഇരുമ്പ് അരച്ചു കഴിക്കാൻ ഏതെങ്കിലും ഡോക്ടർമാർ പറയുമോ?

ചില ശാസ്ത്രപദാവലികൾ ഉപയോഗിച്ചു നടത്തുന്ന തട്ടിപ്പാണ് മറ്റൊന്ന്. ആധുനിക മനുഷ്യദൈവങ്ങളും ഗുരുക്കന്മാരുമാണ് ഇതിന്റെ ഉപജ്ഞാതാക്കൾ. ശാസ്ത്രീയ ആത്മീയത (Scientific Spirituality) ഇത്തരമൊരു ഉൽപ്പന്നമാണ്. ഗായത്രിചൊല്ലിയുള്ള യജ്ഞം, യാഗം, വിശുദ്ധീകരണം എന്നിവയാണ് ഈ മനോഹരപദത്തിൽ ഉൾക്കൊള്ളിച്ചിരിക്കുന്നത്. വേദഗണിതം (Vedic Mathematics) കർമ്മകാണ്ഡം (Vedic Science) എന്നിവയൊക്കെ ഹൈന്ദവ ഫാസിസ്റ്റുകൾ ആധുനിക കമ്പോളത്തിലിറക്കിയ ഉൽപ്പന്നങ്ങളാണ്.[7] പോസിറ്റീവ്/നെഗറ്റീവ് എനർജിയെക്കുറിച്ചുള്ള വാചാലതയുടെ പ്രശ്നവും ഇതുതന്നെ. ഊർജ്ജതന്ത്രത്തിൽ അത്തരം ഊർജ്ജങ്ങളെപ്പറ്റി പരാമർശിക്കുന്നതേയില്ല. പരിണാമത്തെ ദശാവതാരവുമായി ബന്ധപ്പെടുത്തുന്ന വിവരക്കേടും ഇതിന്റെ മറ്റൊരു ഉദാഹരണമാണ്. ഇവ്വിധം മതത്തെയും വിശ്വാസത്തെയും 'ആധുനികവൽക്കരിച്ച്' 'ശാസ്ത്രീയ'മാക്കാൻ ശ്രമിക്കുമ്പോൾ മതഗ്രന്ഥങ്ങളിൽ അത്ഭുതങ്ങൾക്കൊരു കുറവുമില്ല. കന്യകയ്ക്ക് കുട്ടിയുണ്ടാകുന്നതും ആകാശത്ത് നിന്ന് അവതരിക്കുന്നതും ദൈവം വർത്തമാനം പറയുന്നതും (അശരീരി) ഒക്കെയാണ് അവരുടെ ശാസ്ത്രം.

സയൻസിനെ അവഹേളിച്ചിട്ടും മതിയാകാതെ ശാസ്ത്രത്തിനെതിരെ നേരിട്ടു യുദ്ധം നടത്തുന്നതിന്റെ തെളിവാണ് ഗർഭനിരോധനത്തിനും അബോർഷനുമെതിരായി കത്തോലിക്കാസഭ നേരിട്ടു നടത്തുന്ന പ്രചാരവേല. ജനസംഖ്യാപെരുപ്പം വിവിധ രാജ്യങ്ങളിൽ

7 The God Market: Meera Nanda

രൂക്ഷമായ പ്രശ്നങ്ങൾ സൃഷ്ടിക്കുമ്പോൾ രാഷ്ട്രം എടുക്കുന്ന നയപരമായ നിലപാടാണ് ജനസംഖ്യാനിയന്ത്രണം. അതിനെതിരെയാണ് പള്ളിവിലക്കുകൾ. വത്തിക്കാൻ പൊന്തിഫിക്കൽ കൗൺസിലിന്റെ പ്രസിഡന്റ് കർദ്ദിനാൾ അൽഫോൻസോലോപ്പസിന്റെ പ്രസ്താവന കോണ്ടം (condom) ഉപയോഗിക്കരുത്, അതിൽ നേർത്തസുഷിരങ്ങളുണ്ടെന്നും അതിലൂടെ അകുളട വരുമെന്നുമാണ്.[8] റിയോഡിജനറോയിലെ ബിഷപ്പ് റാഫേൽ ഡിഫ്യൂസെന്റിന്റെ ശാസ്ത്രബോധം കടുകട്ടിയാണ് - ഒരു നായും കോണ്ടം ഉപയോഗിക്കുന്നത് കണ്ടിട്ടില്ല; അതുകൊണ്ടു മനുഷ്യരും ഉപയോഗിക്കരുത്. കോണ്ടം എയ്ഡ്സ് വരുത്തുമെന്നാണ് നെയ്റോബി ആർച്ച് ബിഷപ്പ് ഇമ്മാനുവേൽ വാമലയുടെ കണ്ടുപിടുത്തം. ഇസ്ലാമിക ഭ്രാന്തൻമാർ പോളിയോ വാക്സിനെതിരെ നടത്തുന്ന പ്രചരണവും ഇതുപോലെതന്നെയാണ്. എന്നാൽ ഇപ്രകാരം ശാസ്ത്രത്തിനെതിരെ നിരന്തര പ്രചാരണം നടത്തുമ്പോഴും ശാസ്ത്രത്തിന്റെ എല്ലാ നേട്ടങ്ങളെയും സ്വന്തം സുഖഭോഗങ്ങൾക്കായി ആർഭാടപൂർവ്വം ഉപയോഗിക്കുന്നുണ്ട്. വിശ്വാസത്തിനെതിരായ ശാസ്ത്രത്തെ ത്യജിക്കുകയാം എന്ന് അവരാരും ഒരു നിമിഷംപോലും ചിന്തിക്കാറില്ല.

ദൈവം ഊർജ്ജമോ

ദൈവവിശ്വാസം തെളിവുകളെ ആശ്രയിച്ചുനിൽക്കുന്ന ഒന്നല്ല. കാണാത്ത കാര്യങ്ങളുടെ നിശ്ചയമോ ആശിക്കുന്നതിന്റെ ഉറപ്പോ മാത്രമാണ്. കാലാകാലങ്ങളിൽ ഉയർന്നുവരുന്ന ശാസ്ത്രസാമൂഹ്യ മുന്നേറ്റങ്ങൾക്കു മുന്നിൽ മുട്ടാപ്പോക്കുകൾ പറയുക, തത്വചിന്തയുടെ വികാസത്തിനു മുന്നിൽ കപടവാദങ്ങൾ ഉന്നയിക്കുക എന്നിവമാത്രമാണ് ആസ്തികരുടെ വിദ്യ. വ്യക്തിരൂപത്തിലുള്ള ദൈവത്തെപ്പറ്റി മതങ്ങൾ വാചാലമാകുമ്പോൾ തന്നെ അതിനു നിലനില്പില്ലെന്നു മനസ്സിലാക്കിയതുകൊണ്ടാണ് ദൈവം ഒരു ശക്തിയാണ്, ഊർജ്ജമാണ് എന്നൊക്കെ പുതുവാദങ്ങൾ അവതരിപ്പിക്കുന്നത്.

ഒന്നാമത് ദൈവമൊരു ശക്തിയാണെന്ന് ഒരു മതവിദ്ധാന്തങ്ങളും പറയുന്നില്ല. അഥവാ ശക്തിയാണെന്നു സമ്മതിച്ചാൽ തന്നെ ശക്തിക്കു വിവരമോ വിവേകമോ ഇച്ഛയോ ബുദ്ധിയോ ഒന്നുമില്ല. അങ്ങനെയൊന്നിന് ആരെ, എന്തു ചെയ്യാൻ കഴിയും? വൈദ്യുതി ഒരു ഊർജ്ജമാണ്, അത് ചൂടായും വെളിച്ചമായും അനുഭവവേദ്യമാണ്. പക്ഷേ അതിനു വിവേകമൊന്നുമില്ല. ആരു സ്പർശിച്ചാലും ആഘാതമേൽക്കും. ഇങ്ങനെയൊന്നാണോ ഈശ്വരൻ? ഊർജ്ജം എന്നത് ദ്രവ്യത്തിന്റെ രൂപഭേദം മാത്രമാണ്. ഈശ്വരൻ ഊർജ്ജമാണെങ്കിൽ ദ്രവ്യത്തിന്റെ ഏതു രൂപ

8 God is not Great: Christopher Hitchens.

ഭേദമാണ്? ഇപ്രകാരം നാസ്തികൃത്തിനെതിരെ ദുർബ്ബലമായ ഒട്ടേറെ വാദങ്ങൾ ആസ്തികർ അവതരിപ്പിക്കാറുണ്ട്. എന്നാൽ അതിനൊക്കെ കൃത്യമായ മറുപടികളുമുണ്ട്.

യാദൃശ്ചികവാദം

പ്രപഞ്ചത്തിൽ സംഭവിക്കുന്നതോരോന്നും ദൈവികനിയമമാണെന്നും എല്ലാറ്റിന്റെ കാരണവും ദൈവമാണെന്നുമുള്ള മൗലിക സങ്കല്പത്തിനെതിരാണ് യാദൃശ്ചികവാദം. കാക്കവന്നിരിക്കുന്നതുകൊണ്ടാണ് പനമ്പഴം വീഴുന്നതെന്നാണ് ഇതിന് ശ്വേതാശ്വതരോപനിഷത്ത് നല്കുന്ന ഒരുദാഹരണം (കാകതാലീയം) ഇങ്ങനെ കാര്യകാരണങ്ങളെതെറ്റായി വ്യാഖ്യാനിക്കുന്നതാണ് 'ഹേത്വാഭാസം'. കാക്കവന്നിരുന്നില്ലെങ്കിലും പനങ്കായ് പഴുത്തു കഴിയുമ്പോൾ താഴെ വീഴും എന്ന് സാമാന്യബുദ്ധിയുള്ളവർക്കറിയാം. കാര്യകാരണവുമായി യാതൊരു ബന്ധമില്ലാത്ത ഇത്തരം കാര്യങ്ങൾ ക്രമരഹിതസംഭവങ്ങൾ മാത്രമാണ്. ഇത് യാദൃശ്ചികം മാത്രമാണ് 'ഹേത്വാഭാസ'ത്തിനെതിരെയാണ് 'സ്വഭാവവാദം' ഉയർന്നുവന്നത്. വസ്തുക്കൾ ഉള്ളിടത്തോളം കാലം അതു നിലനില്ക്കും. അവയ്ക്കു രൂപാന്തരം സംഭവിച്ചുകൊണ്ടിരിക്കും. പയറുവേകുന്നതോ, അതു കിളർത്തു ചെടിയാകുന്നതോ, അതിന്റെ സ്വഭാവം മാത്രമാണ്. അതിൽ ഒരു ശക്തിക്കും പങ്കില്ല. അമ്മയുടെ മുല ചുരന്നു വരുന്നതിന് ഈശ്വരന്റെ മായാവിലാസമൊന്നും വേണ്ട.

വ്യാഖ്യാനിക്കാൻ കഴിയാത്തതിനെ യാദൃശ്ചികത (Chance) യായി ശാസ്ത്രജ്ഞർ ഒരു കാലത്ത് കരുതുകയും അത് അനിവാര്യത (necessity)യായി വിശദീകരിക്കുകയും ചെയ്തു. യാദൃശ്ചികതയെ വിധി/ നിയതിയായി ചിത്രീകരിക്കാൻ നിർണ്ണയവാദികൾ (Determinists) ശ്രമിച്ചു. ഈച്ച പൂവിൽ വന്നിരിക്കുന്നത് നിയതിയാണത്രേ. എന്നാൽ വൈരുദ്ധ്യവാദം ഇതിനെ നിഷേധിച്ചു. ഈച്ച പ്ലാസ്റ്റിക് പൂവിൽ പോയി ഇരിക്കാറില്ല. അപ്പോൾ യഥാർത്ഥ പൂവിലെ ഒരു ഘടകമാണ് ഈച്ചയെ ആകർഷിക്കുന്നത്. അതുകൊണ്ട് ഈച്ച പൂവ് തേടുന്നത് യാദൃശ്ചികതയല്ല.

പ്ലാസിബോ (Placebo)

'പ്രാർത്ഥനയിലൂടെ രോഗശാന്തി' നല്കുന്നത് വലിയൊരു കമ്പോളമായി വളർന്നിട്ടുണ്ട്. അദൃശ്യനായ ദൈവത്തിന്റെ അത്ഭുതകരങ്ങളാണ് ഇവിടെ പ്രവർത്തിക്കുന്നത്. പലരോഗങ്ങളും മാറിയതിന്റെ സാക്ഷ്യങ്ങളും ധാരാളമാണ്. ഇതിനെ പ്ലാസിബോപ്രതിഭാസം (Placebo effect) എന്നാണ് പറയുക.

ചില രോഗികൾക്ക് രോഗമെന്ന കലശലായ തോന്നലുകൾക്ക് ചികിത്സയായി ഫലരഹിതമായ ഗുളികകൾ ഡോക്ടർമാർ നല്കാറുണ്ട്. 'മരുന്ന്' കഴിക്കുമ്പോൾ അത്തരക്കാരുടെ 'രോഗം' മാറാറുമുണ്ട്. ഇതുപോലെയാണ് ഇല്ലാത്ത രോഗത്തിന് 'ദൈവം' എന്നമരുന്നു. പ്രാർത്ഥനകൾ ഫലം ചെയ്തുവെന്നും തന്റെ മനോസമ്മർദ്ദം (Stress) പരിഹരിച്ച എന്നുപറയുന്നതും പ്ലാസിബോ തന്നെയാണ്. മതപരമായ തെറ്റിദ്ധാരണകളോ മൂഢവിശ്വാസങ്ങളോ പരിഹരിക്കാൻ മതം തന്നെ നല്കുന്ന ചികിത്സകൾക്കു മനഃശാസ്ത്രപരമായ ന്യായീകരണമുണ്ട്. ഈ പ്ലാസിബോ പ്രതിഭാസത്തിന് പരിണാമപരമായ സാഹത്യവുമുണ്ട്.

അസ്തിത്വവാദം (Existentialism)

ജീൻപോൾ സാർത്ര് അവതരിപ്പിച്ച അസ്തിത്വവാദം കീർക്കഗാഡിന്റെ അസ്തിത്വവാദത്തിനു വിപരീതമാണ് (മൂന്നാമദ്ധ്യായം). ലോകത്തെ ദൈവം സൃഷ്ടിച്ചുവെന്ന വാദത്തെ തള്ളിക്കളയുന്നു. ലോകം എങ്ങനെയുണ്ടായി എന്നതിനെക്കാൾ എങ്ങനെയുണ്ട് എന്നാണ് പ്രസക്തം. എല്ലാ വസ്തുക്കൾക്കും സഹജമായുള്ളതത്വമാണ് സ്വാത്മസത്ത (Being in itself) ഇത് ആരും സൃഷ്ടിച്ചതല്ല. ഇതു ബോധത്തിലൂടെ മനുഷ്യൻ അറിയുന്നു. സത്തയെന്നാൽ ഉണ്മയാണ്. ഇതിനെചോദ്യം ചെയ്യുകവഴി അസ്തിത്വം സ്ഥാപിക്കാൻ മനുഷ്യൻ ശ്രമിക്കുന്നു. ഇതിനെ സത്തയ്ക്കു വിരുദ്ധമായ 'ശൂന്യത'യിൽ നിന്നു കൊണ്ട് ചോദ്യം ചെയ്യുന്നു. ഇതുവഴി രൂപപ്പെടുന്ന മനുഷ്യനെ സ്വാർത്ഥസത്ത (Being for itself) എന്നു വിളിക്കുന്നു. ഈ ചോദ്യം ചെയ്യലിലൂടെ സ്വയം ബോദ്ധ്യപ്പെടുകയും ഭൂതകാലത്തെനിഷേധിച്ച് വാസ്തവത്തിൽ എത്തുകയും ചെയ്യുന്നു. സത്തയെ നിഷേധിക്കുമ്പോൾ ഉണ്ടാകുന്ന ആന്തരികമായ വല്ലായ്മയാണ് സന്ത്രാസം.

ജീൻപോൾ സാർത്ര്

രണ്ടുതരത്തിൽ മനുഷ്യൻ സത്തതേടുന്നു. തെറ്റിപ്പിരിഞ്ഞ സത്തയെ അന്വേഷിച്ച് ലോകം പിടിച്ചടക്കി അന്യരുമായി ബന്ധപ്പെട്ടും മറ്റൊരാളുടെ നോട്ടത്തിൽ നിന്ന് സൃഷ്ടിക്കപ്പെടുന്ന 'ഞാൻ' 'എന്റെ' എന്ന ആശയങ്ങൾ അന്യാർത്ഥസത്ത (Being for others) ആണ്. മറ്റൊരാളുമായി ബന്ധപ്പെടുക വഴി എന്റെ ലോകം അന്യമായി ഭവിക്കുന്നു. എന്റെ സാദ്ധ്യതകൾ അന്യർ നിയന്ത്രിക്കുന്നു. അന്യനുവേണ്ടിയാണ് നാം നിലനില്ക്കുന്നത്.

അന്യന്റെ സ്വാതന്ത്ര്യം അപഹരിക്കാൻ സ്വീകരിക്കുന്ന ഉപായമാണ് സ്നേഹം. കുറ്റബോധം, പശ്ചാത്താപം തുടങ്ങിയ അന്യപീഡാരതിയും അന്യനെ കീഴ്പ്പെടുത്താൻ തന്നെ. ലൈംഗികതയും അന്യശരീരത്തെ സ്വന്തമാക്കാനുള്ള ശ്രമംതന്നെയാണ്. ഞാൻ എന്തായിത്തീരണമെന്നു തീരുമാനിക്കുന്നതു ഞാനാണ്. മറ്റാരും നിശ്ചയിക്കുന്നതല്ല. അതുകൊണ്ട് ജന്മാന്തരങ്ങൾക്കോ വിധിക്കോ ദൈവത്തിനോ ഇതിലൊരു പങ്കുമില്ല. മനുഷ്യനെ രക്ഷിക്കാൻ ദൈവമില്ലാത്തതുകൊണ്ട് മനുഷ്യൻ കർമ്മോത്സുകനായേ മതിയാകൂ എന്ന് തന്റെ Being and Nothingness എന്ന കൃതിയിലൂടെ സാർത്ര് ഉദ്ബോധിപ്പിക്കുന്നു.

സ്കെപ്റ്റിസിസം (Skepticism)

യവനദാർശികനായ ഡയോജനിസ് ദോഷദർശനമനോഭാവം (Cynicism) അവതരിപ്പിച്ചപ്പോൾ അലക്സാണ്ടറുടെ സൈന്യത്തിലുണ്ടായിരുന്ന പൈറോ (Pyrrho) യാണ് സന്ദേഹവാദം (Skepticism) ആവിഷ്ക്കരിച്ചത്. ശ്വാനനെപ്പോലെ ജീവിക്കുകയും ദോഷദർശിയാകുകയും ചെയ്യുന്നതാണ് സിനിസിസത്തിന്റെ പ്രഖ്യാപനം. സാമാന്യം കൊണ്ട് വിശേഷത്തെ സമർത്ഥിക്കുന്നതിനെപ്പോലും ഇവർ ചോദ്യം ചെയ്തു. അങ്ങനെ വന്നാൽ ഒന്നു തെളിയിക്കാൻ മറ്റൊന്ന്, അതുതെളിയിക്കാൻ വേറൊന്ന് എന്നിങ്ങനെ ശൃംഖലാ സമ്പ്രദായമുണ്ടാകും. സംശയിക്കുകയും ചോദ്യം ചെയ്യുകയും ഒരു പരിധിവരെ നല്ലതാണ്. എന്നാൽ സാധാരണ സംശയമല്ല സന്ദേഹവാദത്തിലുള്ളത്.

വിവിധതരത്തിൽ വേർതിരിക്കാവുന്ന ശാഖകൾ സന്ദേഹവാദത്തിലുണ്ട്. ഭാഗികവും (Partial) സമാഹൃതവുമായ (Total) സന്ദേഹവാദമാണ് ഒരു ശാഖ. പ്രത്യേകമേഖലകളെയോ പ്രമാണങ്ങളെയോ മാത്രം ബാധിക്കുന്നതാണ് ഭാഗികവാദമെങ്കിൽ, യാതൊരു പരിധികളുമില്ലാതെ സകലമേഖലകളിലും വ്യാപരിക്കുന്നതാണ് സമ്പൂർണ്ണസന്ദേഹബോധം. പ്രായോഗികവും (Practical) താത്വികവും Theoretical) എന്നതാണ് മറ്റൊരുവിഭജനം. പ്രത്യേകമായ നിലപാടിന്റെ പക്ഷത്തുനിന്നുകൊണ്ട് വിശ്വാസത്തെ/അവിശ്വാസത്തെ പിൻപറ്റുന്നതാണ് ജ്ഞമരശേരമഹ ടസലൃശേരശൊ. ചില പ്രശ്നങ്ങൾ അജ്ഞേയമാണെന്ന വിശ്വാസ പ്രതിബദ്ധതയാണ് Theoretical Skepticism. ഇതിനെ മൂന്നായി തരംതിരിച്ചിരിക്കുന്നു.

1. Moderate and Total: അപരിമേയമായ ജ്ഞാനം (Super knowledge) ഒന്നിലുമില്ല,

2. Radical and Total: സാമാന്യജ്ഞാനം പോലും ഒന്നിനെ സംബന്ധിച്ചും ഇല്ല, 3. Moderate and Partial: ആത്യന്തിക ജ്ഞാനമില്ല, എന്നാൽ പ്രത്യേകമേഖലകളെ/പ്രമാണങ്ങളെ വിശ്വസിക്കാനാകും. ചുരുക്കത്തിൽ സൈദ്ധാന്തികസംശയം (Dogmatic Doubt) തന്നെയാണ് സന്ദേഹവാദത്തിന്റെ കാതൽ. ഫലത്തിൽ ദൈവവിശ്വാസത്തിന്റെ ന്യായാന്യായ ങ്ങളെ ചോദ്യം ചെയ്യാൻ ഉപയുക്തമാണ്.

എപ്പിക്യൂറിയനിസം (Epicurianism)

പ്രാചീനയവന ദാർശികനായ എപ്പിക്യൂറസ് (BCE 341-270) ആവിഷ്ക്കരിച്ച പ്രപഞ്ചവാദം. പ്രപഞ്ചം വസ്തുസംഘാതവും അനന്തവുമാണ്, അന്തരീക്ഷം കൂടിച്ചേർന്നതുമാണ്. അന്തരീക്ഷമില്ലാതെ ഒന്നിനും അസ്തിത്വമില്ല. ശരീരം/വസ്തുയോഗങ്ങൾ (Compounds) അഥവാ മൂലകങ്ങൾ (Elements) ആയിരിക്കും. അതുകൊണ്ട് മരണാനന്തരം അവ വിഘടിച്ചുപോകുന്നു. പ്രപഞ്ചബാഹ്യമായ ഒരു ശക്തിയുടെയും ആവശ്യമില്ല. ഇന്ദ്രിയാനുഭൂതിയാണ് നന്മതിന്മകളുടെ മാനദണ്ഡം. പ്രത്യക്ഷജ്ഞാനമാണ് പ്രമാണം. പരസ്പരമൈത്രികൊണ്ടാണ് ആനന്ദമുണ്ടാകുന്നത്. ഫലത്തിൽ ഇത് ഈശ്വരനിഷേധപരമാണ്.

റാഡിക്കൽ എംപിരിസിസം (Radical Empiricism)

പ്രായോഗികതാ വാദത്തിന്റെ (Pragmatism) വക്താവായ വില്യം ജയിംസ് ആവിഷ്ക്കരിച്ചതാണ് ഈ സിദ്ധാന്തവും. എംപിരിസിസമെന്നാൽ അനുഭവജ്ഞാനമാണ്. അതിനെകുറെക്കൂടി വിപുലപ്പെടുത്തുകയാണ് ജയിംസ്. പ്രജ്ഞ/ചേതന എന്നൊക്കെ പറയുന്നത് ഇല്ലാത്ത ഒന്നാണ്. ആദികാരണമായ വസ്തുവോ ഉണ്മയെന്ന ഗുണമോ ഇല്ല. ഭൗതികതയുമായി ബന്ധപ്പെടുത്തുമ്പോൾ ഇത് അപ്രസക്തമാണ്. അറിയുക എന്ന ധർമ്മമാണ് ചിന്തകൾ വഹിക്കുന്നത്. പ്രാഥമിക തത്വം 'ശുദ്ധ അനുഭവ'മാണ്. അറിയുക എന്നത് അനുഭവത്തിന്റെ സവിശേഷബന്ധമാണ്. മനസ്സും പദാർത്ഥവും തമ്മിലുള്ള വ്യത്യാസത്തെ ഈ സിദ്ധാന്തം ഉപേക്ഷിക്കുന്നു. ശുദ്ധ അനുഭവത്തെ മാത്രം കേന്ദ്രീകരിക്കുന്ന ഈ ചിന്ത ദൈവത്തിന്റെ സ്ഥാനം തള്ളിക്കളയുന്നു.

എട്ട്

ഈശ്വരനും ധാർമ്മികതയും

സദാചാരവും ധാർമ്മികതയും നിലനിൽക്കുന്നത് ഈശ്വരവിശ്വാസം കൊണ്ടാണ് എന്നത് ആസ്തികവിശ്വാസമാണ്. മതദർശനപരമോ ചരിത്രപരമോ ആയ യാതൊരു പിൻബലവും ഈ വാദത്തിനില്ല. മതമോ അതിന്റെ സൃഷ്ടിയായ ദൈവമോ ഒരിക്കലും സനാതനമായ ഒരു ധാർമ്മികതയെ പ്രതിപാദിച്ചിരുന്നില്ല എന്നതിന് അവരുടെ വിശുദ്ധഗ്രന്ഥങ്ങൾ തന്നെയാണ് തെളിവ്. ചരിത്രത്തിൽ മതവും ദൈവവും ഇടപെട്ടിട്ടുണ്ടായത് കലഹങ്ങളും യുദ്ധങ്ങളും മാത്രമാണ്. എന്നുമാത്രമല്ല കാലം മുന്നോട്ടുപോകുന്തോറും മതങ്ങൾ പിന്നോട്ടു സഞ്ചരിക്കുകയാണ്. തങ്ങളുടെ വിശ്വാസങ്ങളെ കാലാനുസൃതമായി പരിഷ്ക്കരിക്കാൻ പോലും ഇവർ തയ്യാറല്ല.

ഗോത്രകാലവ്യവസ്ഥയിൽ ഉടലെടുത്ത ദൈവങ്ങൾ അക്കാലത്തിന്റെ സംസ്ക്കാരവും സദാചാരവുമാണ് പ്രകടിപ്പിച്ചത്. അന്യഗോത്രങ്ങൾ തങ്ങളുടെ ശത്രുക്കളാണെന്ന ധാരണകൊണ്ടു തന്നെ അവയെ ഉന്മൂലനം ചെയ്യുന്നത് തങ്ങളുടെ കർത്തവ്യമാണെന്ന് ഓരോഗോത്രങ്ങളും നീതിശാസ്ത്രമുണ്ടാക്കി. അതിൽനിന്നും നൂറ്റാണ്ടുകൾ മുന്നേറി ആർട്ടിഫിഷ്യൽ ഇന്റലിജൻസിന്റെ കാലത്തെത്തിയിട്ടും പഴയ ഗോത്രവ്യവസ്ഥകളുടെ സംസ്കൃതിയെ ആരാധിക്കുന്നുവെങ്കിൽ അതു മനുഷ്യവിരുദ്ധമായ അടിമബോധം തന്നെയാണ്.

പ്രകൃതിയിലെ എല്ലാറ്റിലും ദൈവികസ്പർശനമുണ്ടെന്നവിശ്വാസമായിരുന്നു പാഗൻ (Pagamism)ചിന്ത. യൂറോപ്പിൽ പഴയനിയമകാലത്തെ

പ്രബലവിശ്വാസമായിരുന്നു അത്. യഹൂദമതത്തിൽ നിന്നും വ്യത്യസ്തമായി ക്രിസ്തുമതം വരുമ്പോൾ അത് ലോകൈകസഹനവും സ്നേഹവും മോക്ഷവുമാണ് പ്രചരിപ്പിക്കുന്നതെന്നു നടിക്കുകയായിരുന്നു. യഹൂദപരിവർത്തിതരെ നസ്രായർ (Nazarenes) എന്നു വിളിക്കുകയും തങ്ങൾ ഏകദൈവ വിശ്വാസികളാണെന്നു പ്രഖ്യാപിക്കുകയും ചെയ്തു. സിയോൻ കുന്നുകേന്ദ്രീകരിച്ച് യരുശലേം സഭ സ്ഥാപിച്ചുകൊണ്ട് മിശിഹായിലൂടെ മാത്രം മോക്ഷം പ്രചരിപ്പിച്ചു. ക്രിസ്തുവിന്റെ ഈ അനുയായികളും ജ്ഞാനവാദികളും 'നോസ്റ്റിക്കുകൾ' (Gnostics) എന്നാണറിയപ്പെട്ടിരുന്നത്. പക്ഷേ തങ്ങളിൽ നിന്നു വിട്ടുനിന്നവരെ, ക്രിസ്ത്യൻ വിശ്വാസം അംഗീകരിക്കാത്തവരെ മുഴുവൻ 'അന്യജാതികൾ/അവിശ്വാസികൾ' (Gentiles) എന്ന് ആക്ഷേപിക്കുക മാത്രമല്ല, അവരെ മുഴുവൻ കൊന്നൊടുക്കാൻ ആഹ്വാനം നടത്തുകയുമാണുണ്ടായത്. (അഞ്ചാമദ്ധ്യായം) അന്നുമുതലുള്ള വർഗീയ കലാപങ്ങളും യുദ്ധങ്ങളും ദിനംപ്രതി വർദ്ധിക്കുകയാണ് ചെയ്യുന്നത്.

അന്ത്യോഖ്യ, അലക്സാണ്ഡ്രിയ, കോൺസ്റ്റാന്റിനോപ്പിൾ സഭകൾക്കും മീതെ റോം സ്ഥാപിതമായതോടുകൂടി ജനങ്ങൾ ക്രിസ്തുവിനുവേണ്ടിയല്ല സഭയ്ക്കുവേണ്ടിയാണ് ജീവിക്കേണ്ടതെന്നുവന്നു. സമ്പന്നരൊക്കെ സ്വത്തുക്കൾ വിറ്റു സഭയ്ക്കുനല്കി. അവരുടെ മക്കൾ തെരുവാധാരമായി. സഭാനേതാക്കളാകട്ടെ ക്രിസ്തുവിന്റെ പേരിൽ ധൂർത്തടിച്ചു ജീവിച്ചു.

പത്തുകല്പനകൾ മനുഷ്യത്വപരമോ

യഹൂദരും ക്രിസ്ത്യാനികളും, ക്രിസ്ത്യാനികളും മുസ്ലീങ്ങളും, കത്തോലിക്കരും പ്രോട്ടസ്റ്റന്റുകളും, ദ്രാവിഡരും ആര്യന്മാരും, ആര്യന്മാരും ബൗദ്ധരും - ഇങ്ങനെ മതങ്ങൾ തീർത്ത കൊലക്കളങ്ങളിൽ പിടഞ്ഞു മരിച്ചത് ജനകോടികളാണ്. അപ്പോഴും ഇവർ പറഞ്ഞുകൊണ്ടിരുന്നത് സദാചാരവും ധാർമ്മികതയും സൃഷ്ടിക്കുന്നത് ദൈവവിശ്വാസമാണെന്നാണ്. തോമസ് ജഫേഴ്സൺ ദൈവത്തെപ്പറ്റി പറഞ്ഞതിങ്ങനെയാണ്.

മോശയുടെ ദൈവം ഒരു ഭയാനക കഥാപാത്രമാണ്. ക്രൂരനും പ്രതികാരദാഹിയും നരഭോജിയും അനീതിമാനും.

യഹോവയ്ക്ക് അനിഷ്ടമായതു ചെയ്യുന്നവരെ മുഴുവൻ കൊന്നുകളയണം എന്ന് ആവർത്തിച്ചു പ്രഖ്യാപിക്കുകയാണ് മോശയുടെ ദൈവം.[1] അന്യദൈവങ്ങളെ സേവിക്കുന്നത് മകനോ മകളോ ഭാര്യയോ ആയിരുന്നാലും കൊല്ലണം, അന്യഗോത്രങ്ങളെ നശിപ്പിച്ചു അവരുടെ സ്വ

1 ആവർത്തനം 17:3-5/20:14/13:9/ 2. ശമുവേൽ 12: 13 / പുറപ്പാട് 34: 11-17

ത്തുക്കൾ മാത്രമല്ല, സ്ത്രീകളേയും സ്വത്തും കൈവശപ്പെടുത്താം എന്ന് ആവർത്തിക്കുന്ന ദൈവം[2] എന്തു ധാർമ്മികതയാണ് നൽകുന്നത്?

മോശക്ക് ദൈവം ഇറക്കിക്കൊടുത്തുവെന്നു വിശ്വസിക്കപ്പെടുന്ന 'പത്തുകല്പനകൾ' സദാചാരത്തിന്റെ ഉത്തമലക്ഷ്യങ്ങളാണെന്ന വാഴ്ച്ചപാട്ടുകൾക്ക് ഒരു കുറവുമില്ല. എന്നാൽ സൂക്ഷ്മപരിശോധനയിൽ ഇവയുടെ ഉള്ളടക്കവും നന്മയാണെന്നുപറയുക വയ്യ.[3] (യഹൂദ, കത്തോലിക്ക, ലൂതറൻ ബൈബിളുകളിൽ ഇവക്ക് വ്യത്യാസമുണ്ട് എന്ന വസ്തുത ഇവിടെ പരിശോധനാവിഷയമല്ല.)

1. ഞാനല്ലാതൊരു ദൈവം ഉണ്ടാകരുത്: ഏകദൈവം എന്ന സങ്കല്പത്തെ തള്ളിക്കളയുന്നുവെന്നുമാത്രമല്ല, ഇതര ദൈവങ്ങളോടുള്ള ശത്രുതയാണ് ഇവിടെ വ്യക്തമാകുന്നത്.
2. അന്യദൈവങ്ങളുടെ വിഗ്രഹം ആരാധിക്കരുത്: ഞാൻ മാത്രമാണ് ഒറിജിനൽ ദൈവമെന്നും, ആകാശത്തിനും ഭൂമിക്കും വെള്ളത്തിലുള്ള അന്യദൈവങ്ങളെ ആരാധിക്കുന്നവരെ ശിക്ഷിക്കുമെന്നത് ഭീഷണിയാണ്. ശരിക്കും കലഹത്തിന്റെയും വിദ്വേഷത്തിന്റെയും ഭാഷയാണിത്.
3. എന്റെ നാമം വൃഥാ ഉപയോഗിക്കരുത്: ദൈവനാമത്തിൽ ശപഥം അരുത് എന്നതും ഒരു ഭീഷണി തന്നെയാണ്.
4. ശാബത് ദിനം വിശുദ്ധമാണ്. ഇതു പറഞ്ഞ ദൈവം തന്നെ ശാബത് ദിനത്തിൽ ഒരാളെ എറിഞ്ഞു കൊല്ലാൻ ആജ്ഞാപിക്കുന്നു. (സംഖ്യ:15)
5. മാതാപിതാക്കളെ ബഹുമാനിക്കുക: നല്ല കാര്യമാണ്.
6. കൊല്ലരുത്: ഇതു പറഞ്ഞ ദൈവം ആജ്ഞാപിച്ച് നടത്തിയ കൊലപാതകങ്ങളുടെ നിരവധി തെളിവുകൾ ബൈബിളിൽ തന്നെയുണ്ട്. ഒരു പക്ഷേ സ്വന്തം ഗോത്രത്തിൽ പെട്ടവരെ കൊല്ലരുതെന്നാവും ദൈവവിവക്ഷ.
7. വ്യഭിചരിക്കരുത്: അനുസരിച്ചാൽ നല്ല കാര്യമാണ്.
8. മോഷ്ടിക്കരുത്: ഇത് നല്ലതു തന്നെ.
9. കള്ളസാക്ഷ്യം പറയരുത്: നിയമത്തിന് മുന്നിൽ ന്യായമാണ്.
10. അന്യന്റെ മുതൽ ആഗ്രഹിക്കരുത്: അന്യന്റെ മുതലിൽ ഭാര്യയും, വേലക്കാരനും മൃഗങ്ങളും പെടും. അതൊക്കെ പുരുഷന്റെ സ്വത്താണെന്ന വ്യംഗ്യം പ്രകടമാണ്.

---

2 ആവർത്തനം 20:1-18 / 7:1-15/12:2-7 / 12: 29 - 32

3 Outgrowing God: Richard Dawkins

പക്ഷേ ഈ ഉപദേശങ്ങൾക്കൊക്കെ വിരുദ്ധമാണ് പിന്നെ നടക്കുന്ന കാര്യങ്ങൾ എന്നതാണ് പ്രശ്നം. ക്രിസ്തുപോലും പിന്നീട് പറയുന്നത് താൻ ഭൂമിയിൽ ഛിദ്രം വരുത്തുവാനാണ് വന്നിരിക്കുന്നത് എന്നാണ്. (ലൂക്കോസ് 12: 51 - 52) തന്നിൽ വിശ്വസിക്കാത്തവരെ കഴുത്തിൽ തിരികല്ല് കെട്ടി കടലിൽ തള്ളണമെന്നാണ് (മർക്കോസ് 9:43) (ആറാമദ്ധ്യായം കാണുക)

കൊലയാളി ദൈവങ്ങൾ

ലാ ഇലാഹ ഇല്ലള്ളാഹ് = അല്ലാഹുവല്ലാതെ മറ്റൊരു ദൈവമില്ല എന്നു പ്രഖ്യാപിക്കുന്ന ഇസ്ലാംമതം അന്യമതവിശ്വാസികളെയൊക്കെ കൊന്നുകളയാനാണ് ആഹ്വാനം ചെയ്യുന്നത്. അവരുടെതു മാത്രമാണ് സത്യവിശ്വാസമെന്നതിനാൽ അതിൽ വിശ്വസിക്കാത്തവരെയൊക്കെ ഇല്ലായ്മ ചെയ്യാൻ ദൈവം ആവർത്തിച്ച് പ്രഖ്യാപിക്കുന്നു.[4] അന്യമതസ്ഥരോടു സൗഹൃദം പോലും പാടില്ലെന്നു പ്രഖ്യാപിക്കുന്ന ദൈവത്തിന്റെ ധാർമ്മിക ബോധം എന്തായിരിക്കും?

ഹിന്ദു ദൈവങ്ങളുടെ അവതാരലക്ഷ്യങ്ങൾ തന്നെ നിഗ്രഹമാണ്. ദേവാസുരയുദ്ധങ്ങളുടെ ഭീകര ഭൂമികയാണ്. പുരാണങ്ങൾ അത്രയും. 'വിനാശയ ച ദുഷ്കൃതാം ('ദുരാചാരമായവരുടെ നാശത്തിനായ്) സംഭവാമി യുഗേ യുഗേ (യുഗം തോറും അവതരിക്കുന്നു) എന്നു പ്രഖ്യാപിക്കുന്ന ദൈവത്തിന്റെ വഴിയും കൊലപാതകം തന്നെയാണ്. തന്റെ ശക്തികൊണ്ട് ഒരാളെയും നന്മയിലേക്ക് നയിക്കുന്നില്ല. കൊന്നു തീർക്കുകയാണ് അതുകൊണ്ടു തന്നെയാകാം യുദ്ധം ചെയ്യാൻ മടിക്കുന്ന അർജ്ജുനനെ ഹിംസയ്ക്കു പ്രേരിപ്പിക്കാൻ ഭഗവദ്ഗീത തന്നെ പിറന്നത്[5]) ഋഗ്വേദം പോലും ആയിരക്കണക്ക് ദ്രാവിഡരുടെ കൊലക്കളങ്ങളെ സാക്ഷ്യപ്പെടുത്തുന്നു. രാമനും കൃഷ്ണനുമടക്കം മുഴുവൻ ദൈവങ്ങളുടെയും മഹത്വം അവർ എതിരാളികളെ കൊല്ലുന്നു എന്നതാണ്. എല്ലാ ദൈവങ്ങളും ഫാസിസത്തിന്റെ ആരാധകരുമാണ്.

നന്മ ചെയ്യാൻ ദൈവം വേണോ?

എന്താണ് നന്മയും തിന്മയും, ധാർമ്മികതയും അധാർമ്മികതയും, അതു കാലദേശ ആപേക്ഷികതയാണ്. നന്മ ചെയ്യുന്നതും ധാർമ്മികത പുലർത്തുന്നതും ദൈവവിശ്വാസമുണ്ടായിട്ടാണോ? ഒരു അമാനുഷശ

---

4 ഖുറാൻ: 2: 193 /8:12/9:29/ 9:5 / 9:28 / 47:4

5 വിശദവിവരം ലേഖകന്റെ ആര്യദ്രാവിഡ വിവാദവും ഭഗവദ് ഗീതയുടെ രാഷ്ട്രീയവും എന്ന കൃതിയിൽ.

ക്തി ആകാശത്തിരുന്നു നമ്മെ വീക്ഷിക്കുന്നതു കൊണ്ടാണോ നാം നന്മ ചെയ്യുന്നത്? എങ്കിൽ നാട്ടിൽ പോലീസ് വേണ്ടി വരുമായിരുന്നോ, കടകൾക്ക് പൂട്ടുവെക്കേണ്ടതുണ്ടായിരുന്നോ എന്ന ഡോക്കിൻസിന്റെ ചോദ്യം ലളിതമാണ്. മറ്റാരെങ്കിലും കാണുന്നു എന്ന ഭയം കൊണ്ടാണോ മനുഷ്യർ കള്ളം ചെയ്യാത്തത്? മനുഷ്യർ അത്രമോശക്കാരാണോ?[6]

മരണാനന്തര ജീവിതത്തിലെ നരകഭീതികൊണ്ട് ആരെങ്കിലും തിന്മ ചെയ്യാതിരിക്കുന്നുണ്ടോ? നരകത്തിലെ തീഷ്ണതയെ ഭയപ്പെട്ടോ സ്വർഗ ത്തിലെ തേൻപുഴയെ സ്നേഹിച്ചോ മനുഷ്യർ നന്മമാത്രം ചെയ്യാറുണ്ടോ? ഇല്ല എന്നു മാത്രമല്ല, തെറ്റുകൾക്കു പരിഹാരമായി മതനേതാക്കൾക്കു പണം കൊടുത്താൽ മതി (കുമ്പസാരം, ജീവകാരുണ്യം, വ്രതം...) എന്ന ബോദ്ധ്യം കൂടുതൽ തെറ്റു ചെയ്യാനല്ലേ പ്രേരിപ്പിക്കുന്നത്.

എന്താണ് മനുഷ്യത്വം എന്നു തിരിച്ചറിയുന്നിടത്താണ് ഓരോരുത്തരും നന്മ ചെയ്യുന്നതെന്ന് ഡോക്കിൻസ്. ഒരു ദൈവത്തിന്റെയും സഹായം ഇവിടെ അനിവാര്യമല്ല. ദൈവവിശ്വാസിയല്ലാതിരുന്ന ഏബ്രഹാം ലിങ്കൺ ആണ് അടിമത്തം അവസാനിപ്പിച്ചത്. അദ്ദേഹത്തെ വെടിവെച്ചു കൊന്നയാൾ നല്ല വിശ്വാസിയായിരുന്നു. സമകാലിക ലോകത്തെ ഏറ്റവും വലിയ ജീവകാരുണ്യപ്രവർത്തകരായ ബിൽഗേറ്റ്സ് ജോർജ് സൊറോസ് തുടങ്ങിയവരൊന്നും ദൈവവിശ്വാസികളല്ല.

നന്മചെയ്യാൻ ദൈവമോ മതമോ പഠിപ്പിക്കുന്നുണ്ടോ എന്ന ചോദ്യം ഒട്ടേറെ ചിന്തകർ പരിശോധിച്ചിട്ടുണ്ട്. ഡാർവിൻ, തേഴസ്റ്റൻ വെബ്ലർ മാർക്ക് ഹോസർ പീറ്റർ സിംഗർ റിച്ചാർഡ് ഡോക്കിൻസ് തുടങ്ങിയവർ നടത്തിയ പഠനങ്ങൾ ധാർമ്മികത വളർത്താൻ മാത്രം ആവശ്യമാണെന്നു പറയുന്നില്ല. നല്ലവരായിരിക്കാൻ ഡാർവിൻ നിരത്തുന്നത് 4 കാര്യങ്ങളാണ്.

1. ജനിതകമായ രക്തബന്ധം 2. ലഭിച്ചസേവനങ്ങൾ തിരികെ നൽകാനുള്ള നൈസർഗിക പ്രചോദനം 3. പരോപകാരത്തിനും ദയയ്ക്കും ലഭ്യമാകുന്ന അന്തസ്സ് 4. ദാനോപകരണങ്ങൾ ഒരു മഹിമയായിത്തീരുമെന്ന വിശ്വാസം.[7]

നന്നാകാനും ചീത്തയാകാനും ഒരു ദൈവത്തിന്റെയും ആവശ്യമില്ല. ഭക്തനായ ഇമ്മാനുവേൽ കാന്റ്പോലും പറഞ്ഞത് കർമ്മത്തിനുവേണ്ടി കർമ്മം ചെയ്യണമെന്നാണ്, ദൈവത്തിന് വേണ്ടിയല്ല. മതമുണ്ടാകുന്നതിന് എത്രയോ ആയിരം വർഷങ്ങൾക്കു മുമ്പ് മനുഷ്യനുണ്ടായി.

---

6 Outgrowing God: Richard Dawkings

7 God Delusion: Richard Dawkings

അന്നൊന്നും സദാചാരമോ ധാർമ്മികതയോ ഉണ്ടായിരുന്നില്ല എന്നു പറയുന്നത് എത്രമാത്രം അബദ്ധജടിലമായിരിക്കും. സഹജീവിയുടെ കഷ്ടപ്പാടിൽ അവനെ സഹായിക്കുന്ന ബോധം സഹജമാണ്. ഇതു മനുഷ്യരിൽ മാത്രമല്ല, മൃഗങ്ങളിലുമുണ്ട്. കുട്ടിയെക്കാണാതെ വരുമ്പോൾ ആടും പശുവുമൊക്കെ കാണിക്കുന്ന വിഷമങ്ങൾ, വളർത്തുനായ പ്രകടിപ്പിക്കുന്ന സ്നേഹവും സംരക്ഷയുമൊന്നും അവയ്ക്ക് ദൈവവിശ്വാസമുള്ളതുകൊണ്ടല്ല.

മതങ്ങൾ ധർമ്മത്തെയല്ല, അധർമ്മത്തെയാണ് വളർത്തുന്നത്. മതം പാപമാകുന്നതെങ്ങനെയാണ് ഹിച്ചൻസ് വിശദീകരിക്കുന്നു.[8]

1. ലോകത്തെപ്പറ്റി മതം തെറ്റായ വിവരങ്ങൾ നൽകുന്നു: സൃഷ്ടിവാദം, ലോകസംവിധാനം, എന്നിവയെപ്പറ്റി ഓരോമതവും ഓരോ സിദ്ധാന്തങ്ങളുണ്ടാക്കി ചിന്താക്കുഴപ്പം സൃഷ്ടിക്കുന്നു. 2. രക്തബലിയുടെ സിദ്ധാന്തം: മനുഷ്യബലിയടക്കം നൽകിയാലേ ദൈവം പ്രീതനാകൂ എന്ന വിശ്വാസം. ബൈബിളിലെയും ഖുറാനിലെയും ഏബ്രഹാമിന്റെ ബലി ഉദാഹരണം. 3. പ്രായശ്ചിത്തം / പാപമോചനസിദ്ധാന്തം: തെറ്റിനു പ്രായശ്ചിത്തമായ രക്തസാക്ഷിത്വം അഥവാ ബലി നൽകൽ. ഇസ്ലാമിൽ ഷാഹിദ് എന്നും ക്രിസ്തുമതത്തിൽ ക്രിസ്തുവിന്റെ തന്നെ കുരിശാരോഹണവും ഇതാണ് വെളിപ്പെടുത്തുന്നത്. 4. ശിക്ഷാ സിദ്ധാന്തം: ബലിയാട് എന്ന വാക്കുതന്നെ, പാപങ്ങൾ അതിന്മേൽ ആവാഹിച്ച് അതിനെ കൊല്ലുകയോ മരുഭൂമിയിൽ തള്ളുകയോ ആണ്. മതങ്ങൾ ഭീഷണിപ്പെടുത്തുന്ന ശിക്ഷകൾ മനുഷ്യനെ അരാജകത്വത്തിലേക്കാണ് നയിക്കുന്നത്. നരകശിക്ഷ ഭയന്ന് ആരെങ്കിലും തെറ്റുചെയ്യാതിരിക്കുന്നില്ല. 5. അസാദ്ധ്യമായ ചുമതലകളും നിയമങ്ങളും: മനുഷ്യനു മേൽ ചുമത്തി അവന്റെ സഹജബോധത്തെ തകർക്കുന്നു. ഓരോ മതക്കാരനും അവന്റെ ദൈവത്തിനനുസരിച്ചല്ലാതെ കഴിയരുതെന്ന നിയമങ്ങൾ ആരെയാണ് ധാർമ്മികവാദിയാക്കുന്നത്.

സമൂഹത്തിനകത്തെ പരസ്പരസഹവർത്തിത്വവും പരസ്പരവിശ്വാസവുമാണ് ആ കൂട്ടത്തിന്റെ കരുത്ത്. സമൂഹമൊന്നാകെ പരിണാമപരമായ അതിജീവനം നടക്കുന്നുണ്ട്. പരസ്പരമുള്ള ഈ വിശ്വാസം ഒരാൾ തകർക്കുമ്പോൾ അയാൾ സമൂഹത്തിന് പുറത്താകുന്നു. ഈ ശിക്ഷയെപ്പറ്റിയുള്ള ഭയം - ബന്ധങ്ങളുടെ നഷ്ടം സ്നേഹമില്ലാതാകൽ, അകറ്റിനിർത്തൽ. സന്തുലിതമായ സാമൂഹ്യജീവിതത്തിനു കാരണമാകുന്നു. ഇതാണ് മനുഷ്യമൂല്യങ്ങൾ ഇതുണ്ടാകാൻ മതത്തിന്റെ യാതൊരു സഹായവും വേണ്ട.[9]

---

8 God is not great: Christopher Hitchens

9 വിശ്വാസത്തിന്റെ ശരീരശാസ്ത്രം: ജീവൻ ജോബ് തോമസ്

എന്താണ് ധർമ്മം

ഗുണം എന്നാണ് വാക്കിന്റെ അർത്ഥം മറ്റൊരു പദത്തോടു ചേർക്കുമ്പോൾ മാത്രം അർത്ഥമുണ്ടാക്കുന്ന ക്രിയാമൂലകമാണത്. കാലദേശങ്ങൾക്കനുസരിച്ച് വ്യാപരിക്കുന്ന മൂല്യമാണ് അതിനുള്ളത്. ഇതേപ്പറ്റി ഒട്ടേറേ വ്യാഖ്യാനങ്ങൾ ഉണ്ടായിട്ടുണ്ടെങ്കിലും തത്വചിന്തയിൽ ഇതിനെ സ്വാർത്ഥകമാക്കിയത്. ബുദ്ധനാണ് (അദ്ദേഹം 'ധമ്മ' എന്നാണു പറഞ്ഞിരുന്നത്, 'ധർമ്മ'മല്ല). ദൈവത്തെ നിരസിച്ചുകൊണ്ടുതന്നെയാണ് അതിവിപുലമായി ധർമ്മത്തെ അദ്ദേഹം വിശദീകരിച്ചത്. വളരെ ചുരുക്കി ഇങ്ങനെ ക്രോഡീകരിക്കാം.[10]

1. ജീവന്റെ വിശുദ്ധി നിലനിർത്തുന്നതാണ് ധർമ്മം. 2. ജീവിതത്തെ പൂർണ്ണതയിലെത്തിക്കുന്നതാണ് ധർമ്മം. 3. നിർവ്വാണത്തിൽ (മോക്ഷം) ജീവിക്കുന്നതാണ് ധർമ്മം. 4. ആർത്തി ഉപേക്ഷിക്കുന്നതാണ് ധർമ്മം 5. എല്ലാ സങ്കരവസ്തുക്കളും അസ്ഥിരമെന്നു കരുതുന്നതാണ് ധർമ്മം. 6. സന്മാർഗനിയമങ്ങളുടെ പ്രേരകശക്തിയാണ് കർമ്മം എന്നു വിശ്വസിക്കുന്നതാണ് ധർമ്മം.

> വ്യക്തിവികാസത്തിന്റെയും മാനവിക ബോധത്തിന്റെയും ഉന്നതമായ അവസ്ഥയാണ് ബുദ്ധൻ പ്രഖ്യാപിക്കുന്ന ധർമ്മം, ദശാബ്ദങ്ങളോളം ഏഷ്യയുടെ വെളിച്ചമായി നിന്നത്. 'ധർമ്മംശരണം' എന്ന മുദ്രാവാക്യമാണ്. എന്നാൽ ബ്രാഹ്മണമതമടക്കമുള്ള സംഘടിതമതങ്ങൾ ബുദ്ധമതത്തെ തകർക്കുകയായിരുന്നു.

ധൈഷണികമായ ഇത്രയും വിശദീകരണങ്ങൾ ഇല്ലാതെ തന്നെ മതത്തിന്റെ അധാർമ്മികത വ്യക്തമാകും. തെറ്റുചെയ്യരുതെന്ന് മതമോ ഈശ്വരനോ പറഞ്ഞാൽ നല്ലതുതന്നെ. പക്ഷേ എല്ലാ മതങ്ങളും ഉദ്ഘോഷിക്കുന്നത് തെറ്റ് ചെയ്താൽ പരിഹാരമുണ്ടെന്നാണ്. ഒരു വർഷത്തെ സകല പാപവും ഒറ്റ കുമ്പസാരത്തിലൂടെ സഭ മാപ്പാക്കിക്കൊടുക്കും. നിസ്സാരം പൈസയേ ചെലവുവരൂ. ശബരിമല ചവിട്ടിയാൽ, ഹജ്ജു നടത്തിയാൽ, മലയാറ്റൂർ മല കയറിയാൽ നോയമ്പെടുത്താൽ ഒക്കെ ഏതുദ്രോഹവും പാപവും പരിഹരിക്കപ്പെടും. പിന്നെന്തിന് ദൈവത്തെ ഭയപ്പെടണം. സമൂഹത്തിൽ കുറ്റകൃത്യങ്ങൾ പെരുകുന്നതിന്റെ പ്രധാന കാരണങ്ങളിലൊന്ന് മതത്തിന്റെ ഈ നെറികേടാണെന്നു പറഞ്ഞാൽ ആർക്കാണ് നിഷേധിക്കാൻ കഴിയുക. കള്ളക്കടത്തുകാരന്റെയും കരിഞ്ചന്തക്കാരന്റെയും കള്ളക്കച്ചവടക്കാരന്റെയും കള്ളപ്പണക്കാരന്റെയു

10 കൂടുതൽ വിവരങ്ങൾ 'ആര്യദ്രാവിഡ വിവാദവും ഭഗവദ് ഗീതയുടെ രാഷ്ട്രീയവും' എന്ന കൃതിയിൽ

മൊക്കെ ബിസിനസ് ആരംഭിക്കുന്നത് ദൈവത്തിന് മുന്നിൽ തിരികൊളുത്തിക്കൊണ്ടു തന്നെയാണ്. കൈക്കൂലി കൊടുത്താൽ പ്രസാദിക്കുന്ന ദൈവത്തെ ആർക്കാണ് ഭയം. പണത്തിന്റെ ആധിക്യമനുസരിച്ച് അത് പൊൻകുരിശോ, കുരിശിൻതൊട്ടിതന്നെയോ തിരുവാഭരണമോ ഒക്കെയായി നൽകാം. ഏതു തെറ്റു ചെയ്യുന്നതിനെന്തിനു മടിക്കണം. അതിന്റെ ഏജന്റായ മദ്ധ്യസ്ഥനായ പുരോഹിതൻ വഴി അനായാസ പാപമോചനം ഉറപ്പ്.

മതം സദാചാരം വളർത്തുന്നുണ്ടോ എന്നറിയാൻ വർദ്ധിച്ചു വരുന്ന കുറ്റകൃത്യങ്ങളും ജയിലിൽ കിടക്കുന്ന കുറ്റവാളികളെയും പരിശോധിച്ചാൽ മതി. കൊള്ളയും കൊലപാതകവും പെൺവാണിഭവുമൊക്കെ നടത്തുന്നവർ ഭേദപ്പെട്ട ദൈവവിശ്വാസികൾ തന്നെയാണ്. കൊള്ള മുതലിന്റെ ഒരു വീതം ദൈവത്തിന് നൽകുന്നുണ്ട്. ആകാശം മുട്ടെ ഉയർന്നു നിൽക്കുന്ന ദേവാലയങ്ങളൊക്കെ പാപത്തിന്റെ പണംകൊണ്ടുതന്നെ കെട്ടിയുയർത്തിയതാണ്. നാസ്തിക്യം സദാചാരത്തിന്റെ തത്വശാസ്ത്രമാകുന്നത് ഈ സാഹചര്യത്തിലാണ്. ആസ്തികർ കൈക്കൂലി വാങ്ങുന്ന ദൈവത്തെ വാഴ്ത്തുമ്പോൾ നാസ്തികൾ മനുഷ്യരിലും അവന്റെ നന്മയിലും കേന്ദ്രീകരിച്ചു പ്രവർത്തിക്കുന്നു.

മൈക്കൾ ബകുനിൻ പറഞ്ഞതു ശ്രദ്ധേയമാണ്.

> ശിലാദൈവങ്ങളും പ്രവാചകരും മിശിഹാമാരുമുൾപ്പെട്ടുന്ന എല്ലാ മതങ്ങളും സൃഷ്ടിക്കപ്പെട്ടത് പൂർണ്ണവികാസവും പൂർണ്ണസ്വത്വവും നേടാത്ത മനുഷ്യരുടെ മുൻവിധിയോടു കൂടിയ മതിഭ്രമത്തിൽ നിന്നാണ്. മതപരമായി സ്വർഗം ഒരു മരീചികയാണ്. അജ്ഞതയിലും വിശ്വാസത്തിലും ഉദ്ദീപിപ്പിക്കപ്പെട്ട, ദിവ്യവല്ക്കരിക്കപ്പെട്ട അജ്ഞത. മതങ്ങളുടെ ചരിത്രവും ജനനവും പ്രതാപവും ദൈവങ്ങളുടെ പതനവും ഒന്നിന് പിന്നാലെയുള്ള പിന്തുടർച്ചയും സംഘടിത ബോധത്തിൽ നിന്നും മനുഷ്യമനോധർമ്മത്തിൽ നിന്നും സൃഷ്ടിക്കപ്പെട്ടതല്ലാതെ മറ്റൊന്നുമല്ല. ദൈവാശയം പുനരുദ്ധരിക്കുകയും പുനരാവിഷ്ക്കരിക്കപ്പെടുകയും വികസിക്കപ്പെടുകയും കാലത്തിനനുസരിച്ച്, അവന്റെ ആവശ്യത്തിനനുസരിച്ച് രൂപീകരിക്കുകയും ചെയ്തു പോന്നു. ദൈവികസത്യം പ്രതിഫലവും ശിക്ഷയും പ്രഖ്യാപിക്കുന്നു. ഏറ്റവും അപകടകരവും അഴിമതിപരവും ശക്തവുമായ വ്യവസായമാണത്.[11]

11 Philosophy of Atheism: Emma Goldman - cited from The portable Atheism - Edited by Christopher Hitchens

ദൈവം സ്നേഹത്തിന്റെയും നന്മയുടെയും പ്രതിരൂപമായിരുന്നിട്ടും ആയിരക്കണക്ക വർഷങ്ങൾ അങ്ങനെ പ്രചരിപ്പിച്ചിട്ടും മനുഷ്യനൊമ്പരത്തിനു മുന്നിൽ ദൈവം ബധിരനായതെന്തുകൊണ്ട്? ബുദ്ധനും കൺഫ്യൂഷ്യസിനും മനസ്സിലായിട്ടും, ദുഖത്തിന് പരിഹാരം അവർ ഭൗതികമായി പ്രസ്താവിച്ചു. പക്ഷേ ഒരു ദൈവവും ഒരാളുടെയും കണ്ണുനീർ ഒപ്പാൻ വന്നതായി അനുഭവമില്ല.

ഒൻപത്

ഭക്തിയും കാമവും

വിശപ്പുപോലെ പ്രധാനമാണ് ലൈംഗികത. രതിക്കുള്ള ചേതനയെ മനഃശാസ്ത്രം ലിബിഡോ (Libido) എന്നാണ് നിർവ്വചിക്കുന്നത്. പ്രായപൂർത്തിയാകുന്നതോടെ എതിർലിംഗത്തിൽപെട്ടവരോട് അടക്കാനാവാത്ത ആകർഷണമുണ്ടാകുന്നത് ഒരിക്കലും തെറ്റല്ല. അതിനെ കർശനമായി നിരോധിക്കുന്നത് ലൈംഗിക വൈകൃതങ്ങളിലേക്കാണ് കൊണ്ടെത്തിക്കുന്നത്. കാമചോദനയ്ക്ക് ഭക്തിയുമായി ബന്ധമുണ്ടോ എന്നന്വേഷിച്ചാൽ, ചരിത്രപരമായും മനഃശാസ്ത്രപരമായും ഉണ്ട് എന്ന് തന്നെയാണുത്തരം.

ആരാധനയുടെ പ്രാചീനകാലരൂപം ലിംഗപൂജയായിരുന്നു. ഇന്ത്യയിലെ ശിവൻ, ഈജിപ്തിലെ വെം, ഗ്രീസിലെ പാൻ, ഇറ്റലിയിലെ മ്യൂട്ടുനസ്, സ്കാൻഡിനേവ്യയിലെ ഫ്രിക്കോ തുടങ്ങി നിരവധിദേവന്മാരുടെ ലിംഗത്തെ ആരാധിച്ചിരിക്കുന്നു. സ്ത്രീപുരുഷസംഭോഗത്തിന്റെ ശില്പങ്ങളും ചിത്രങ്ങളും കൊണ്ട് ദേവാലയങ്ങൾതന്നെ സമ്പുഷ്ടമാണ്. ഗ്രീസിലെ ആഫ്രോഡൈറ്റിന്റെ ദേവാലയത്തിൽ പണം കൊടുത്തു യഥേഷ്ടം രതി ആസ്വദിക്കാമായിരുന്നു. അതിന്റെ മറ്റൊരു പതിപ്പാണ് ഇന്ത്യയിലെ ദേവദാസി സമ്പ്രദായം. സകല പുരാണങ്ങളിലെയും ഇതിവൃത്തം തന്നെ ലൈംഗികതയുമായി ബന്ധപ്പെട്ടിട്ടുള്ളതാണ്. മനുഷ്യന്റെ അന്തർലീനമായ ആർത്തിക്ക് ലൈംഗികതയുമായുള്ള ബന്ധത്തെയാണ് ഇതു വ്യക്തമാക്കുന്നത്.

മതവും സദാചാരവും

ഭക്തിയും കാമവും തമ്മിലുള്ള മനഃശാസ്ത്രപരമായ ബന്ധത്തെ നിഷേധിക്കാൻ സംഘടിത മതം ശ്രമിച്ചുകൊണ്ടിരുന്നു. ലൈംഗികനിരോധനം ഭക്തിയെ വളർത്തുമെന്ന ധാരണയിലായിരുന്നു. സ്വേച്ഛാധിപത്യപരമായ നിരോധനം. ശരിക്കും അത് അഭിനയമാണ്. സെക്സിനുമേൽ ശക്തമായ നിരോധനം ഏർപ്പെടുത്തിയതായി പ്രഖ്യാപിക്കുമ്പോഴും അവരുടെ കൃതികൾ/വേദങ്ങൾ അതിനെ സാക്ഷ്യപ്പെടുത്തുന്നില്ല. എന്നാൽ സ്ത്രീ പുരുഷബന്ധത്തെ നിഷേധിക്കുന്ന തരത്തിലുള്ള വചനങ്ങൾ കൊണ്ട് സമൃദ്ധമാണ് ബൈബിൾ.

> സ്ത്രീയെ തൊടാതിരിക്കുന്നതാണ് പുരുഷന് നല്ലത് (1 കൊരി:1) സകല മനുഷ്യനും എന്നെപ്പോലെ (അവിവാഹിതനായി) ഇരിക്കണം (7) പുരുഷനും അപ്രകാരം ചെയ്യണം (25) വിവാഹം ചെയ്യാത്തവൻ കർത്താവിനെ എങ്ങനെ പ്രസാദിപ്പിക്കും എന്നു വെച്ചു കർത്താവിനുള്ളത് ചിന്തിക്കുന്നു, വിവാഹം ചെയ്തവൻ ഭാര്യയെ എങ്ങനെ പ്രസാദിപ്പിക്കും എന്നു ചിന്തിക്കുന്നു (32) കന്യകയെ വിവാഹം കഴിക്കുന്നതു നന്നു, വിവാഹം കഴിപ്പിക്കാതിരിക്കുന്നത് ഏറെ നന്ന് (38)

ഉദ്ധരിക്കാൻ ഇത്തരം വാക്യങ്ങൾ ധാരാളം. ഇതിന്റെ അടിസ്ഥാനത്തിലാണത്രേ കത്തോലിക്കാ പുരോഹിതർ അവിവാഹിതരായിരിക്കാനും കന്യാസ്ത്രീമഠങ്ങൾ സ്ഥാപിക്കപ്പെടാനിടയായതും (വിവാഹം കഴിച്ചവരൊക്കെ ബൈബിൾ വിരുദ്ധരായിരിക്കുമോ).

> കാമവും പ്രേമവും മനുഷ്യസഹജമാണ്. എത്രമാത്രം അതിനെ നിഷേധിക്കുവാൻ ശ്രമിക്കുന്നുവോ അത്രമാത്രം അതു ശക്തമായി അള്ളിപ്പിടിച്ചുകൊണ്ടിരിക്കും. ശാരീരികമോ മാനസികമോ ആയ തകരാറില്ലാത്ത ഏതൊരു മനുഷ്യനും ഈ വികാരങ്ങൾക്കു വിധേയരാണ്. അതിനെ വിജയിച്ചുവെന്നും ജിതേന്ദ്രിയനാണെന്നും (ഇന്ദ്രിയനിഗ്രഹം സാധിച്ചവൻ) ബ്രഹ്മചാരിയാണെന്നും വീമ്പിളിക്കുന്നത് വെറും കാപട്യമോ ആത്മവഞ്ചനയോ ആണ്. ലൈംഗികത എന്തോ പാപമാണെന്ന വിധത്തിലുള്ള പുരോഹിതരുടെയും സ്വാമിമാരുടെയും വാചകകസർത്തുകൾ പ്രകൃതി വിരുദ്ധമാണ്.

കത്തോലിക്കാസഭയ്ക്ക് വിവാഹം ഒരു കൂദാശയാണ്. ദൈവം ചേർത്തതിനെ മനുഷ്യൻ വേർപെടുത്താൻ വയ്യ. ലൈംഗികബന്ധമാകട്ടെ പുത്രോല്പാദനത്തിനു മാത്രമുള്ളതാണ്. ഗർഭം അലസിപ്പിക്കാനോ, കൃത്രിമ ഗർഭനിരോധനം സ്വീകരിക്കാനോ സഭ സമ്മതിക്കുന്നില്ല. ഭാര്യ ഭർത്താക്കന്മാരുടെ ഇഷ്ടാനിഷ്ടങ്ങളോ സുഖമോ അല്ല, സഭയ്ക്കുവേണ്ടി പ്രജകളെ സൃഷ്ടിച്ചു നല്കലാണ് അവരുടെ ജോലി. വ്യഭിചാരം കുറ്റകരമാണെങ്കിലും കുമ്പസാരത്തിലൂടെ പാപമോചനം നല്കാൻ സഭ തയ്യാറാണ്. എന്നാൽ സ്ത്രീയെ അശുദ്ധയും അശുഭക്കാരിയും ആയിതന്നെയാണ് സഭ കരുതുന്നത്: 'തിരുവോസ്തി' അവരുടെ കൈകളിൽ സ്വീകരിക്കുന്നതു സഭ വിലക്കിയിരുന്നു. മനുഷ്യ ജീവിതത്തിൽ പ്രണയത്തിനുള്ള സ്ഥാനം പോലും സഭ നിഷ്ഠുരമായി നിഷേധിച്ചിരുന്നു.[1]

സഭയുടെ സ്ത്രീ വേട്ടകൾ

മതവ്യാഖ്യാതാവായിരുന്ന തോമസ് അക്വിനാസ് സ്ത്രീകൾക്കെതിരെ ദുരാത്മാവിനെ സംബന്ധിച്ച നടത്തിയ തത്വവിചാരം കുപ്രസിദ്ധമാണ്. പരിശുദ്ധാത്മാവിനും ഗന്ധർവ്വന്മാർക്കും ബീജമുണ്ടെന്ന വാദക്കാരനായിരുന്നു അദ്ദേഹം. കന്യാമറിയത്തെ ഗർഭിണിയാക്കാൻ പരിശുദ്ധാത്മാവിനു കഴിയുമെങ്കിൽ സാധാരണ സ്ത്രീകളെ വഴിതെറ്റിക്കാൻ ദുരാത്മാവിനു കഴിയുമെന്ന വാദം 'യുക്തിപരം' തന്നെ! യുവാക്കൾക്കു സ്വപ്നസ്ഖലനത്തിലൂടെ പുറത്തുപോകുന്ന ശുക്ലം ദുരാത്മാവുകൾ ശേഖരിച്ച് സ്ത്രീയുടെ ഗർഭപാത്രത്തിൽ നിക്ഷേപിക്കുകയും തൽഫലമായി സ്ത്രീകൾ - കന്യാസ്ത്രീകളാണെങ്കിൽ പോലും - ഗർഭവതിയാകുമെന്നുമായിരുന്നു ആ 'ബുദ്ധിമാന്റെ' വെളിപാട്.[2]

കാമം തീരാത്ത സ്ത്രീകളിലാണ് പിശാചുബാധിക്കുന്നതെന്നും അവർ പിശാചുക്കൾക്കൊപ്പം ശയിക്കുന്നുവെന്നും 'തെളിയിക്കാൻ' സഭാധികാരികൾക്കൊരു മടിയുണ്ടായില്ല. 1484 ൽ ഇന്നസെന്റ് മൂന്നാമൻ മാർപാപ്പ ഇറക്കിയ ഉത്തരവിൽ (Papal Bull) ദുർമന്ത്രവാദിനികളും പിശാചുക്കളും ഗർഭപാത്രത്തിൽ വെച്ചേ കുട്ടികളെ കൊല്ലുകയും കാലികളെയും കൃഷിയേയും നശിപ്പിക്കുന്നുവെന്നും പ്രഖ്യാപിച്ചു. അതുകൊണ്ട് മന്ത്രവാദിനികളെ വേട്ടയാടാൻ ഇൻക്വിസിറ്ററന്മാരായി (Inquisitors) ഹെൻട്രിക് ക്രാമറേയും ജോൺ സ്പ്രെൻഗറെയും (Heinrich Kramer & John Sprenger) നിയമിച്ചു. ഈ രണ്ടു വിദ്വാന്മാരും ചേർന്നെഴുതിയ Malleus Maloficarum (Hammer

1 Marriage and Morals: Bertrand Russel

2 ഭക്തിയും കാമവും: ജോൺസൺ ഐരൂർ

മന്ത്രവാദിനിവേട്ട

of Witches) എന്ന കുപ്രസിദ്ധഗ്രന്ഥം അശ്ലീലത്തിന്റെയും അതിക്രമത്തിന്റെയും സമാഹൃത ഉത്തരവുകളാണ് (Compendium).[3]

ദുർമ്മന്ത്രവാദംകൊണ്ടു കൊടുങ്കാറ്റും പേമാരിയും വന്ധ്യതയും പ്ലേഗും വരുത്താമെന്നും അന്തരീക്ഷത്തിൽ പറന്നുനടന്ന് യക്ഷികളുമൊത്തു ശയിക്കാമെന്നും തുടങ്ങിയ ആസക്തമായ ലൈംഗികതയുടെ 'ആധികാരിക' വെളിപ്പാടുകളായിരുന്നു സ്ത്രീ വിരുദ്ധമായ ഈ കൃതി. അതുകൊണ്ട് സ്ത്രീകളെ ശിക്ഷിച്ച് നീതിനടത്തുകയും സഭയെ വിശുദ്ധീകരിക്കുകയും ചെയ്യണമെന്നതായിരുന്നു ഉത്തരവ്.

ഈ 'മദഭ്രാന്തർ' മായാവിനികളായി മുദ്രകുത്തിയത് നീണ്ട മുടിയും നനുത്ത രോമവുമുള്ള സുന്ദരികളെയാണ്. അല്പം മുതുകുചരിഞ്ഞവരും അഭിപ്രായം പറയുന്നവരുമായ സ്ത്രീകൾ ഇവരുടെ വേട്ടയാടലുകൾക്കിരയായി. ബ്രഹ്മചാരികളായ പുരോഹിതരുടെ കാമപൂരണത്തിന് എതിർത്തവരൊക്കെ മന്ത്രവാദിനികളായി. ചരിത്രത്തിലെ ഏറ്റവും ഹീനമായ മന്ത്രവാദിനിവേട്ട (Witch hunt) അങ്ങനെ ആരംഭിച്ചു. അതൊരു സമൂഹഭ്രാന്തായി പരിണമിച്ചു.

നൂറുകണക്ക് സ്ത്രീകൾ പീഡനകേന്ദ്രങ്ങളിലേക്ക് ആനയിക്കപ്പെട്ടു. നഗ്നരാക്കി, രോമം വടിച്ചുകളഞ്ഞ്, ഭഗദ്വാരങ്ങൾ കുത്തിക്കീറി, ഭയാ

3 Inquisition: Michael Baigent & Richard Leigh

നകമായി ബലാത്സംഗം ചെയ്യപ്പെട്ട് അവർ തീയിലേക്ക് എറിയപ്പെട്ടു. ഗുണ്ടകളെക്കൊണ്ട് ബലാൽക്കാരം ചെയ്യപ്പെടുന്നതു കണ്ടു പാതിരിമാർ ആർത്ത് അട്ടഹസിച്ചു. 1585 മുതൽ 1750 വരെ ഏതാണ്ട് 90 ലക്ഷം സ്ത്രീകൾ ഭീകരമായി പീഡിപ്പിക്കപ്പെട്ടശേഷം ചുട്ടെരിക്കപ്പെട്ടു.[4]

ഇവരുടെ മൂലപറിക്കാൻ പ്രത്യേകം ആയുധങ്ങൾ നിർമ്മിച്ചു. ഇരുമ്പാണി തറച്ച കവചങ്ങളിൽ ബന്ധിക്കപ്പെട്ട ചിത്രവധത്തിനു വിധേയരാക്കപ്പെട്ടു. കരചരണങ്ങൾ ഒന്നൊന്നായി മുറിച്ചും തൊലിയുരിഞ്ഞും വേട്ടക്കാർ അട്ടഹസിച്ചു. കാമഭ്രാന്തിന്റെ വേട്ടകൾ നൂറ്റാണ്ടുകൾ നീണ്ടുനിന്നു. ഒരിക്കലും ഒറ്റയടിക്കോ ഒറ്റവെട്ടിനോ കൊല്ലുമായിരുന്നില്ല. ദിവസങ്ങളോ വർഷങ്ങളോ പീഡിപ്പിച്ച് പരമാവധി വേദനിപ്പിച്ച് കൊല്ലുമായിരുന്നുള്ളൂ.[5]

ലൈംഗികതയോടുള്ള ഈ യുദ്ധം സ്ത്രീകൾക്കെതിരെ മാത്രമായിരുന്നില്ല. ഒറ്റയ്ക്ക് സുഖിച്ച് നടന്ന പുരോഹിതരെപ്പോലും ഇൻക്വിസിഷന് വിധേയരാക്കിയിരുന്നു. ലൈംഗികത അത്രമാത്രം കുറ്റകരമായിരുന്നു. ഇതിന്റെ പരിതാപകരമായ ഉദാഹരണമായിരുന്നു ഫാ. അർബൈൻ ഗ്രാൻഡിയർ. 17-ാം നൂറ്റാണ്ടിലായിരുന്ന സംഭവം ആരോഗ്യവാനും സുന്ദരനുമായിരുന്ന ഗ്രാൻഡിയർ സ്ത്രീകളുടെ കാമദേവനായിരുന്നു. മഠത്തിലെ കാമരാത്രികളിൽ അഭിരമിച്ചിരുന്ന ഗ്രാൻഡിയർ ഒടുവിൽ പിടിക്കപ്പെട്ടു. വിവരാണാതീതമായിരുന്നു അയാളുടെ അന്ത്യം. ദീർഘകാലത്തെ പീഡനങ്ങൾക്കിടയിൽ ഒരിക്കൽ അയാൾ നിലവിളിച്ചുപോയി. "ഞാൻ ഒരു പുരുഷനാണ്... ഞാൻ സ്ത്രീകളെ സ്നേഹിച്ചു പോയി". സ്നേഹത്തിന്റെ ആഗോള സുവിശേഷകർ ചെയ്തത് ചരിത്രത്തിലെ അസമാനമായ ക്രൂരതയാണ്.[6]

---

4 Ibid

5 ഫ്രാൻസ്ബ്യൂർമെൻ എന്ന ഡൊമിനിക്കൻ ഇൻക്വിസിറ്റർ തന്റെ ആഗ്രഹത്തിനു വഴങ്ങായിതീരുന്ന ഫ്രിപെല്ലർ എന്ന സുന്ദരിയെ അറസ്റ്റ് ചെയ്ത് പീഡന കേന്ദ്രത്തിലിട്ടു ചതച്ചരച്ചു. പൂർണ്ണനഗ്നയാക്കി. ശരീരത്തിലെ രോമമത്രയും വടിച്ചുകളഞ്ഞു. മരണാസന്നയായ അവളെ ഒരു മർദ്ദകനെക്കൊണ്ടു ബലാത്സംഗം ചെയ്യിച്ചു. അതുകണ്ട് അട്ടഹസിച്ചു. നിലവിളിച്ച അവളുടെ വായിൽ തുണിതിരുകിയത് ബ്യൂർമെൻ തന്നെയായിരുന്നു. എന്നിട്ട് അവശേഷിച്ച ജീവനോടെ അവളെ തീയിലിട്ടു ദഹിപ്പിച്ചു. (ഭക്തിയും കാമവും)

6 ഗ്രാൻഡിയറെ നഗ്നനാക്കി രോമം മുഴുവൻ വടിച്ചുകളഞ്ഞ് ആളുകൾ വളഞ്ഞു നിന്നു മർദ്ദിച്ചു. കൈകാലുകളിലെ എല്ലുകൾ നുറുങ്ങിപ്പോയി. കാലുകൾ മുറിച്ചെടുത്തു കുതിരകളെ പൂട്ടിയ രഥത്തിൽ നഗരപ്രദക്ഷിണം നടത്തിച്ചു. വികാരിയായിരുന്ന പള്ളിയുടെയും വിഹരിച്ചു നടന്ന കന്യാസ്ത്രീമഠത്തിന്റെയും മുന്നിലൂടെ ജീവച്ഛവത്തെ എഴുന്നള്ളിച്ചു. ദഹിപ്പിക്കാനുള്ള ചിതയ്ക്കു മീതെ കഴുമരത്തിൽ തൂക്കിയിട്ടു. വായിൽ ഇരുമ്പു കുരിശു കുത്തിക്കയറ്റി. പിന്നെ തീയിട്ടു ചുട്ടുകൊന്നു.

ബ്രഹ്മചര്യത്തിന്റെ കാവൽക്കാർ

ലൈംഗികതയെ കുറ്റകരമായി കണ്ടതുകൊണ്ട് തന്നെ കന്യാസ്ത്രീ മഠങ്ങൾ സ്ഥാപിച്ച് ലക്ഷക്കണക്കിന് സ്ത്രീകൾക്ക് കാരാഗൃഹം പണിതു. ഒരിക്കലും അവരുടെ ഇഷ്ടപ്രകാരമായിരുന്നില്ല. സന്യസ്ത ജീവിതം. ദൈവവിളിയുടെ കള്ളപ്രമാണത്തിൽ സഭ ഇവരെ തിരഞ്ഞുപിടിക്കുകയായിരുന്നു. കർത്താവിന്റെ നിത്യമണവാട്ടികളാക്കി ജീവിതം നരകമയമാക്കി. സ്വവർഗ്ഗ ഭോഗം, അഗമ്യഗമനം, വ്യഭിചാരം തുടങ്ങിയ മഠങ്ങളിലെ ലൈംഗിക അരാജകത്വങ്ങൾ തികച്ചും സ്വാഭാവികമായിരുന്നു. പക്ഷേ ഇതൊക്കെ പ്രേതഭാതയുടെ കണക്കിൽ ശിക്ഷാകരമാക്കിയിരുന്നു.

സഭയോ ദൈവമോ എന്തൊക്കെ പറഞ്ഞാലും മനുഷ്യസഹജമായ കാമം അനുകൂല സാഹചര്യങ്ങളിൽ ഉദ്ദീപ്തമാകുക തന്നെ ചെയ്യും. ഭക്തികൊണ്ട് എത്ര തടയിടാൻ ശ്രമിച്ചാലും അത് മനോരോഗമായി പ്രതികരിക്കുകതന്നെ ചെയ്യും. മഠങ്ങളിലെ 'പ്രേതബാധ' മനഃശാസ്ത്രപരമായ പ്രശ്നം തന്നെയാണ്.

ബ്രഹ്മചര്യം 'കർക്കശ'മെന്ന് ആഘോഷിക്കപ്പെട്ടപ്പോഴും സഭാപിതാക്കൾ ഒരിക്കലും അത് പാലിച്ചിരുന്നില്ലെന്ന് പേപ്പസിയുടെ ചരിത്രം സാക്ഷ്യപ്പെടുത്തുന്നു. അക്രമികളും ആഭാസന്മാരുമായിരുന്ന 99 ശതമാനം പോപ്പുമാരും വ്യഭിചാരത്തിന്റെയും അക്രമത്തിന്റെയും കാര്യത്തിൽ അഗ്രിമന്മാരായിരുന്നു. 'കുലടകളുടെ ഭരണകാലം' എന്നറിയപ്പെടുന്ന സെർജിയസ് പോപ്പിന്റെ കാലത്ത് അമ്മയേയും മകളേയും (തിയഡോറയും മകൾ മറോസിയയും) ഒരു പോലെ വെപ്പാട്ടികളാക്കിവെച്ചിരുന്നു. മറോസിയയിൽ സെർജിയസിനുണ്ടായ പുത്രനാണ് പിന്നീട് ജോൺ 11-ാമനായി പാപ്പാ സിംഹാസനത്തിലിരുന്നത്. (931-936), വെറും 20-ാമത്തെ വയസ്സിൽ മകനെ കൊണ്ട് മറ്റൊരാളുമായുള്ള തന്റെ വിവാഹം ആശീർവദിപ്പിച്ച മാദക റാണി മറോസിയ 4 പതിറ്റാണ്ടിലേറെ ജയിലറയിൽ പീഡിപ്പിക്കപ്പെട്ടശേഷം 90-ാം വയസിൽ വധിക്കപ്പെടുകയാണുണ്ടായത്. തുടർന്നുവന്ന ജോൺ 11-ാമൻ വേശ്യാഗമനത്തിൽ കുപ്രസിദ്ധനായിരുന്നുവെന്നു മാത്രമല്ല., കാമകേളിക്കിടെ കാമുകിയുടെ ഭർത്താവിനാൽ കൊല്ലപ്പെടുകയും ചെയ്തു. 855-ൽ ഒരു പെൺപാപ്പ ഉണ്ടായിരുന്നതായും സെന്റ് പീറ്റേഴ്സിൽ നിന്നും ലാറ്ററൻ കൊട്ടാരത്തിലേക്കുള്ള എഴുന്നള്ളത്തിനിടെ പ്രസവിച്ചു. 1087-ൽ മറ്റൊരു പെൺപാപ്പ രംഗത്തുവരികയുണ്ടായെന്നും കുതിരപ്പുറത്തിരുന്ന പ്രസവിച്ചതായും കുപിതരായ ജനം അവരെ കുതിരവാലിൽ കെട്ടി നഗരപ്ര

ദക്ഷിണം നടത്തിച്ച കല്ലെറിഞ്ഞു കൊന്നതായും പറയുന്നു.[7]

അലക്സാഡർ 6-ാമനെന്ന പിതാവ് (1492-1503) സർവ്വകാല റെക്കോർഡു സ്ഥാപിച്ചത് അമ്മയേയും മകളേയും അവരുടെ മകളേയും വെപ്പാട്ടിയാക്കി വെച്ചുകൊണ്ടാണ്. അവരുടെ മക്കളും ലൈംഗികകേളികളിൽ കുപ്രസിദ്ധരായിരുന്നു. അവരുടെ ആഭാസകരമായ ജീവിതത്തിനെതിരെയാണ് ഫ്ളോറൻസിലെ പൊന്തിഫിക്കൽ സന്യാസി സാവനറോള പ്രചരണങ്ങൾ നടത്തിയതും ഒടുവിൽ തൂക്കിലേറ്റപ്പെട്ടതും. പാപ്പമാരുടെ ഈ പുളപ്പകാലത്ത് വിവാഹവും വേശ്യാഗമനവുമൊന്നും പിതാക്കന്മാർക്ക് നിഷിദ്ധമായിരുന്നില്ല. പിന്നീട് ബ്രഹ്മചര്യം നിർബ്ബന്ധിതമായിട്ടും ഇതിലൊരു കുറവും ഉണ്ടായില്ല. നവോത്ഥാനം ശക്തമാകാൻ ഒരു കാരണം തന്നെ മതാധിപത്യങ്ങളുടെ ആഭാസകരമായ ജീവിതം തന്നെയായിരുന്നു.

മതവും മന്ത്രവാദങ്ങളും മദ്യവും

ഈ മൂന്നു 'മ' കാരങ്ങൾ പരസ്പരപൂരിതമാണ്. അതിന്റെ കൂട്ടത്തിൽ മദിരാക്ഷിയും കൂട്ടിച്ചേർക്കാവുന്നതാണ്. മതമെല്ലാം തന്നെ പുരോഹിതരാൽ നയിക്കപ്പെട്ടതും അവരൊക്കെത്തന്നെ മദ്യത്തിനും മദിരാക്ഷിക്കും വിധേയരുമാണ്. ദൈവത്തെ പ്രീതിപ്പെടുത്താൻ വിശ്വാസം മാത്രം പോര, ഇടനിലക്കാരായ പുരോഹിതർ കൂടിയേ കഴിയൂ. ഇതിന്റെ പ്രാചീന കർമ്മങ്ങൾ മുതൽ ആധുനിക ആരാധനയിൽ വരെ മദ്യം ഒഴിവാക്കാനാവാത്ത ഘടകമാണ്. ക്രൈസ്തവ ആരാധനയിൽ കുർബ്ബാനയുടെ ഭാഗമായി കർത്താവിന്റെ രക്തമായി വീഞ്ഞു മോന്തുന്നുണ്ട്.

മന്ത്രവാദം ദൈവത്തെ ഭയപ്പെടുത്തി കാര്യം സാധിക്കലാണ്. ഇതിന് മദ്യവും ലൈംഗികതയുമായി നേരിട്ട് ബന്ധമുണ്ട്. 'എടീ കള്ളി, ഭയങ്കരി' എന്നു തുടങ്ങുന്ന ഭീഷണികൾ അവരുടെ പരദേവതമാരായ ഭഗവതിമാരുടെ നേരെ ഉയർത്താറുണ്ട്[8]. പ്രകൃതിശക്തികളെ കീഴ്പ്പെടുത്തുന്നതിന്റെ ഭാഗമായി ആണ് മന്ത്രവാദം ആരംഭിച്ചതെങ്കിലും അതു ലൈംഗികതയുമായി നാഭീബന്ധത്തിലായിരുന്നു. കൃഷിയിടങ്ങളിൽ വിതയ്ക്കുന്ന സമയത്ത് പരസ്യമായി കർഷകർ ലൈംഗിക ബന്ധത്തിലേർപ്പെട്ടിരുന്നു. മികച്ച വിളവിന് ഇത് സഹായകരമാണെന്നായിരുന്നു അമേരിക്കയിലെ ജാവാ നിവാസികൾ വിശ്വസിച്ചിരുന്നത്. ഫലപുഷ്ടിയുമായി ബന്ധപ്പെട്ട ഈ വിശ്വാസം വിവിധ രാജ്യങ്ങളിലുണ്ടായിരുന്നതിനാലാകാം വിധവകൾക്ക് മംഗളകർമ്മങ്ങളിൽ വിലക്കേർപ്പെട്ടു

7 കുപ്രസിദ്ധരായ മാർപ്പാപ്പാമാർ: പ്രൊഫ. കെ.എം. ഏബ്രഹാം.

8 മന്ത്രവാദവും മതവും: സി.ആർ. കേരളവർമ്മ (സാംസ്ക്കാരിക വകുപ്പ്)

ത്തിയത്. ഇരട്ടകൾക്ക് സവിശേഷ കഴിവുണ്ടെന്ന ധാരണ സൃഷ്ടിയിലെ അവരുടെ പുഷ്ടിമതന്നെയായിരുന്നിരിക്കണം.

കൊട്ടിഘോഷിക്കപ്പെടുന്ന യാഗങ്ങൾ ദൈവാരാധനയുടെ വേദ പാരമ്പര്യമാണല്ലോ. ലൈംഗികതയുമായി യാഗങ്ങൾക്കുള്ള ബന്ധം പുരാണപരമാണ്. ലൈംഗികതയെ തന്നെ യാഗമായി അവതരിപ്പിച്ചിരിക്കുന്നതു കാണുക.[9]

> സ്ത്രീയുടെ ഉപസ്ഥം (ഗുഹ്യാവയവം) യജ്ഞത്തറയാണ്. രോമങ്ങൾ ദർഭയാണ്. സോമാഭിഷഫലത്തിൽ (സോമനീർ പിഴിഞ്ഞെടുക്കുന്ന ഉപകരണം) മൃഗത്തോലാണ് യോനീചർമ്മം. പുരുഷ വൃഷണങ്ങൾ പിടിക്കല്ലുകളാണ് (സോമം ചതയ്ക്കുന്ന കല്ലുകൾ) യോനി മദ്ധ്യ അഗ്നിയും (6:4)
>
> സ്ത്രീ അഗ്നിയാണ്. അവളുടെ ഉപസ്ഥം ചമതയാണ്. രോമങ്ങൾ പുകയാണ്. യോനി ജ്വാലയാണ്. പുരുഷൻ അവളെ വേദനം ചെയ്യുന്നതാണ് കനലുകൾ. ഹർഷോന്മാദ ശബ്ദങ്ങൾ തീപ്പൊരികളാകുന്നു. ഈ അഗ്നിയിൽ ദേവന്മാർ രേതസ്സിനെ ഹോമിക്കുന്നു. (2:13)

ബുദ്ധിമാന്മാർക്കു ഇതിനെ പ്രതീകവൽക്കരിക്കാം. പക്ഷേ പുത്രകാമേഷ്ടിയിലെ മദ്യപാനവും മാംസഭക്ഷണവും പരസ്യമായ മൈഥുനവും പ്രതീകാത്മകതയല്ല. യജമാനപത്നി ഋത്വിക്കുകളുമായി പരസ്യ സംഭോഗം നടത്തേണ്ടിയിരുന്നു.[10] അശ്വമേധത്തിലാകട്ടെ ശ്വാസം മുട്ടിച്ചു കൊല്ലുന്ന കുതിരയുമായി രാജ്ഞി പരസ്യഭോഗം നടത്തണമായിരുന്നു. ദൈവപ്രീതിക്കായുള്ള ആഭാസങ്ങൾ. രാമലക്ഷ്മണന്മാർ, പാണ്ഡവർ തുടങ്ങിയ പുരാണകഥാപാത്രങ്ങളൊക്കെ ഇങ്ങനെ 'അത്ഭുതകര'മായി സൃഷ്ടിക്കപ്പെട്ടവരാണ്.

സോമപാനം (മദ്യം) യാഗത്തിന്റെ അവിഭാജ്യ ഘടകമാണ്. സുര (മദ്യം) കഴിക്കുന്നവരാണ് സുരന്മാർ (ദേവന്മാർ) മദ്യപിക്കാത്തവരാണ് അസുരന്മാർ. പക്ഷേ പുരാണകഥകളിലെല്ലാം ഇവർ ദുഷ്ടന്മാരും ഭീകരന്മാരുമായി ചിത്രീകരിക്കപ്പെട്ടിരിക്കുന്നു. അഥർവ്വവേദത്തിൽ പ്രതിപാദിക്കുന്ന ദാസിമാർ ബ്രാഹ്മണരുടെ ഭോഗവസ്തുക്കളായിരുന്നു. പുരാണങ്ങളിലെ രാസലീലകൾ ദൈവസംഭോഗങ്ങളുടെ വിചിത്രവിവരണങ്ങളാണ്. ദേവലോകത്തിലെ അപ്സരസുകളും ഗ്രീക്കുകാരുടെ ദേവകന്യകമാരുമൊക്കെ ദൈവങ്ങൾക്കു മാത്രമുള്ള വേശ്യകളായിരുന്നു.

---

9 ബൃഹദാരണ്യകോപനിഷത് - പുത്രമഥം

10 വിശദാംശങ്ങൾ ലേഖകന്റെ 'യജ്ഞസംസ്ക്കാരവും ക്ഷേത്രവിമോചനവും: നവബ്രാഹ്മണിക അധിനിവേശം എന്ന കൃതിയിൽ.

ക്ഷേത്രച്ചുവരുകളിലെ ലൈംഗികശില്പങ്ങളും ചിത്രങ്ങളും അതിരില്ലാത്ത ലൈംഗികതയുടെ നിദർശനങ്ങൾ തന്നെയാണ്. ഇന്ത്യൻ ദൈവങ്ങളിൽ ഏറ്റവും പ്രിയങ്കരൻ ശ്രീകൃഷ്ണനാണ്. രാസലീലയുടെയും നിരന്തര ലൈംഗികതയുടെയും ഉസ്താദാണല്ലോ ജനകീയനായ കൃഷ്ണൻ.

കൃഷ്ണന്റെ രാസലീലകൾ ഭാഗവതത്തിലെ മുഖ്യരസദായിനിയാണ്. ജയദേവരുടെ 'ഗീതഗോവിന്ദം' സംഭോഗ ശൃംഗാരത്തിന്റെ വാചാലമായ കൃതിയാണ്. ഗോപസ്ത്രീകളും, വിശിഷ്യ രാധയുമായുള്ള രാസലീലകളുടെ വർണ്ണനകൾ എന്തായാലും ഭക്തിയെയല്ല, രാസലീലയെയാണ് ഉണർത്തുക എന്നതിനു സംശയമില്ല. രതിക്രീഡകളുടെ ജനകീയവൽക്കരണമാണ് കൃഷ്ണൻ ആടിത്തിമിർത്തത് എന്നതുകൊണ്ടാവാം ഏറ്റവും ജനകീയനായ ദൈവമായി കൃഷ്ണൻ മാറിയത്; പ്രത്യേകിച്ചും സ്ത്രീകളുടെ. ബൈബിളിലെ ഉത്തമഗീതങ്ങൾ കാമലേഖനങ്ങൾ തന്നെയാണ്.

ക്ഷേത്രങ്ങളിൽ വച്ച് സംഭോഗം നടത്തുന്നത് വിവിധ രാജ്യങ്ങളിലെ വിശ്വാസത്തിന്റെ ഭാഗമായിരുന്നു എന്ന് ഹെറഡോട്ടസ് രേഖപ്പെടുത്തുന്നു. ഗ്രീസിലെ അഫ്രോഡൈറ്റ് ദേവാലയത്തിൽ വിവാഹത്തിനു മുമ്പ് പെൺകുട്ടികൾ ക്ഷേത്രപരിസരത്തു വന്നിരുന്ന് വിളിക്കുന്ന പുരുഷന്റെ ആഗ്രഹം സാധിച്ചുകൊടുക്കണമായിരുന്നു. ദേവാലയങ്ങളിൽ വേശ്യകൾ വേറെയുണ്ടായിരുന്നു.[11] ഇന്ത്യയിലെ 'ദേവദാസി സമ്പ്രദായം' കുപ്രസിദ്ധമാണല്ലോ. (ഇപ്പോഴും ചിലയിടങ്ങളിൽ നിലനിൽക്കുന്നുണ്ട്) ക്ഷേത്രങ്ങളിൽ വേശ്യകളെ താമസിപ്പിക്കുകയും അവരെ കാമലീലകൾ പ്രത്യേകമായി അഭ്യസിപ്പിക്കുകയും ചെയ്തിരുന്നു. ബ്രാഹ്മണരുടെ സവിശേഷമായ വേശ്യാലയങ്ങളായിരുന്നു ക്ഷേത്രങ്ങൾ. ഇതിനെല്ലാം ഭക്തിയുടെ പരിവേഷം ചാർത്തുന്നതിൽ അവർ വിജയിച്ചിരുന്നു. ലോകത്തിൽ ആദ്യമായി കാമകലയെപ്പറ്റി ഒരു ഗ്രന്ഥമുണ്ടായതും ഇന്ത്യയിലാണല്ലോ - കാമസൂത്രം. അതെഴുതിയതും ഒരു ഋഷിതന്നെ - വാത്സ്യായനൻ.

താന്ത്രികമതം

ദൈവാനുഗ്രഹത്തിനും സ്വർഗപ്രാപ്തിക്കും കേവലം ഈശ്വരഭക്തി മാത്രം പോരായിരുന്നു. മറ്റു ചില തന്ത്രങ്ങളും മതത്തിന്റെ ഭാഗമായിത്തന്നെ വളർന്നു വന്നിരുന്നു. മന്ത്രവാദം, ഹഠയോഗം, സാധന തുടങ്ങിയ പലപേരിൽ അറിയപ്പെട്ട ആഭാസത്തരങ്ങൾക്ക് ആത്മീയമായ വ്യാഖ്യാനങ്ങളുണ്ടായി. അതിന്റെ സംഘടിത ഉദാഹരണങ്ങളിലൊന്നാണ് താന്ത്രികമതം.

11 ഭക്തിയും കാമവും: ജോൺസൺ ഐരൂർ

മദ്യപിച്ച മദോന്മത്തരായി കൂട്ടലൈംഗികബന്ധം നടത്തുന്ന വാമമാർഗികൾ, ചോളിമാർഗികൾ, ബീജമാർഗികൾ തുടങ്ങിയവർ ഭക്തിയുടെ പേരിൽ കാട്ടിക്കൂട്ടുന്ന പേക്കൂത്തുകൾ ഭയങ്കരങ്ങളാണ്. സ്ത്രീകളെ നഗ്നരാക്കി ഗുഹ്യഭാഗങ്ങളിൽ പൂജ നടത്തുകയും കൂട്ടമായി വികൃതലൈംഗികതയിൽ മുഴുകുകയും ചെയ്യുന്നവർ അതിനിടയിൽ 'ഭൈരവോഹം ശിവോഹം എന്ന മന്ത്രങ്ങൾ ഉരുവിട്ടുകൊണ്ടിരിക്കും.[12] ഈ രാസലീലകളിൽ അമ്മയും പെങ്ങളുമെന്ന വിവേചനമൊന്നുമില്ല. ശവങ്ങൾ കുഴിച്ചെടുത്ത് അതിന്മേലിരുന്ന സാധന ചെയ്യുന്ന കാപാലികരും, ആനന്ദമാർഗികളുമൊക്കെ ഇപ്പോഴും വടക്കേയിന്ത്യയിലുണ്ട്. നഗ്നതാപ്രദർശനത്തിന്റെ അഖിലേന്ത്യാ സമ്മേളനമാണല്ലോ കുംഭമേള.

താന്ത്രികമതത്തിന്റെ അടിസ്ഥാന ബൗദ്ധികപ്രമാണം കുണ്ഡലിനിയെ ഉണർത്തി മോക്ഷം നേടലാണ്. സ്ത്രീശക്തിയായ കുണ്ഡലിനി പുരുഷന്റെ നട്ടെല്ല് അവസാനിക്കുന്നതിന്റെയും ഗുദത്തിന്റെയും മദ്ധ്യത്തിലാണുള്ളത്. സാധനകൊണ്ടും ധ്യാനം കൊണ്ടും അതിനെ ഉണർത്തി സുഷുമ്നയിലൂടെ കടത്തി ഭ്രൂമദ്ധ്യത്തിലെത്തിക്കുമ്പോൾ (ശിവശക്തിയുമായി യോജിപ്പിക്കുമ്പോൾ എന്ന വ്യാഖ്യാനം) ബ്രഹ്മാനന്ദം നേടുമെന്നാണ് സിദ്ധാന്തം. പക്ഷേ എന്താണ് ഈ 'സാധനം' എന്ന് ആർക്കുമറിയില്ല. എന്താണീ ബ്രഹ്മാനന്ദമെന്ന് ആരും വിശദീകരിച്ചിട്ടില്ല. നേടിയതായി തെളിവുമില്ല. അത് ഉണർത്തിയെന്ന വകാശപ്പെട്ടവരാരും മരിക്കാതെയിരുന്നിട്ടുമില്ല. വിപ്ലവകാരിയായി അവതരിപ്പിക്കപ്പെടുന്ന നാരായണഗുരുവും ബ്രഹ്മാനന്ദശിവയോഗിയുമൊക്കെ കുണ്ഡലിനിയുടെ വക്താക്കളായിരുന്നു!

താന്ത്രികവിദ്യ ചികിത്സാമന്ത്രങ്ങളും വശീകരണമന്ത്രങ്ങളും കൊണ്ടു സമൃദ്ധമാണ്. അതിനെ ആധുനികവൽക്കരിച്ച അഭിനവ ഗുരുക്കന്മാരാണ് രജനീഷും ശ്രീ ശ്രീ രവിശങ്കറും. യോനീ പ്രാർത്ഥനയും നിർവ്വേദലൈംഗികതയുമൊക്കെ പ്രചരിപ്പിച്ച രജനീഷ് ഫ്രീസെക്സിലേക്കു പോയപ്പോൾ, ശാസ്ത്രപരിവേഷം നൽകിയാണ് ശ്രീ ശ്രീ കടന്നുവന്നത്. ശ്വസന പ്രക്രിയ അതിന്റെ ഒന്നാംഘട്ടമാണെങ്കിൽ അഞ്ചാം ഘട്ടത്തിലെത്തുമ്പോൾ സത്സംഗമാണ്. ഇതിനെയൊക്കെ ആത്മീയവല്ക്കരിക്കാൻ ആസ്ഥാന ബുദ്ധിജീവികളുമുണ്ട്.

---

12 താന്ത്രികമതം: ഇടമറുക്.

ലിംഗപൂജ

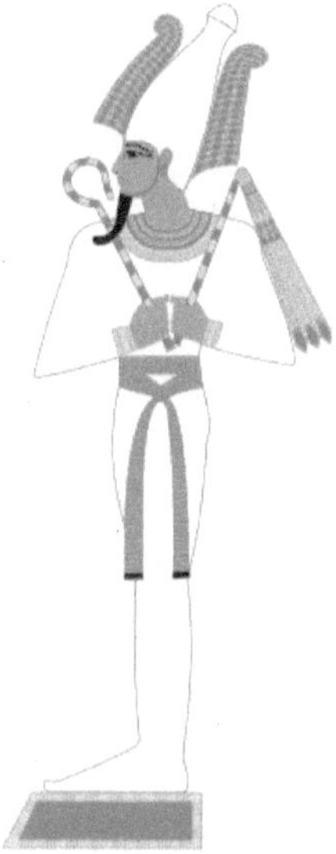

ഓസിറസ്

അമേരിക്കയിലെ ആദിവാസികളായ ഇങ്കാൾ, മായർ, അസ്തെക്കുകൾ, മോച്ചിയാകൾ എന്നിവർ മാത്രമല്ല, ഒട്ടുമിക്ക ആദിമനിവാസികളും ലിംഗാരാധകരായിരുന്നു. സൃഷ്ടിയുടെ രഹസ്യം അവർക്ക് അത്ഭുതകരമായിരുന്നതുകൊണ്ടാകാം ഈ പ്രതിപത്തി ഉണ്ടായത്. ഗർഭധാരണത്തോടും പ്രസവത്തോടുമുള്ള ആദ്യകാലത്തെ അത്ഭുതം സ്ത്രീയോടുള്ള ആരാധനയായി പരിണമിക്കുകയും അമ്മദൈവങ്ങളുടെ ഉൽപ്പത്തിക്കു കാരണമാകുകയും ചെയ്തിരുന്നു.

പുരുഷസൗന്ദര്യത്തോടുള്ള ഗ്രീക്കുകാരുടെ താൽപ്പര്യം അവരുടെ ചിത്ര/ശിൽപ്പങ്ങളിലൂടെ പ്രസിദ്ധമാണ്. സർവ്വശക്തനായ ഗ്രീക്കുദേവൻ അപ്പോളോയുടെ പൂർണ്ണകായനഗ്നപ്രതിമയാണ് ക്ഷേത്രത്തിൽ സ്ഥാപിച്ചിരിക്കുന്നത്. പെരുന്നാൾ ദിവസം സ്ത്രീകൾ ഈ പ്രതിമയെ ആലിംഗനം ചെയ്ത് ലിംഗത്തെ വണങ്ങുന്ന ആചാരമുണ്ട്. ഈജിപ്തിലെ 'ഓസിറസ്' ദേവന്റെ ലിംഗത്തെയും ആരാധിച്ചിരുന്നു. വ്യത്യസ്ത രാജ്യങ്ങളിൽ ഈ ആരാധനാസമ്പ്രദായമുണ്ടായിരുന്നു. ഇന്ത്യയിൽ അത് ശിവലിംഗാരാധനയായി. ശിവലിംഗത്തിന്റെ പ്രത്യേകത അത് യോനിയിൽ പ്രവേശിച്ചു നിൽക്കുന്ന പുരുഷലിംഗമാണ്. അത്ഭുതമന്ത്രമായി ചിത്രീകരിക്കുന്ന (ॐ) ഓം ചിഹ്നം ഒരു അക്ഷരമല്ല. അതു തിരിച്ചെടുത്താൽ യോനിയുടെ രൂപവും ലിംഗവുമാണ്. അതായത് യോനിയിൽ പ്രവേശിച്ചിരിക്കുന്ന ലിംഗത്തിന്റെ ചിത്രീകരണമാണ് . അതോടൊപ്പം കാണിച്ചിരിക്കുന്ന എന്നത് അണ്ഡവും ശുക്ലവും ചേർന്ന രൂപമാണ്. 'സൃഷ്ടിമന്ത്രം' എന്നു ॐ ന്റ പേരുവന്നത് അതുകൊണ്ടാണ്. ഇതൊക്കെ ലൈംഗികതയുടെ കൃത്യമായ ആവിഷ്ക്കാരങ്ങൾ തന്നെയാണ്.

ലിംഗപൂജപോലെ തന്നെ യോനിപൂജയും നടക്കുന്ന ക്ഷേത്രങ്ങളുണ്ട്. കാഷ്മീരിലെ കാമപുരം ക്ഷേത്രത്തിലെ പ്രതിഷ്ഠ യോനിയാണ്. ഭഗവതി എന്ന സങ്കൽപ്പം തന്നെ യോനിയുമായി ബന്ധപ്പെട്ടതാണ്. ഭഗം യോനി തന്നെയാണ്. കൊടുങ്ങല്ലൂരിലെ തെറിപ്പാട്ടുകൾ ഭഗവതിയുമായി ലൈംഗികബന്ധം നടത്തുന്നതു സംബന്ധിച്ചാണ്. ചെങ്ങന്നൂരിലെ ഭഗവതിക്ക് തീണ്ടാരിയുണ്ടാകുകയും അത് പറ്റിയതുണി അത്യന്തം

ലിംഗപൂജ

ഭക്തിയോടെ വാങ്ങി ഉപയോഗിക്കുകയും ചെയ്യുന്നുണ്ട്. കരിങ്കൽ വിഗ്രഹത്തിന് മെൻസസ് എന്നത് ഭക്തിയുടെ മറവിലെ നല്ലൊരു കച്ചവടമാണ്.

മന്ത്രവാദത്തിലെ മുഖ്യ ഇനങ്ങളിലൊന്നാണ് ആർത്തവതുണി, വശീകരണത്തിനുള്ള സാധനങ്ങളിൽ പ്രധാനമാണത്.

ഓം നമ: ശയ്യായെ ഭരിവിഭരിയാമിനി
അമുകംമെ വശമാനയസ്വാഹ

എന്ന മന്ത്രം നൂറ്റൊന്നുതവണ ചൊല്ലി കാക്കയുടെ നാവ്, വയമ്പ്, കൊട്ടം, ആർത്തവരക്തം, മഞ്ചട്ടിപ്പൊടി, തകരയരി, വെൺകടുക്, ശിവലിംഗത്തിൽ ചാർത്തിയമാല എന്നിവ സമമായി ഉണക്കികപ്പൊടിച്ച് ഭക്ഷണത്തിൽ കലക്കിക്കൊടുത്താൽ പുരുഷൻ വശീകരിക്കപ്പെട്ടുമെന്നാണ് ഈ മന്ത്രവാദകുറിപ്പടി.

ലിംഗാരാധനയുടെയല്ല, ലിംഗാധിപത്യത്തിന്റെ അടയാളമാണ് വിവാഹിതയ്ക്കു ചാർത്തുന്ന താലി. യോനിയുടെ രൂപമാണ് താലിയുടേത്. സ്ത്രീയുടെ ലൈംഗികതയ്ക്കു മേലുള്ള പുരുഷാധിപത്യമാണ് താലി. സീമന്തരേഖയിലെ സിന്ദൂരമാകട്ടെ യോനിഭേദനം നടന്നതിന്റെ അടയാളമാണ്.

'പരിച്ഛേദനം' ക്രൈസ്തവ / ഇസ്ലാം മതങ്ങളിലെ ആചാരമാണ്. ആൺകുട്ടികൾ ലിംഗാഗ്രം ഛേദിച്ച് ദൈവത്തിനു സമർപ്പിക്കുന്നതാണ് പരിച്ഛേദനകർമ്മം. പെൺകുട്ടികളുടെ ഭഗശിശ്നിക (Clitorisis) യുടെ ഒരു ഭാഗം മുറിച്ചുകളയുന്നത് മതാചാരം തന്നെയാണ് - പെൺസുന്നത്ത്. പലപ്പോഴും വളരെ മൃഗീയമായി കറിക്കത്തികൊണ്ടുപോലും ഈ കർമ്മം നിർവ്വഹിക്കുകയും യോനിമുഖമടക്കം കുത്തിക്കെട്ടിവെക്കുകയും ചെയ്യുന്നതിനെപ്പറ്റി അയാൻ ഹിർസി അലി തന്റെ 'അവിശ്വാസി' എന്ന ആത്മകഥയിൽ വിശദീകരിക്കുന്നുണ്ട്.

ഈശ്വരവിശ്വാസം നിർദ്ദോഷകരമായ ഒരു ആചാരമോ ആത്മീയരക്ഷയുടെ ഭാഗമോ അല്ലെന്ന് ഇതെല്ലാം വ്യക്തമാക്കുന്നുണ്ട്. ഭക്തിയുടെ ലൈംഗിക ബന്ധം അത്യന്തം ലജ്ജാകരവും അറപ്പുളവാക്കുന്നതുമാണ്. ഭക്തിയുടെ പേരിൽ അടിച്ചമർത്തപ്പെടുന്ന ലൈംഗികത കുടുംബജീവിതങ്ങളിലുണ്ടാക്കുന്ന അസ്വസ്ഥതകൾ ഭയങ്കരങ്ങളാണ്. ഭാര്യാഭർത്താക്കന്മാർ യഥേഷ്ടം വിഹരിച്ച് രസിക്കേണ്ടുന്ന ലൈംഗികയ്ക്കുമേൽ വിശ്വാസമേൽപ്പിക്കുന്ന നിരോധനം രൂക്ഷമായ മാനസിക, സാമൂഹ്യപ്രശ്നങ്ങൾ

ഉയർത്തുന്നു. വ്യഭിചാരവും, പെൺപീഡനവും മദ്യപാനവുമൊക്കെ ഇതിന്റെ പരിണിത ഫലങ്ങളാകാം. മദ്ധ്യവയസ്സിലെത്തുന്ന സ്ത്രീകളുടെ വികലമായ മാനസികാവസ്ഥ ധ്യാനമാമാങ്കങ്ങളിലേക്ക് അവരെ കൊണ്ടെത്തിക്കുന്നു. ആർത്തവവിരാമം സ്ത്രീകളിൽ കഠിനമായ മാനസികപ്രശ്നങ്ങളുണ്ടാക്കുന്നുണ്ട്. അതോടൊപ്പം പൂർത്തീകരിക്കപ്പെടാത്ത ലൈംഗിക അഭിനിവേശം, ആർത്തവവിരാമത്തോടെ താൻ പെണ്ണല്ലാതാകുന്നുവെന്നതോന്നൽ, ചിലർക്കെങ്കിലുമുള്ള പരപുരുഷബന്ധം ഒക്കെ സമാശ്വാസത്തിനായി ഭക്തിയിലേക്ക് കൊണ്ടെത്തിക്കപ്പെടുന്നു. അതൊരിക്കലും മോക്ഷത്തിനായുള്ള ഈശ്വരസേവയല്ല. വിഭ്രമാത്മകമായ ലൈംഗികതയുടെ ബഹിർസ്ഫുരണം മാത്രമാണ്. മാനുഷികവും പ്രണയപൂർവ്വവുമായ പങ്കാളിത്തത്തിലൂടെ പരിഹരിക്കാവുന്നതാണവ.

പത്ത്

വേണ്ടത് മനുഷ്യവിശ്വാസം

നിരീശ്വരത്വം ഒരു പുതിയ ഉൽപ്പന്നമല്ല. വിശ്വാസമുണ്ടാകുന്നതിന് മുമ്പ് എല്ലാവരും നിരീശ്വരരായിരുന്നല്ലോ. ഈശ്വരനെപ്പറ്റി പറയാനും പഠിപ്പിക്കാനും തുടങ്ങിയ കാലം മുതൽ തന്നെ അതിനെതിരായ ദർശനവും പ്രകടമായിരുന്നു. പല കാലങ്ങളിലും അത് പുരോഗമനപരവും സാമൂഹ്യോൽക്കർഷപരവുമായിരുന്നു. സാമൂഹ്യനവോത്ഥാനത്തിൽ നാസ്തിക്യം വഹിച്ച പങ്ക് വളരെ പ്രധാനമായിരുന്നു.

പുരാണങ്ങളിലെ നാസ്തിക്യം

രാമായണത്തിൽ ശ്രീരാമനെ വനവാസത്തിൽ നിന്നു പിന്തിരിപ്പിക്കാൻ ജാബാലി നടത്തുന്നവാദം യുക്തിയുടെ വെളിച്ചത്തിലാണ്.

ഒരാളിങ്ങുണ്ടതന്യന്റെ
ദേഹത്തിൽ ചെല്ലുമെങ്കിലോ
പോയവന്നൂട്ടിയാൽച്ചാത്തം
വഴിച്ചോറായിടേണ്ടയോ
മയക്കുപുസ്തകമിതു
ലാഭാർത്ഥം പ്രജ്ഞാൽകൃതം[1]

ഒരാൾ ഭക്ഷിച്ചാൽ മറ്റൊരുത്തന്റെ ദേഹത്തു ആഗിരണം ചെയ്യുമോയെന്നും, ചാത്തം ഊട്ടുന്നത് വഴിച്ചോറുകൊണ്ടുപോകുന്നതു

1 വാല്മീകിരാമായണം: അയോദ്ധ്യാകാണ്ഡം

പോലെയാണോ എന്നുമുള്ള ചോദ്യങ്ങൾ ചാർവ്വാകരുടെ യുക്തിയാണ്. മയക്കുപുസ്തകങ്ങൾ പാരായണം ചെയ്തു ബുദ്ധികെട്ടിട്ടാണ് മനുഷ്യർ ഇപ്രകാരം ചെയ്യുന്നതെന്നു പറഞ്ഞ്,

പ്രത്യക്ഷം സ്വീകരിച്ചാലും
പരോക്ഷം പിന്നിലാക്കി നീ

എന്നുകൂടി പ്രഖ്യാപിക്കുമ്പോൾ അജ്ഞേയമായ പരോക്ഷകാര്യങ്ങളെപ്പറ്റി വിചാരിച്ചു ജീവിതം പാഴാക്കാതെ വ്യക്തമായ പ്രത്യക്ഷ കാര്യങ്ങളിൽ ശ്രദ്ധിക്കാനാണ് ജാബാലിയുടെ ഉപദേശം. ഇതിനു കടുത്തഭാഷയിലാണ് രാമന്റെ മറുപടി.

ഇബ്ബുദ്ധിയും പൂണ്ടു നടക്കുവോനെ-
ദ്ധർമ്മം വിട്ടും നാസ്തികനാംഭവാനെ
അബ്ബൗദ്ധനും ചോരനുമൊന്നി-
ങ്ങവണ്ണമേ നാസ്തികനെന്നുമോർക്ക

ബുദ്ധമതക്കാരനെയും നാസ്തികനെയും കള്ളന്മാരെയും ഒരേപോലെ നിഷിദ്ധരാക്കിയിരിക്കുന്നത് അക്കാലത്ത് ബ്രാഹ്മണ്യത്തിന്റെ രാഷ്ട്രീയ കാഴ്ചപ്പാടാണ്.

മഹാഭാരതത്തിലുണ്ട് ഒരു ചാർവ്വാകൻ. യുദ്ധവിജയിയായി ഹസ്തിനപുരിയിലേക്ക് ആഘോഷപൂർവ്വമെത്തുന്ന പാണ്ഡവർക്കു മുന്നിലേക്ക്, ഇളകിമറിയുന്ന ആഘോഷങ്ങൾക്കു നടുവിലേക്ക് കടന്നുനിന്ന് ഒരാൾ ഉറക്കെ പ്രസ്താവിക്കുന്നു.

ഈ വിപ്രരൊക്കെച്ചൊൽവൂ ആ
വാക്കതെന്റെ മുഖാന്തം
ജ്ഞാതിഘ്നൻ നീ നൃപതി ! നീ
നിന്ദ്യനായ് തീരുമെന്നു താൻ
കൗന്തേയ, ജ്ഞാതിനിധന-
മിതു ചെയ്തവനെന്തിനോ
ഗുരുക്കളെക്കൊല്ലിച്ചു ചാക-
നല്ല ജീവക്കയല്ലിഹ²

ഇത്ര ധീരമായ അഭിപ്രായപ്രകടനം നടത്താൻ ഒരു ചാർവാകനല്ലാതെ മറ്റാർക്കാണു കഴിയുക? ബന്ധുക്കളെയും ഗുരുക്കന്മാരെയും കൊന്നവനു ജീവിതത്തേക്കാൾ നല്ലതു മരണമാണെന്നു പ്രഖ്യാപിക്കുന്നു. പക്ഷേ സത്യം പറഞ്ഞവന്റെ ഗതിയെന്തായിരുന്നു. ബ്രാഹ്മണർ തല്ലിച്ചതച്ച് തീയിലെറിഞ്ഞു. ബ്രാഹ്മണവേഷത്തിൽ വന്ന 'ചാർവ്വാക

---

2 മഹാഭാരതം: ശാന്തിപർവ്വം

രാക്ഷസനാ'ണെന്നു പറഞ്ഞായിരുന്നു സത്യം പറഞ്ഞവനെ ചുട്ടെരിച്ചത്. പക്ഷേ എത്രവലിയവരോടായാലും സത്യം പറയുകയും മനുഷ്യത്വത്തെ പ്രകീർത്തിക്കുകയുമാണ് ചാർവ്വാകൻ ചെയ്തത്.

ദാർശനികപെരുമയിൽ നാസ്തിക്യം

തത്വചിന്തയുടെ വിളനിലമായിരുന്ന ഗ്രീസ് ലോകത്തിന്റെ പ്രകാശമായിരുന്നു. പതിനാറാം നൂറ്റാണ്ടുവരെ തത്വചിന്തയും ശാസ്ത്രവുമെന്നാൽ ഗ്രീക്കു ചിന്തകളായിരുന്നു. ശരിയോ തെറ്റോ ആയാലും അവയിൽ നിന്നായിരുന്നു ഒട്ടേറെ പദ്ധതികൾ വികസിച്ചുവന്നത്. യവനചിന്തകരിൽ ബഹുഭൂരിപക്ഷവും നിരീശ്വരർ തന്നെയായിരുന്നു.

തെയിൽസ് (BCE 624-548) പ്രപഞ്ചോൽപ്പത്തി ജലത്തിൽ നിന്നാണെന്നു സ്ഥാപിച്ചു. പൈഥഗോറസ് (BCE 580-507) ഗണിതശാസ്ത്രത്തിൽ കൂടി പ്രപഞ്ചരഹസ്യം വെളിപ്പെടുത്താൻ ശ്രമിച്ചു. എല്ലാം സാംഖ്യമായ ഒരു ബന്ധത്തിൽ സ്ഥിതി ചെയ്യുന്നുവെന്ന് സ്ഥാപിക്കാൻ ഒരുങ്ങി. ഹെറാക്ലീറ്റസ് (BCE 535-475) ഒന്നിനും ഒരിടത്തും സ്ഥിരതയില്ലെന്നും പരിണാമമാണ് പ്രകൃതി സ്വഭാവമെന്നും വിരുദ്ധ ധർമ്മങ്ങളുടെ സമ്മേളന സംഘട്ടനങ്ങളുടെ ഫലമായാണ് മാറ്റം ഉണ്ടാകുന്നതെന്നും പറഞ്ഞുവെച്ചു. (വൈരുദ്ധ്യവാദത്തിന്റെ പ്രാഥമിക രൂപമാണിത്) ഡെമോക്രിറ്റസ് (BCE 460-370) ആദ്യമായി അണുസിദ്ധാന്തം അവതരിപ്പിച്ചു. പ്രപഞ്ചം അണുസംഘാതമാണെന്നും അവ സദാ ദ്രുതചലനത്തിൽ ഏർപ്പെട്ടിരിക്കുകയാണെന്നുമുള്ള ഇദ്ദേഹത്തിന്റെ ചിന്തയെ സോക്രട്ടീസും പ്ലേറ്റോയും എതിർത്തു.

പഴയവിശ്വാസങ്ങളും പ്രമാണങ്ങളും സംശയിക്കപ്പെട്ടപ്പോഴാണ് തത്വജ്ഞാനം ഉണ്ടാകുന്നത്. അങ്ങനെയുള്ള പ്രമാണങ്ങളെ ചോദ്യം ചെയ്തു കൊണ്ടാണ് സോക്രട്ടീസ് തത്വജ്ഞാനത്തിന്റെ വക്താവായത്.

ഹെറാക്ലീറ്റസ്

സ്വന്തം അറിവില്ലായ്മ തിരിച്ചറിയുകയാണ് ശരിയായ ജ്ഞാനം എന്നതായിരുന്നു സോക്രട്ടീസിന്റെ പ്രമാണം. മനുഷ്യജീവിതത്തിന്റെ മൂല്യവ്യവസ്ഥകളെപ്പറ്റിയാണ് അദ്ദേഹം അന്വേഷിച്ചത്.

എന്നാൽ അദ്ദേഹത്തിന്റെ ശിഷ്യൻ പ്ലേറ്റോയാകട്ടെ ഗണിതശാസ്ത്ര

സോക്രട്ടീസ്

ത്തിന്റെ അക്കാദമി സ്ഥാപിച്ചു. ഗണിതശാസ്ത്ര നൈപുണ്യമുള്ളവർ എല്ലാറ്റിലും മെച്ചപ്പെട്ടവരായിരിക്കും എന്നു പ്രഖ്യാപിച്ചു. കായിക പരിശീലനം അനിവാര്യമാണ്. നാടോടിക്കഥകളും പുരാണകഥകളും യുക്തിചിന്തയെ മരവിപ്പിക്കും. 'റിപ്പബ്ലിക്ക്' എന്ന ക്ലാസ്സിക് കൃതിയിലൂടെ രാഷ്ട്ര നീതിയെപ്പറ്റി സംവദിച്ചു.

അരിസ്റ്റോട്ടിൽ (BCE 384-322) ഒരു വിസ്മയമായിരുന്നു. നവോത്ഥാനകാലം വരെ അദ്ദേഹത്തിന്റെ ചിന്തകൾ ചോദ്യം ചെയ്യപ്പെട്ടില്ല. Man is a rational Animal എന്നു പ്രഖ്യാപിച്ച അദ്ദേഹത്തിന്റെ ശാസ്ത്രസിദ്ധാന്തങ്ങൾ ആധുനിക കാലത്ത് ചോദ്യം ചെയ്യപ്പെട്ടെങ്കിലും ധാർമ്മിക യുക്തിവാദിയായിരുന്നു അദ്ദേഹം. പിന്നാലെ വന്ന എപ്പിക്യൂറസ് സെനോ, ഡയോജനിസ് ഒക്കെ തത്വചിന്താരംഗത്തെ വിവിധ സരണികൾ തുറന്നെങ്കിലും അടിസ്ഥാനപരമായി നാസ്തികതയുടെ വക്താക്കളായിരുന്നു.

ശാസ്ത്രരംഗത്തെ പ്രതിഭകളായ യൂക്ലിഡ്, ആർക്കമെഡിസ്, ഹിപ്പാർക്കസ്, അരിസ്റ്റാർക്കസ്, തെയിൽസ്, പൈഥഗോറസ് തുടങ്ങിയവരും ഭൗതികവാദസരണിയെ പരിപുഷ്ടമാക്കി.

മാനവികതയും നാസ്തിക്യവും

അറിവിന്റെ സേവനത്തിന് യുക്തിചിന്തയേ സഹായമാകൂ എന്നു പ്രസ്താവിച്ച റോജർ ബേക്കൺ (1214-1293) അനുമാനങ്ങളെ നിർദ്ധാരണം ചെയ്യാൻ ശാസ്ത്രത്തിനേ കഴിയൂ എന്നു സിദ്ധാന്തിച്ചു. സഭയുടെ ശത്രുവാക്കപ്പെട്ടു ജയിലിൽ അടയ്ക്കപ്പെട്ടെങ്കിലും യുക്തിചിന്തയെ കൈവെടിഞ്ഞില്ല. 'ദി ഡിവൈൻകോമഡി'യുടെ കർത്താവ് ദാന്തെയും, പ്രകൃതിയേയും പ്രണയത്തേയും ഉപാസിച്ച പെട്രാർക്കും, ഡെക്കാമറൺ കഥകളുടെ കർത്താവ് ബൊക്കാച്ചിയോയും ഒക്കെ മാനവികതയുടെ വക്താക്കളായിരുന്നു.

ബൈബിൾ ഇംഗ്ലീഷിലേക്കു വിവർത്തനം ചെയ്ത ജോൺ വൈക്ലിഫും, തീയിലെറിയപ്പെട്ട പുരോഹിതൻ ജാൻഹസും സഭാഭീകരതകളെ വിളംബരം ചെയ്തു. 'മാനവികതയുടെ രാജകുമാരൻ' എന്നു വിളിക്കപ്പെട്ട ഇറാസ്മസ്, 'ഉട്ടോപ്യ'യുടെ കർത്താവ് തോമസ് മൂർ തുടങ്ങിയവർ മാന

വികതയെ വികസ്വരമാക്കി. ഫ്‌ളോറൻസിൽ നിന്ന് ഉദയം ചെയ്ത കലാ സാഹിത്യ ചിന്താമണ്ഡലങ്ങളിലെ ഉയിർത്തെഴുന്നേൽപ്പ് മാനവികതയ്ക്ക് പൂർണ്ണതയേകി. ജൊർദാനോ ബ്രൂണോ, പോംപനാസി, ഗ്വിച്ചർഡീനി തുട ങ്ങിയവർ തത്വചിന്താരംഗത്തെ സമൃദ്ധമാക്കി. ഫ്രാഏഞ്ജലിക്കോ, ഫ്രാ ഫിലിപ്പോലിപ്പി, ഗിർലാന്റിയോ, ബോട്ടിച്ചേലി, മസാക്കിയോ, ടിഷൻ, ഘിബേർട്ടി, ലിയണാഡോ ഡവിഞ്ചി, റഫായേൽ, മൈക്കലാഞ്ജലോ തുടങ്ങി എണ്ണമറ്റ കലാകാരൻമാർ മാനുഷികതയെ യഥാതഥമായി ആവിഷ്‌ക്കരിച്ചു. ജോഫ്രേചോസർ, അരിയോസ്റ്റ, മനുസ്യൂസ്, മാർലോ, ലോറൻ സോവല്ല, സെർവാന്റിസ്, സ്‌പെൻസർ, ഫ്രാൻസിസ് ബേക്കൺ, വില്യം ഷേക്‌സ്പിയർ തുടങ്ങിയ മനുഷ്യകഥാനുഗായകർ യൂറോപ്പിന്റെ മനസ്സിനെ മഥിച്ചു. ടോളമി, കോപ്പർനിക്കസ്, കെപ്ലർ, ഗലീലിയോ, ദക്കാർത്തെ തുടങ്ങി ഹാർവിയും ന്യൂട്ടനും ശാസ്ത്രംകൊണ്ട് അമാനവികതയെ തോൽപ്പിച്ചു. ഇതിന്റെയെല്ലാം ആകെത്തുകയായ 'നവോത്ഥാന' ത്തിന്റെ ഉൽപ്പന്നമായിരുന്ന മാനവികത (Humanism). അതാകട്ടെ മതത്തെയും അതിന്റെ പ്രമാണമായ ആസ്തികതയേയും നിഷേധിച്ച നാസ്തികത തന്നെയായിരുന്നു.

മനുഷ്യന്റെ അസാധാരണമായ കഴിവും ശേഷിയും അവരുടെ തന്നെ പ്രശ്‌നപരിഹാരങ്ങൾക്കുള്ള കരുത്താണ് മാനവികത. നവോത്ഥാന ത്തിന്റെ ഉൽപ്പന്നമായ മാനവികതയുടെ സവിശേഷതകളെ ഇങ്ങനെ ചുരുക്കാം.

1. അമാനുഷികതയുടെ പ്രേരണയോ ഭാരമോ മനുഷ്യരെ ബാധി ക്കില്ല.

2. എല്ലാ കഴിവുകളുടെയും പ്രശ്‌നങ്ങ ളുടെയും സാദ്ധ്യതകളുടെയും ലക്ഷ്യം മനുഷ്യത്വത്തിൽ കേന്ദ്രീകരിക്കണം.

3. സ്വന്തം കാലിൽ നിൽക്കാനുള്ള മനുഷ്യശേഷി.

ദാന്തെ

ഇവയുടെയൊക്കെ അടിസ്ഥാന രാഷ്ട്രീയം, സ്വാതന്ത്ര്യം, സമത്വം, സഹനം, മതേതരത്വം, വിശ്വപൗ രത്വം എന്നിവയാണ്. എല്ലാത്തരം വിഭാഗീയതകളിൽ നിന്നും മനുഷ്യൻ എന്ന ആത്യന്തികതയിലേക്കുള്ള വികാസമാണ് മാനവികത. മനുഷ്യജീ വിതം എങ്ങനെ ആഹ്ലാദകരമാക്കാം

എന്നതാണ് അതിന്റെ കാതൽ. അങ്ങനെ മനുഷ്യനായിത്തീരണമെങ്കിൽ അതിനൊക്കെ പ്രതിബന്ധമായി നിലകൊള്ളുന്ന സങ്കുചിത ചിന്തകളിൽ നിന്ന് വിടുതലുണ്ടാകണം. തറവാടിത്തം, ജാതിചിന്ത, മതബോധം, പ്രാദേശിക ബോധം, ദേശീയത, വംശീയത തുടങ്ങിയവയാണ് മനുഷ്യർക്കിടയിലെ വിഘാതങ്ങൾ. അതിന്റെയൊക്കെ അടിസ്ഥാനമായ ദൈവത്തെയും മതത്തെയും തള്ളിക്കളയുക എന്നതു തന്നെയാണ് മാനവികത. നാസ്തികത സാമൂഹ്യമോചനകരമാകുന്നത് അങ്ങനെയാണ്.

ശാസ്ത്രത്തിന്റെ പ്രസക്തി

നാസ്തികയുടെ തത്വശാസ്ത്രം കൊണ്ടു മാത്രം. മാനവികതയിൽ അധിഷ്ഠിതമായ ഒരു സാമൂഹ്യാന്തരീക്ഷം സൃഷ്ടിക്കപ്പെടില്ല. തത്വശാസ്ത്രത്തിന്റെ ഫലദായകത്വം പൂർണ്ണമാകുന്നത് ശാസ്ത്രത്തിന്റെ വികാസത്തോടെയാണ് അഥവാ ശാസ്ത്രവും തത്വശാസ്ത്രവും പരസ്പര പൂരകമാകുമ്പോൾ മാത്രമേ ക്രിയാത്കമമായ സമൂഹ രൂപീകരണം നടക്കുകയുള്ളൂ. 18-ാം നൂറ്റാണ്ടുവരെ ശാസ്ത്രവും തത്വശാസ്ത്രവും ഒന്നു തന്നെയായിരുന്നു. എന്നാൽ ഫ്രാൻസീസ് ബേക്കണെപോലെയുള്ളവർ പ്രത്യക്ഷജ്ഞാനരീതി (empriricism) യും താത്വികപ്രമാണങ്ങളും (theory) അവയുടെ സമാഹരണവും (Cumulation) നടത്തിയതോടെ ശാസ്ത്രം പുതിയൊരു ശാഖയായി പരിണമിച്ചു. പരീക്ഷണനിരീക്ഷണങ്ങളിലൂടെ സത്യത്തെ കണ്ടെത്തുന്ന ബൃഹത്ശാഖയായി ആധുനിക ശാസ്ത്രം വളർന്നു. അനുമാനങ്ങളെ (hypothesis) തകർത്ത് വിശകലനാത്മക വിശദീകരണത്തിലേക്ക് (Synthetic Description) എത്തി. എ ന്നു മാത്രമല്ല, ഓരോ പ്രശ്നങ്ങൾക്കും കൃത്യമായ പരിഹാരങ്ങൾ നിർദ്ദേശിക്കുകയും പുതിയ ജ്ഞാനമണ്ഡലങ്ങൾ തുറന്നിടുകയും ചെയ്തു. ഇത് ജീവിതത്തെ ആകെ പരിഷ്ക്കരിച്ചു. പക്ഷേ ശാസ്ത്രഗവേഷണങ്ങൾ ധാർമ്മികവും (ethical) അധാർമ്മികവുമായ (non-ethical) ഫലങ്ങൾ പ്രദാനം ചെയ്തിട്ടുണ്ട്. അതിനെ ഗുണകരമായി പ്രയോജനപ്പെടുത്താൻ തത്വശാസ്ത്രം അനിവാര്യമാണ്, സാങ്കേതിക, വൈദഗ്ധ്യ മേഖലകളിൽ അസൂയാർഹമായ കുതിപ്പ് ശാസ്ത്രം നൽകുന്നുണ്ട്. പക്ഷേ അവ സ്വയം വിവേചനപരമല്ലാത്തതുകൊണ്ട് തത്വശാസ്ത്രം പ്രസക്തമാണ്. ശാസ്ത്രത്തിന് വിശദീകരിക്കാനാവാത്തതിനെ തത്വശാസ്ത്രത്തിന് നിർമ്മിക്കാൻ കഴിയും.[3]

3 Science and Philosophy: Bertrand Russell

സാമൂഹ്യവിമോചന ദർശനം

ഈശ്വരനും അതിന്റെ ഉല്പന്നമായ ആശയവാദവും തർക്കങ്ങൾ ഉയർത്തുമെന്നല്ലാതെ ജീവിതത്തിന്റെ പ്രശ്നങ്ങൾക്കുപരിഹാരമല്ല. സാരോപദേശവും പ്രാർത്ഥനയും നോയമ്പുമൊക്കെ ദൈനംദിന ഭൗതിക ആവശ്യങ്ങളെ യാതൊരു തരത്തിലും നിവർത്തിക്കുന്നില്ല. മാർക്സ് ലളിതമായി വിവരിച്ചതിങ്ങനെ. "തത്വശാസ്ത്രവും ഈശ്വരമീമാംസയും, സത്തയും അതുപോലുള്ള സർവ്വത്ര ചപ്പചവറും ആത്മബോധമായി ആറ്റിക്കുറുക്കിയെടുത്തുകൊണ്ടോ മനുഷ്യനെ ആ വാക്കുകളുടെ മേധാവിത്വത്തിൽ നിന്ന് മോചിപ്പിച്ചുകൊണ്ടോ മനുഷ്യന്റെ വിമോചനത്തിലേക്ക് ഒരടിപോലും മുന്നോട്ടു പോകാനാവില്ല".[4]

മനുഷ്യമനസ്സിലെ ഭ്രമകല്പനകളായ ദൈവ-മതചിന്തകൾക്കും സദാചാര സംഹിതകൾക്കും സ്വാതന്ത്ര്യത്തിന്റെയോ ഭൗതിക ജീവിതത്തിന്റെയോ വികാസത്തിൽ യാതൊരു പങ്കുമില്ല. അവരെ ബന്ധിച്ചു നിർത്തുന്ന മേൽചിന്തകൾ സമൂഹത്തിലെ ന്യൂനപക്ഷം വരുന്ന സമ്പന്ന-മത ശക്തികൾക്കു മാത്രമാണ് ഗുണകരമാകുന്നത്. അഥവാ വർഗവിഭജിതമായ സമൂഹത്തിലെ മേലാളവർഗതാല്പര്യമാണ് മതവും ഈശ്വരനും സംരക്ഷിക്കുന്നത്. അതിന് ഉപയുക്തമായ സ്വർഗ-നരക-ആശയവാദസിദ്ധാന്തങ്ങളാണ് പൗരോഹിത്യം നിർമ്മിച്ചു നൽകുന്നത്. അതുകൊണ്ടു തന്നെ നാസ്തികത സാമൂഹ്യവിമോചനത്തിൽ പങ്കാളിയാവുകയും ചെയ്യുന്നുണ്ട്. ഭൗതികവാദത്തിന്റെ വളർച്ചയും അതിന്റെ വികാസവുമാണ് 'സമത്വം' (Socialism) എന്ന രാഷ്ട്രീയ വ്യവസ്ഥയ്ക്ക് നിദാനമായത്. പക്ഷേ അത്തരമൊരു വ്യവസ്ഥയിൽ പോലും നാസ്തികപ്രചാരണത്തിന് നിസ്തുലമായ പങ്കുണ്ടെന്ന് ലെനിൻ ആവർത്തിച്ചിട്ടുണ്ട്.

"ആധുനികസമൂഹം അന്ധകാരത്തിലേയ്ക്കും അജ്ഞതയിലേക്കും ശപിച്ചു തള്ളിയ കോടിക്കണക്കിനു ജനങ്ങളെ പ്രത്യേകിച്ചും കൃഷിക്കാരെയും കൈവേലക്കാരേയും ഈ ഇരുളിൽ നിന്ന് കരകയറുവാൻ വെറും മാർക്സിസ്റ്റു വിദ്യാഭ്യാസത്തിന്റെ നേർവരയിലൂടെ മാത്രമേ സാധിക്കു എന്നു കരുതുന്നത് ഒരു മാർക്സിസ്റ്റിനു ചെയ്യാൻ കഴിയുന്ന ഏറ്റവും വലുതും ഗൗരവമേറിയതുമായ തെറ്റായിരിക്കും. ബഹുജനങ്ങൾക്ക് വിവിധരൂപത്തിലുള്ള നിരീശ്വരവാദ പ്രചാരണസാഹിത്യം നൽകുകയും കഴിയുംവിധം ജീവിതത്തിന്റെ വ്യത്യസ്തമായ മേഖലകളെ പരിചയപ്പെടുത്തുകയും അങ്ങനെ അവരെ താല്പര്യപ്പെടുത്തി എല്ലാവിധത്തിലും അവരെ പരിചയപ്പെടുത്തുകയും കഴിയുന്ന എല്ലാ വിധത്തിലും

4 മാർക്സ് ഏംഗൽസ്: തിരഞ്ഞെടുത്ത കൃതികൾ: വാല്യം ഒന്ന്

അവരെ സമീപിക്കുകയും അങ്ങനെ അവരെ എല്ലാ മതാന്ധതക ളിൽനിന്ന് ഉണർത്തുകയും വ്യത്യസ്തമായ രീതികളിലൂടെ ഇളക്കിമറിക്കു കയും വേണം"[5]

1922 ൽ ലെനിൻ ഇതെഴുതുമ്പോൾ സോവിയറ്റ് യൂണിയനിലെ പ്രധാനമന്ത്രിയാണ്. സോഷ്യലിസ്റ്റ് വ്യവസ്ഥയിൽ പോലും നാസ്തി കപ്രചാരണത്തിന് പ്രസക്തിയുണ്ടെന്ന് സ്ഥാപിക്കുമ്പോൾ അതിന് അടുത്തെങ്ങുമെത്താനാവാത്ത ചൂഷണവ്യവസ്ഥയിൽ നിരീശ്വര-ഭൗതി കവാദ പ്രചാരണത്തിന്റെ പ്രസക്തി എത്ര വലുതാണ്.

ഇന്ത്യയിൽ ഫ്യൂഡൽ-അർദ്ധഫ്യൂഡൽ വ്യവസ്ഥ നിലനിൽക്കുന്നത് അവർ സൃഷ്ടിച്ച ആശയവാദത്തിനുമേലാണ്. ദൈവഹിതമാണ് ജന്മി ത്വവും അതിന്റെ സംഹിതകളും. അതുകൊണ്ടുതന്നെ ഭൗതികവാദവും നാസ്തികതയും സാമൂഹ്യവിമോചനത്തിന്റെ മാനകങ്ങളാണ്. ഈശ്വരൻ ലോകദാതാവായതുപോലെ ജന്മിയോ രാജാവോ വ്യവസ്ഥയുടെ കാര ണഭൂതനാണ്. ഈ അവബോധത്തെ തകർക്കുമ്പോൾ മാത്രമേ സ്വാ തന്ത്ര്യത്തെ സാക്ഷാൽക്കരിക്കാനാവുകയുള്ളൂ.[6] നേർച്ച നൽകിയാൽ ദൈവം പ്രസാദിക്കുന്നതുപോലെ സേവനം കൊണ്ടുമാത്രം രക്ഷിക്ക പ്പെടുന്ന ഒരു വ്യവസ്ഥയ്ക്കപ്പുറത്തേക്ക് മനുഷ്യന്റെ അന്തസ്സു സംരക്ഷിക്ക പ്പെടണമെങ്കിൽ തുല്യതയുടെ ലോകവ്യവസ്ഥയുണ്ടാകണം. അതിന് മുന്നോടിയായി ജനാധിപത്യം സാർത്ഥകമാകണം.

ശക്തവും നിഗൂഢവുമെന്നു വിശ്വസിക്കപ്പെട്ട ഈശ്വരനെയും പ്രകൃതി പ്രതിഭാസങ്ങളെയും നേരിടാൻ പ്രാചീന മനുഷ്യൻ കണ്ടെത്തിയതാണ് മാന്ത്രികവിദ്യയും മതവും. എന്നാൽ ഇത് മനുഷ്യരാശിയുടെ തുടക്കം മുതൽ ഉണ്ടായിരുന്നില്ല. പ്രാക്സമൂഹത്തിൽ ദൈവവും മതവും ഉണ്ടാ യിരുന്നില്ല. ഈശ്വരവിശ്വാസത്തിന് മാനവചരിത്രത്തിൽ വ്യക്തമായ ഒരു തുടക്കം ഉണ്ട്. ആരംഭമുണ്ടെങ്കിൽ അന്ത്യവുമുണ്ടാകും. അതുകൊണ്ട് പ്രാചീനസമൂഹത്തിൽ എങ്ങനെ ഈശ്വരവിശ്വാസം ഉയർന്നുവന്നുവോ അതുപോലെ അനിവാര്യമായി തകർന്നു വീഴുകയും ചെയ്യും.

ആസ്തികതയുടെ തകർച്ച മനുഷ്യനിലേക്കും അവന്റെ നന്മയിലേക്കു മുള്ള വളർച്ചയായിരിക്കണം. അത് മനുഷ്യത്വമെന്ന മൂല്യത്തിലേക്കും സമത്വത്തിലേക്കുമായിരിക്കണം.

---

5 On the significance of militant maretialism - Lenin

6 ഇന്ത്യൻ നിരീശ്വരവാദം: ദേവിപ്രസാദ് ചതോപാദ്ധ്യായ

പതിനൊന്ന്

ദൈവം എന്ന ബ്രാൻഡ് അംബാസിഡർ

മതവും ഈശ്വരനുമാണ് യഥാർത്ഥ പാപമെന്നും എന്തുകൊണ്ട് അധാർമ്മികമാകുന്നുവെന്നും ഹിച്ചൻസ് വിശദീകരിക്കുന്നു[1].

1. ലോകത്തെപ്പറ്റി തെറ്റായ ചിത്രം നൽകുന്നു.
2. രക്തബലിയുടെ സിദ്ധാന്തം അവതരിപ്പിക്കുന്നു.
3. പ്രായശ്ചിത്തവും പാപമോചനവും വഴി മോചനം പ്രഖ്യാപിക്കുന്നു.
4. ആത്യന്തികമോചനവും ശിക്ഷയും പ്രഖ്യാപിക്കുന്നു.
5. അസാദ്ധ്യമായ ചുമതലകളും ചട്ടങ്ങളും ചുമത്തുന്നു.

ഇതൊന്നും വസ്തുതാപരമോ തെളിവധിഷ്ഠിതമോ അല്ല, വെറും വെളിപ്പാടുകളാണ്. അതുവെച്ച് ജനങ്ങളെ ഭയപ്പെടുത്തുകയാണ്. അതുവഴി സാമൂഹ്യദുരിതങ്ങൾ പെരുകുകയാണ്. ചൂഷണം വർദ്ധിക്കുകയാണ്.

ശിക്ഷിക്കപ്പെടുന്ന അവിശ്വാസം

വിശ്വാസം വ്യക്തിയുടെ ഇഷ്ടാനിഷ്ടങ്ങൾക്ക് വിധേയമല്ല, നിർബ്ബന്ധിതമാണ്. ഒരു വ്യക്തിയുടെ വികാസത്തിന് തടസ്സം നിൽക്കുകയാണ്. കുട്ടികൾ ഏറ്റവുമധികം പീഡിപ്പിക്കപ്പെടുകയോ മുരടിപ്പിക്കുകയോ ചെയ്യുന്നത് വിശ്വാസത്തിന്റെ ഇരകളാക്കപ്പെടുക വഴിയാണ്. ഏതു

1 God is not Great: Christopher Hitchens

മതത്തിൽ പിറന്നുപോയോ അതിന് വിധേയമാകാൻ സമ്മർദ്ദത്തി ലാഴ്ത്തുകയാണ്. അത് യാതൊരു ധാർമ്മികതയും നൽകുന്നില്ല. സ്വാത ന്ത്ര്യത്തെ നിഷേധിക്കുന്നത് മതബോധം വഴിയാണ്. ഇസ്ലാം മതത്തിൽ ചേലാകർമ്മം വഴി കുട്ടികളുടെ വികാരങ്ങളെ ഞെരിച്ചുകളയുന്നു.

ഇതിലൊക്കെ ക്രൂരമായത് അവിശ്വാസം ശിക്ഷാകരമാണെന്ന താണ്. പാകിസ്ഥാൻ പീനൽകോഡ് സെക്ഷൻ 295-സി പ്രകാരം ദൈവ നിരാസത്തിന് (Blasphemy) മരണമാണ് ശിക്ഷ. യൂനുസ്ഷേക്കിനെ 2001 ആഗസ്റ്റ് 18ന് തൂക്കിക്കൊല്ലാൻ വിധിച്ചു.[2] മുഹമ്മദ് നബിയുടെ ചിത്രം വരച്ചത്തിന്റെ പേരിൽ പാരീസിലെ 'ഷാർളി എബ്ദോ' പത്രത്തിനെ തിരെ നടത്തിയ ആക്രമണത്തിൽ 17 പേർ കൊല്ലപ്പെട്ടു പെഷവാറിൽ മതനിന്ദയുടെപേരിൽ 200 കുഞ്ഞുങ്ങളാണ് വധിക്കപ്പെട്ടത്. റംസാൻ കാലത്ത് ധാക്കയിൽ 20 പേരെയും തുർക്കിയിൽ 29 പേരെയും അഫ്ഗാ നിസ്ഥാനിൽ 200 പേരെയും കൊന്നത് 2020ലാണ്. ബംഗ്ലാദേശിൽ ഫെയ്സൽ ആരീഫിൻ ദീപൻ, അവിജിത്റോയി, അഹമ്മദുർ റാഷിദ്, അഹമ്മദ് റജിബ് തുടങ്ങിയവർ കൊല്ലപ്പെട്ടതും ദൈവത്തെ വിമർശിച്ചെ ന്നപേരിലാണ്. റജീബ് ഹൈദർ, സുൽഹസ് മന്നൻ, പ്രൊഫ. റസാളൻ കരിം, നാസിമുദീൻ ബക്ക്, ഇഷ്റത്ത് അലോങ്ങ് എന്നിവർ വധിക്ക പ്പെട്ടതും മറ്റൊന്നും കൊണ്ടല്ല. പാക്മോഡൽ ക്വാൻഡീൻ ബലേച്ചിനെ സഹോദരനാണ് വെട്ടിക്കൊന്നത്. ഗായിക ഷമീം ഐവൻ ഉദാസും സമാനമായവിധത്തിലാണ് വധിക്കപ്പെട്ടത്. ഇന്ത്യയിൽ നരേന്ദ്രധാ ബോൽക്കർ, ഡോ. കൽബുർഗി, പൻസാരെ, ഗൗരി ലങ്കേഷ്, ഫറുക്ക് തുടങ്ങിയവരെ വധിച്ചതും ദൈവത്തെ രക്ഷിക്കാനായിരുന്നു. ഒട്ടെല്ലാ മതരാഷ്ട്രങ്ങളിലും ദൈവനിഷേധം കുറ്റകരമാണ്. ഇതിനർത്ഥം ദൈവം വെറുമൊരു വിശ്വാസം മാത്രമായല്ല് ഒരു പീനൽകോഡ് വാളായി ജനങ്ങൾക്കുമേൽ തൂങ്ങി നിൽക്കുന്നുവെന്നതാണ്. ഇത്രമാത്രം ഭീതി പ്പെടുത്തി അടിച്ചേല്പിക്കേണ്ടതാണോ ദൈവവിശ്വാസം. എങ്കിൽ അത് എങ്ങനെയാണ് മനുഷ്യത്വപരമാകുക? വധശിക്ഷയുടെ ഭീഷണിക്കു മുന്നിലാണോ ദൈവവിശ്വാസം ജനങ്ങൾ സ്വീകരിക്കേണ്ടത്?

ഹിറ്റ്ലറുടെ ദൈവം

60ലക്ഷം യഹൂദരെ അതിഭീകരമായി കൊന്നുകളഞ്ഞ ഹിറ്റ്ലർക്ക് അതിന്റെ ന്യായം അവർ കത്തോലിക്കാവിരുദ്ധരായിരുന്നുവെന്നുള്ള താണ്. ജൂതർ ലോകത്ത് ജീവിക്കാൻ അർഹതയില്ലാത്തവരാണ് എന്നതായിരുന്നു ഫാഷിസത്തിന്റെ വിശ്വാസപ്രമാണം.

---

2 The God Delusiom: Richard Dawkins

ഈ ഭീകരനുമായി സന്ധിചെയ്തത് കത്തോലിക്കാസഭയാണ്. 1953 ഏപ്രിൽ 20, ഹിറ്റ്ലറുടെ ജന്മദിനത്തിൽ പാപ്പായുടെ നിർദ്ദേശപ്രകാരം ബർളിലിൻ ആഘോഷം സംഘടിപ്പിച്ചു. "ജർമ്മൻ രൂപതകളുടെയും ബിഷപ്പ്മാരുടെയും പേരിൽ ജർമ്മനിയിലെ കത്തോലിക്കരുടെ തീവ്രമായ പ്രാർത്ഥനകൾ അവരുടെ അൾത്താരകളിൽ നിന്ന് സ്വർഗത്തിലേക്കുണ്ടാവും" എന്നായിരുന്നു സന്ദേശം. ഹിറ്റ്ലറുടെ ആദ്യ റോം സന്ദർശനവേളയിൽ പയസ് തക-ാമൻ മാർപാപ്പ നേരിട്ട് വന്ന് സ്വീകരിക്കുകയായിരുന്നു. യൂജിനിയോപാസെല്ലി പയസ് തകക-ാമനായി അഭിഷേകം ചെയ്യപ്പെട്ട വേളയിൽ ഹിറ്റ്ലർക്കയച്ച സന്ദേശം ഇതായിരുന്നു. "ജർമ്മൻ ജനതയുടെ ആത്മീയക്ഷേമം അങ്ങേക്കു സമർപ്പിച്ചിരിക്കുന്നു. ഞങ്ങളിവിടെ കഴിഞ്ഞ കാലമത്രയും സഭയും സ്റ്റേറ്റും തമ്മിൽ സൗഹാർദ്ദത്തിലായിരുന്നു. ഞങ്ങളുടെ വൈദിക പ്രവൃത്തികളുടെ അവസരങ്ങൾ വർദ്ധിച്ചിരിക്കുന്നതിനാൽ എത്ര തീവ്രമായാണ് ഞങ്ങൾ ലക്ഷ്യത്തിനായി പ്രാർത്ഥിക്കേണ്ടത്....."

ലോകം കണ്ട ഏറ്റവും വലിയ ഭീകരന്റെ വിശ്വാസവുമായി അഗ്രിമ വിശ്വാസസ്ഥാനത്തിരുന്ന കത്തോലിക്കാസഭയുടെ അഗാധബന്ധം വിശ്വാസത്തിന്റെ തനതുവസ്തുതയെ വ്യക്തമാക്കുന്നുണ്ട്. വംശീയോന്മൂലനത്തിലൂടെ മതാധിപത്യം എന്നതിന്റെ ഉപാധിമാത്രമായിരുന്നു അവർക്ക് ഈശ്വരൻ. അതായത് കരുണാമയൻ, സ്നേഹസമ്പന്നൻ, രക്ഷിതാവ് തുടങ്ങിയവ ഈശ്വരനെ സംബന്ധിച്ച വ്യാജപ്രമാണങ്ങളാണ്. എന്നിട്ടും ദൈവത്തെ മനുഷ്യരുമായി ബന്ധപ്പെടുത്തി നിർത്തുന്നത് അവരുടെ വംശീയബോധം കൊണ്ടുമാത്രമാണ്. ഗോത്രകാല സാമൂഹ്യ/മനഃശാസ്ത്ര അവസ്ഥയിൽ നിന്ന് വിശ്വാസികൾ വളർന്നിട്ടില്ല എന്നതുതന്നെയാണ് വസ്തുത.

ഉപോല്പന്ന സിദ്ധാന്തം

മാതാപിതാക്കളുടെ അനുസരണയുള്ള കുട്ടികൾ എന്നനിലയിൽ അവരിൽനിന്നു നുകർന്നെടുക്കുന്നതാണ് വിശ്വാസങ്ങൾ. അല്ലാതെ സ്വയം ബോദ്ധ്യപ്പെടുന്ന ബൗദ്ധികവ്യാപാരമല്ല. അത് നല്ലത്, ഇത് മോശം തുടങ്ങി, ദിവസം അഞ്ചുനേരം പ്രാർത്ഥിക്കണം, അച്ഛനമ്മമാർ പറയുന്നത് അനുസരിക്കണം തുടങ്ങിയ ഉപദേശങ്ങൾ/നിർബ്ബന്ധങ്ങൾ ആണ് വിശ്വാസദൃഢീകരണത്തിന് ഇടയാക്കുന്നത്. അതാകട്ടെ മാതാപിതാക്കൾക്ക് അവരുടെ മാതാപിതാക്കളിൽ നിന്ന് ലഭിച്ചതുമാകും. തലമുറകളിലൂടെയുള്ള ഈ സംവേദനം ജൈവീകബോധമായി ഉറച്ചുപോകുന്നു.

ഈ അന്ധതകളിൽ നിന്നുള്ള രക്ഷപ്പെടലിനെ ഉപോല്പന്ന സിദ്ധാന്തം (Byproduct Theory) എന്നാണ് ഡോക്കിൻസ് അടയാളപ്പെടുത്തുന്നത്.[3] നിഷ്പ്രയോജനമായ വിശ്വാസങ്ങൾ/നിർദ്ദേശങ്ങൾ ബോധപൂർവ്വമായ വിശ്വാസത്തിന്റെ ഉപോല്പന്നമായി അവരിൽ അങ്കുരിക്കുന്നു. ഡാർവിൻ സിദ്ധാന്തമായ പ്രകൃതിനിർദ്ധാരണം (natural selection) പോലൊരു പ്രക്രിയയാണിത്. മാതാപിതാക്കൾ, ഗുരുക്കന്മാർ, പുരോഹിതർ എന്നിവരെ അവിശ്വസിക്കാൻ തുടങ്ങുന്നത് അങ്ങനെയാണ്. ദൈവത്തിന്റെ പേരിൽ യുദ്ധം ചെയ്തു മരിക്കുന്നവർക്ക് വീരസ്വർഗം കിട്ടും എന്നതരത്തിലുള്ള പ്രചാരണത്തെയൊക്കെ അവിശ്വസിച്ച് അതിജീവിക്കാൻ കഴിയുന്നത് ബൗദ്ധിക ശേഷികൊണ്ടോ അനുഭവം കൊണ്ടോ ആണ്. എങ്കിലും പാരമ്പര്യസിദ്ധമായ വിശ്വാസങ്ങളിൽ നിന്ന് മോചിതമാകാൻ സാമൂഹ്യമായ മനോബലവും ആവശ്യമാണ്. ആശയവാദത്തിന്റെ ബന്ധനം അത്രമാത്രമാണ്.

വിശ്വാസവും സംസ്ക്കാരവും

"ആശയങ്ങളുടെ, ധാരണകളുടെ, ബോധത്തിന്റെ ഉല്പാദനം തുടക്കത്തിൽ ആളുകളുടെ ഭൗതിക പ്രവർത്തനവും ഭൗതിക സമ്പർക്കവുമായി യഥാർത്ഥ ജീവിതവുമായി പ്രത്യക്ഷത്തിൽ തന്നെ ഇടകലർന്നതായിരിക്കും. ഈ ഘട്ടത്തിൽ സങ്കല്പിക്കൽ, ചിന്തിക്കൽ, മനോവ്യാപാരം എന്നിവ അവരുടെ ഭൗതികപെരുമാറ്റത്തിന്റെ നേരിട്ടുള്ള ശ്രവണമായിരിക്കും. ഒരു ജനതയുടെ രാഷ്ട്രീയം, നിയമങ്ങൾ, സദാചാരം, മതം, അതിഭൗതികവാദം എന്നിവയിലൂടെ പ്രകടമാകുന്ന അവരുടെ മാനസികമായ ഉല്പാദനത്തിന്റെ കാര്യത്തിലും ഇതുതന്നെയായിരിക്കും സ്ഥിതി. ആളുകൾ തന്നെയാണ് അവരുടെ ധാരണകളും ആശയങ്ങളും മറ്റും സൃഷ്ടിക്കുന്നത്. ആളുകളുടെ നിലനില്പാണ് അവരുടെ യഥാർത്ഥത്തിലുള്ള ജീവിതപ്രക്രിയ"[4].

ജർമ്മൻ പ്രത്യയശാസ്ത്രത്തെ വിലയിരുത്തിക്കൊണ്ട് മാർക്സും ഏംഗൽസും എഴുതിയ ഈ ഉദ്ധരണി വിശ്വാസത്തിന്റെ ഉല്പത്തിയേയും നിലനിൽപ്പിനെയും വ്യക്തമാക്കുന്നു. അതായത്-

1. ആശയ/ബോധ ഉല്പാദനം യഥാർത്ഥ ജീവിതവുമായി ബന്ധപ്പെട്ടതാകും.
2. സങ്കല്പങ്ങൾ ഭൗതികജീവിതത്തിന്റെ പ്രകടനമായിരിക്കും.

---

3 Outgrowing God: Richard Dawkins

4 മതത്തെപ്പറ്റി: മാർക്സ് ഏംഗൽസ്

3. രാഷ്ട്രീയ/നിയമ/സദാചാരബോധങ്ങളൊക്കെ ഭൗതികജീവിതത്തിലെ മാനസിക ഉല്പന്നമായിരിക്കും.
4. ധാരണകളും ആശയങ്ങളും ഭൗതിക നിലനിൽപ്പിനുവേണ്ടിയായിരിക്കും.

ചുരുക്കിപ്പറഞ്ഞാൽ സമകാലിക രാഷ്ട്രീയ/സാമൂഹ്യവ്യവസ്ഥയുടെ ഉൽപ്പന്നം തന്നെയാണ് സംസ്ക്കാരവും വിശ്വാസവും. അതുകൊണ്ടുതന്നെ സാംസ്ക്കാരികമുന്നേറ്റത്തിന് രാഷ്ട്രീയാവസ്ഥയുടെ പരിവർത്തനമോ ഉടച്ചുവാർക്കലോ തന്നെവേണ്ടിവരും വൈരുദ്ധ്യാത്മകമായി ഇതു ശരിയായിരിക്കുമ്പോൾ തന്നെ അതിനായി കാത്തിരിക്കുക ആശാവഹമല്ല. മറിച്ച് പരിവർത്തനാത്മകമായ ഇടപെടൽ സമൂഹത്തിന്റെ സങ്കല്പങ്ങളെയും സംസ്ക്കാരത്തെയും ഇളക്കി മറിക്കും. നവോത്ഥാനം തന്നെ അതിനുതെളിവാണ്.

ഭക്തിയുടെ അന്ത്യം

ഇന്ത്യൻ ഫ്യൂഡലിസത്തിനും ബ്രാഹ്മണ്യത്തിനുമെതിരെ 14-17 നൂറ്റാണ്ടുകൾക്കിടയിൽ ഉയർന്നുവന്ന ഭക്തിപ്രസ്ഥാനം ജനകീയ ഇടപെടലായിരുന്നു. മതാതീത ഈശ്വരഭക്തിയെ ഉദ്ദീപിപ്പിച്ചുകൊണ്ടു കബീർ, രാമാനുജൻ, രാമാനന്ദൻ, തുളസിദാസ്, ജ്ഞാനേശ്വരൻ, തുക്കാറാം, രാമദേവ് തുടങ്ങിയവർ നടത്തിയ ഇടപെടലുകൾ പരിഷ്ക്കരണപരമായ ചിലമാറ്റങ്ങൾ വരുത്തി. കെ. ദാമോദരൻ എഴുതുന്നു. "ദൈവത്തിന്റെ മുന്നിൽ എല്ലാ മനുഷ്യരും സമന്മാരാണെന്ന സിദ്ധാന്തമാണ് ഭക്തിപ്രസ്ഥാനത്തിന്റെ കാതൽ. പൗരോഹിത്യത്തിനും ജാതി മർദ്ദനത്തിനും എതിരായി പോരാടുന്നതിന് ജനങ്ങളെ ആവേശം കൊള്ളിച്ച് അണിനിരത്തിയ ഒരു സിദ്ധാന്തമായിത്തീർന്നു അത്."[5]

പക്ഷേ എത്രമാത്രം ഗുണകരമായ പ്രസ്ഥാനമായി അതു മാറി എന്നു വിലയിരുത്തിയാൽ റോമിലഥാപ്പറുടെ വാക്കുകളിൽ അതു വ്യക്തമാണ് "ആ കാലഘട്ടത്തിലെ ഫ്യൂഡൽ സമ്പ്രദായവികാസവുമായി ഭക്തിപ്രസ്ഥാനത്തിന്റെ ഉത്ഭവത്തെയും വളർച്ചയേയും ചില പണ്ഡിതന്മാർ ബന്ധിപ്പിക്കുന്നുണ്ട്. കർഷകന് നാട്ടുവാഴി പ്രഭുവിനോടുള്ള കൂറിനെ ഈ പണ്ഡിതർ ആരാധകർക്ക് ദേവതയോടുള്ള ഭക്തിയുമായി താരതമ്യപ്പെടുത്തുന്നു. ദേവതയോടുള്ള ഭക്തിയിലൂടെ മുക്തി ലഭിക്കുമെന്ന വിശ്വാസവും കർമ്മസംസാരവും കീഴാളരെ നിയന്ത്രിച്ചു നിർത്താൻ ഉതകുന്ന പ്രത്യയശാസ്ത്രമായിയെന്നും അവർ വാദിക്കുന്നു. ഈ ജീവിതത്തിൽ യാതന അനുഭവിക്കേണ്ടിവന്നാലും ധർമ്മ ദീക്ഷയിലൂടെ അടുത്ത

---

5 ഭാരതീയ ചിന്ത: കെ. ദാമോദരൻ

ജന്മത്തിൽ മേന്മലഭിക്കാമെന്നാണല്ലോവാദം. അതുകൊണ്ട് ഉത്തരവാദിത്തപരമായ യുക്തിയിലുള്ള വിശ്വാസം മുഖേന ജീവിതത്തിൽ അനുഭവിക്കപ്പെടാത്ത പ്രാധാന്യം സ്വജീവിതത്തിൽ സങ്കല്പിക്കാൻ ഭക്തന് ഇടനല്കുന്നു. അങ്ങനെ ഭക്തനെ അടക്കി നിർത്താൻ അത് ഉപകരിക്കുന്നു".[6]

ഇതു വ്യക്തമാക്കുന്നത് നവീകരണ നിലപാടുകൾ അർത്ഥരഹിതമാണെന്നാണ്. മതത്തിനുള്ളിൽ നിന്നുകൊണ്ടുള്ള പരിഷ്ക്കരണങ്ങൾ ചായക്കോപ്പയിലെ കൊടുങ്കാറ്റ് മാത്രമാണ്. ആശയവാദത്തിനെതിരെ കരുത്തുറ്റ പ്രത്യയശാസ്ത്രസംഘട്ടനവും സംവാദവും അനിവാര്യമാണ്.

വർഗാധിപത്യസമൂഹത്തിൽ ഈശ്വരചിന്തയും ഭക്തിയുമൊക്കെ ചൂഷണോപാധികളാണ്. ഇന്ത്യയിലും കേരളത്തിലും ബ്രാഹ്മണാധിപത്യം സാദ്ധ്യമാകുന്നത് 'ബ്രഹ്മ'ത്തെയും 'അദ്വൈത'ത്തെയുമൊക്കെ സ്ഥാപിച്ച്, അതിന്റെ 'പുരോഹിത'ന്മാരായി സ്വയം അവരോധിപ്പെടുന്നതോടെയാണ്. കേരളത്തിൽ ജന്മിത്വം പിറവിയെടുക്കുന്നതുതന്നെ ക്ഷേത്രകേന്ദ്രീകൃതമായ കാർഷിക വ്യവസ്ഥ സ്ഥാപിച്ചെടുത്തുകൊണ്ടാണ്. 'വിശ്വാസം അതല്ലേ എല്ലാം' എന്നത് സൈബർ കാലത്തെപോലും കമ്പോളതന്ത്രമാണ്. ഈശ്വരൻ നിശ്ചയമായും ഒരു ബ്രാൻഡ് അമ്പാസിഡർ തന്നെയാണ്. അതുകൊണ്ടുതന്നെ നാസ്തികത ആധിപത്യവ്യവസ്ഥയ്ക്കെതിരായ സമരവുമാണ്. രാഷ്ട്രീയാടിത്തറമാറിയാൽ സാംസ്ക്കാരികമേൽക്കൂര തകരുമെന്ന യാന്ത്രികബോധത്തിനുമപ്പുറം അടിത്തറയ്ക്കെതിരായ സമരത്തിന്റെ ശക്തമായ ഉപാധിയാണ് പ്രത്യയശാസ്ത്രസമരം എന്നതാണ് സത്യം. അതാകട്ടെ സ്വാഭാവികമായും മതവിരുദ്ധസമരമായി പരിണമിക്കും.

മതപുനരുജ്ജീവനം

സംഘടിതമതത്തിന്റെ മുന്നുപാധിയും പിന്നുപാധിയും ഈശ്വരനാണ്. ബുദ്ധ, ജൈന, സിക്കുമതങ്ങൾപോലെ ദൈവരഹിതമതങ്ങൾ ഉണ്ടെന്നത് സിദ്ധാന്തപരമായി പ്രസ്താവിക്കാമെങ്കിലും ദൈവകേന്ദ്രീകൃതമാണ് മതങ്ങളൊക്കെത്തന്നെ. മതവൈതാളികർ ഈശ്വരനെ ചൂഷണോപാധിയാക്കുന്നുവെന്നുമാത്രമല്ല, കാലാകാലങ്ങളിൽ തങ്ങൾക്കെതിരായി ഉയരുന്ന പ്രതിരോധങ്ങളെ പുതിയ പ്രക്രിയയിലൂടെ അതിജീവിക്കാൻ ശ്രമിക്കും. കത്തോലിക്കാ ഭീകരതയ്ക്കെതിരെ ഉയർന്നുവന്ന നവീകരണം പ്രോട്ടസ്റ്റാന്റിസമായി മാർട്ടിൽലൂഥറിലൂടെ കടന്നുവന്നെങ്കിലും പിന്നീടത് സഭയേക്കാൾ ഭീകരത വിതയ്ക്കുകയാണ്

6 ആര്യദ്രാവിഡ വിവാദവും മതനിരപേക്ഷതയും: റോമിലഥാപ്പർ

ചെയ്തത്. ബ്രാഹ്മണമതത്തിനെതിരായി വന്ന ഭക്തിപ്രസ്ഥാനവും വളരെ പെട്ടെന്നുതന്നെ അസ്തപ്രജ്ഞമായി. ബുദ്ധമതം പോലും നിഷ്പ്രഭമായി ആദ്ധ്യാത്മികതയിലേക്ക് കൂപ്പുകുത്തി.

അതുകൊണ്ട് മതത്തിനെതിരായ സമരം നിലച്ചുവെന്നല്ല. ഭൗതികവാദത്തിന്റെയും യുക്തിചിന്തയുടെയും കടുത്തനിലപാടുകൾ മതം വിടുന്നവരുടെ എണ്ണം വർദ്ധിപ്പിച്ചു. മതങ്ങൾക്കുള്ളിൽ തന്നെയുണ്ടാകുന്ന സംഘർഷങ്ങൾ പുതിയ ഉപമതസൃഷ്ടികൾക്ക് ഇടയാക്കി. മനുഷ്യദൈവങ്ങളുടെ എണ്ണപ്പെരുപ്പം ഇതിനെ ഊട്ടിവളർത്തി. കരിസ്മാറ്റിക് പ്രസ്ഥാനവും രോഗശാന്തിപ്രവർത്തകരും ക്രൈസ്തവസഭയ്ക്കുള്ളിൽ ഉണ്ടാക്കിയ വിള്ളലുകൾ ചെറുതല്ല. പെന്തക്കോസ്ത സഭയിലേയ്ക്കുള്ള ഒഴുക്കു തടയാൻ സഭയ്ക്കുള്ളിൽ തന്നെ വിശുദ്ധരേയും അത്ഭുതരോഗശാന്തിക്കാരെയും സൃഷ്ടിക്കേണ്ട ഗതികേടിലേക്കു സഭയെത്തി.

ബാഹ്യമായും ആന്തരികമായും മതങ്ങൾ നേരിടുന്ന ഈ പ്രതിസന്ധിയെ തരണം ചെയ്യാൻ അവർക്കണ്ടെത്തിയ പദ്ധതിയാണ് മതപുനരുജ്ജീവന പ്രക്രിയ (Revivalism). ഇത് ജനാധിപത്യപരിധികൾ ലംഘിച്ച് മതനിരപേക്ഷതയെതന്നെ അട്ടിമറിക്കുന്നു. "മതപുനരുജ്ജീവനം ഒരു യാദൃശ്ചികതയല്ല, അതു ചരിത്രപരമായ പ്രതിവിപ്ലവപ്രക്രിയയാണ്. ജനങ്ങളുടെ വിപ്ലവബോധത്തെയും ധാർമ്മികതയേയും തടയാനുള്ള പദ്ധതിയാണ്. ഭരണവർഗമാകട്ടെ, തങ്ങൾക്കെതിരെ ജനകീയാഭിപ്രായം രൂപപ്പെടുന്നതിനെ വഴിമാറ്റിവിടുവാൻ, അയുക്തിയുടെ, അധാർമ്മികതയുടെ ഈ ശക്തികളെ പ്രോത്സാഹിപ്പിക്കുകയും ചെയ്യുന്നു."[7] ജസ്റ്റിസ് ചിന്നപ്പറെഡ്ഡിയുടെ ഈ നിരീക്ഷണം അർത്ഥവത്താണ്.

റിവൈവലിസത്തിന്റെ വിജയമാണ് ബി.ജെ.പി. യുടെ അധികാര ആരോഹണം. 1980 ൽ വെറും രണ്ട് സീറ്റുണ്ടായിരുന്ന ബി.ജെ.പി. 1984 ൽ 90 സീറ്റിലേക്കും 2014 ലും തുടർന്നും അധികാരത്തിലെത്തിയതും രാമൻ എന്ന ഒരേയൊരു മുദ്രാവാക്യത്തിനുമേലാണ്. അതിനെ പൂരിപ്പിക്കുവാൻ 'രാമരാജ്യ' ത്തിന്റെ കഥകൾ ആവശ്യത്തിലേറെയുണ്ടായി. രാമായണം സീരയിൽ ആയിരുന്നു മുഖ്യ ഉപാധി. അതോടനുബന്ധിച്ച് യോഗാത്മക ദേശീയത (Mystic Nationalism) എന്നൊരു സിദ്ധാന്തം തന്നെ രംഗത്തെത്തി. മതവംശീയവാദത്തിലധിഷ്ഠിതമായ ആത്മീയവാദത്തിന്റെ പുതിയ പതിപ്പാണിത്. അതാകട്ടെ ഭരണഘടന ലക്ഷ്യം വെക്കുന്ന മതേതരത്വത്തിന്റെ അന്തകനുമായി. പക്ഷേ എല്ലാ പാർട്ടികളും ഈ ദേശീയതയുടെ ഏറിയും കുറഞ്ഞുമുള്ള വക്താക്കളുമായി.

---

7 Religion caste and the Threat to secularism: Justice O Chinnappa Reddy

ഇസ്ലാമിക രാഷ്ട്രീയവാദം 'ഖിലാഫത്തായി' പരിണിക്കുമ്പോൾ അതിന്റെ കേന്ദ്രബിന്ദുവും ദൈവംതന്നെയാണ്. അത് ഇസ്ലാമിന്റെ മതജീനിൽപെട്ടതായതിനാൽ മതതീവ്രവാദം വളർത്തുവാൻ അവർക്ക് അധികം യത്നിക്കേണ്ടതില്ല. യുദ്ധങ്ങളായി പെരുകിപടരുന്ന താലിബാനിസം ലോകത്തിന്റെ തന്നെ വിനാശമായി വർത്തിക്കുന്നത് 'അള്ളാഹ്' കേന്ദ്രീകൃതമായിത്തന്നെയാണ്. ഇതിൽനിന്നും അത്ര വ്യത്യസ്തമല്ല ക്രൈസ്തവ മതാധിപത്യം. ദൈവ കേന്ദ്രീകൃതമായ മതവാദങ്ങൾക്കെതിരെ യാതൊരു നിലപാടും എടുക്കാൻ അശക്തമാണ് രാഷ്ട്രീയനേതൃത്വങ്ങൾ. പാർലമെന്ററിരാഷ്ട്രീയത്തിന്റെ മാനകം വോട്ടാവുമ്പോൾ അതുനേടാനുള്ള എളുപ്പവഴി മതപ്രീണനമാകുന്നു. ജനങ്ങളെ മതനാമത്തിൽമാത്രം അടയാളപ്പെടുത്തുമ്പോൾ എല്ലാ രാഷ്ട്രീയസിദ്ധാന്തങ്ങളും ഏകരൂപമാകുന്നു; മതേതരത്വംതന്നെ അപ്രസക്തമാകുന്നു. നാസ്തികതയുടെ രാഷ്ട്രീയം പ്രസക്തമാകുന്നതും അതുകൊണ്ടുതന്നെയാണ്. കാരണം രാഷ്ട്രത്തിന്റെ നട്ടെല്ലായി മതവും ദൈവവും മാറിയിരിക്കുന്നു.

ദൈവചന്ത

മതം ചരിത്രത്തിന്റെ ചാലകശക്തിയല്ല, നശീകരണമാണ്. കാരണം സകലമതങ്ങളുടെയും ലക്ഷ്യം മതരാഷ്ട്രമാണ്. ദൈവദർശനപരമായും ചരിത്രപരമായും അത്തരമൊരു രാഷ്ട്രനിർമ്മിതിയിലാണ് സംഘടിതമതങ്ങൾ എല്ലാംതന്നെ. ഇതിനായി നടത്തിയ യുദ്ധങ്ങളാൽ സമൃദ്ധമാണ് ലോകചരിത്രം. അത് ഇപ്പോഴും തുടർന്നുകൊണ്ടിരിക്കുന്നുവെന്ന് താലിബാനും അൽഖൈദയും അടക്കമുള്ള നിരവധി ഇസ്ലാമിക സേനകളും ഇന്ത്യയിലെ സംഘപരിപാരവും തെളിയിച്ചുകൊണ്ടിരിക്കുന്നു. അതിനുപയുക്തമായ വിധത്തിൽ പുതിയ തലമുറയെ മതവൽക്കരിക്കാൻ സാധിച്ചിരിക്കുന്നു. തീവ്രവാദികളുടെ ശരാശരി പ്രായം 20നും 30നുമിടയിലാണെന്നതു തന്നെയാണ് തെളിവ്. കേരളത്തിൽ നിന്നുപോലും 27 പേർ (സ്ത്രീകളടക്കം) ഐ.എസി.ൽ ചേരാൻപോയി എന്നത് ചെറിയ ഭീഷണിയല്ല.

ഭക്തി വ്യക്തിപരമായ ഒരു വിഷയമല്ല. ആത്മീയതയും കമ്പോളവും ചേർന്നുള്ള ഒരു വ്യവസായമാണ് എന്ന് മീരാനന്ദ വെറുതെ പറയുന്നതല്ല[8]. ആഗോളവൽക്കരണവും നവലിബറലിസവുമൊക്കെ രാഷ്ട്രീയപ്രശ്നങ്ങളായി പരിവർത്തിക്കുന്നത് ദൈവാശയ അടിത്തറയിലാണെന്ന് 'ദൈവചന്ത' (The God Market) അടിവരയിടുന്നു. മൂലധനവ്യാപാര

8 The God Market: Meera Nanda

ത്തെ നിയന്ത്രിക്കുന്ന രാഷ്ട്രീയത്തിന്റെ മതാത്മകവശമാണ് അത്. സകലസീമകളും ലംഘിച്ച നവലിബറലിസം സകല പുരോഗതിയും വാഗ്ദാനം ചെയ്യുന്നു. നെഹ്റുവിയൻ സോഷ്യലിസവും സെക്കുലറിസവുമൊക്കെ അപ്രസക്തമാക്കപ്പെടുകയും സ്വകാര്യവല്ക്കരണം പാരമ്യത്തിലെത്തുകയും ചെയ്തു. അതുവഴി ഇറക്കുമതി ചെയ്യപ്പെട്ട മുതലാളിത്ത ഉല്പന്നങ്ങൾക്കൊപ്പം പുതിയ മതാത്മകഉല്പ്പന്നങ്ങളും ഉണ്ടായിരുന്നു. ശാസ്ത്രസാങ്കേതികമുന്നേറ്റത്തിനൊപ്പം നില്ക്കുന്നതാണ് 'മതപരമായ' ഉൽപ്പന്നങ്ങളും. യാഗം, യജ്ഞം, യോഗ, പൊങ്കാല, അക്ഷയതൃതീയ, ജോത്സ്യം, പർദ്ദ, വേദിക് പഠനം തുടങ്ങി ക്ഷേത്ര ടൂറിസംവരെ എത്തിയിരിക്കുന്നു അവ.

സർക്കാരും കോർപ്പറേറ്റുകളും മതവും ചേർന്ന ത്രിസഖ്യം നൽകുന്നത് ജനാധിപത്യബോധമല്ല, മതാത്മകത തന്നെയാണ്. ഇന്ത്യയിൽ ആശുപത്രികൾ 75000 ആണെങ്കിൽ സ്കൂളുകൾ 1.5 ദശലക്ഷമാണ്. എന്നാൽ ദേവാലയങ്ങളാകട്ടെ 2.5 ദശലക്ഷവും. സ്വകാര്യവത്ക്കരിക്കപ്പെട്ട സ്കൂളുകൾ മതവാദികളുടേതാകയാൽ പരിഷ്കൃത സമൂഹമല്ല അവിടെനിന്ന് ഉല്പാദിപ്പിക്കപ്പെടുന്നത്, പകരം മതതീവ്രവാദികളാണ്. അവർക്കായി പുതിയ പ്രത്യയശാസ്ത്രങ്ങൾ പടച്ചുണ്ടാക്കപ്പെടുന്നു. ശാസ്ത്രീയ ആത്മീയത (scientific spirituality) എന്നുകേൾക്കുമ്പോൾ ആത്മീയതയിലെന്തോ ശാസ്ത്രമുണ്ടെന്നുതോന്നാം. ഗായത്രി ചൊല്ലിയുള്ള യാഗവും യജ്ഞവും വിശുദ്ധീകരണവുമാണത്. Vital force, Negative & Positive energy തുടങ്ങിയ പദസമുച്ചയങ്ങളും ഇതിനു കൂട്ടുണ്ട്. ഇതിന്റെ പ്രചാരകരായി ദയാനന്ദസരസ്വതി, ശ്രീ ശ്രീരവിശങ്കർ, ബാബാരാംദേവ്, അമൃതാനന്ദമയി തുടങ്ങി ആയിരക്കണക്ക് മനുഷ്യദൈവങ്ങളും വിഹരിക്കുന്നുണ്ട്. ഇവരൊന്നും ആത്മീയ ഗുരുക്കന്മാരല്ല, ബഹുരാഷ്ട്രകുത്തകകളാണ്.

540 രാജ്യങ്ങളിൽ വ്യാപിച്ചുകിടക്കുന്ന കോടികളുടെ സാമ്രാജ്യമാണ് ശ്രീശ്രീയുടേത്. അമേരിക്കകേന്ദ്രീകരിച്ച 'ഗ്ലോബൽ ഹിന്ദു ഹെറിറ്റേജ് ഫൗണ്ടേഷൻ', ഹിന്ദുസ്വയം സേവക്സംഘ്, ലണ്ടൻ കേന്ദ്രീകരിച്ച സേവ ഇന്റർനാഷണൽ തുടങ്ങിയവ ദൈവചന്തകളെ അന്താരാഷ്ട്രീയമായി മാറ്റിക്കഴിഞ്ഞു. ഇതിനെയൊന്നും പ്രതിരോധിക്കാനുള്ള ശേഷി ഇന്ത്യൻ രാഷ്ട്രീയ ശക്തികൾക്കില്ലതന്നെ.

'യോഗ' ഒരു ലളിതയുക്തിയായി ശാസ്ത്രീയവൽക്കരിക്കപ്പെടുമ്പോൾ നിഷേധിക്കുന്നത് ശാസ്ത്രത്തെ മാത്രമല്ല, പ്രത്യയ ശാസ്ത്രത്തെക്കൂടിയാണ്. വാസ്തുവും ജോത്സ്യവുമൊക്കെ ഇതിന്റെ സഹോദരനിർമ്മിതികളാണ്. ശാസ്ത്രത്തിന്റെ അതിനൂതനമായ മാദ്ധ്യമങ്ങൾ ഉപയോഗിച്ചു തന്നെ

ഇവ രൂപാന്തരീകരിക്കപ്പെടുമ്പോൾ പ്രത്യയശാസ്ത്രവിമോചനം, അരാഷ്ട്രീയവത്ക്കരണം എന്നിവ വിജയിക്കുകയാണ്. ഇതിന്റെ ഉപോല്പന്നങ്ങളായി ഗവൺമെന്റിതര സംഘങ്ങളുടെ (NGO) ജീവകാരുണ്യപ്രവർത്തനങ്ങൾ കൂടിയാകുമ്പോൾ ദൈവചന്തയിൽ തിരക്ക് അനിയന്ത്രിതകമാകുന്നു. മതമാഫിയകളിൽ നിന്നൊഴുകുന്ന പണം മാദ്ധ്യമങ്ങളുടെ കണ്ണുമൂടുമ്പോൾ ജനങ്ങൾ അന്തർനാടകങ്ങൾ അറിയാതെ പോകുന്നു. പൊങ്കാലയും അക്ഷയതൃതീയയും വാസ്തുവുമൊക്കെ ആഘോഷമാക്കി മാറ്റുന്നത് ഈ കമ്പോള ആത്മീയതയാണ്. ദൈവം അതിന്റെ ബ്രാന്റ് അമ്പാസിഡൻമാത്രം.

വളരുന്ന നാസ്തിക്യം

മതവും ദൈവവും ഒരു രാജ്യത്തിന്റെയും ഭാഗധേയം നിർണ്ണയിക്കുന്നതിൽ ഒരു ഘടകമല്ലെന്ന് ലോകരാഷ്ട്രങ്ങളുടെ സന്തുഷ്ട സൂചിക പരിശോധിച്ചാൽ മനസ്സിലാകും. ഞങ്ങൾ ദൈവത്തിൽ വിശ്വസിക്കുന്നു. (In God we trust) എന്ന് അമേരിക്ക അവരുടെ നോട്ടിൽ പോലും രേഖപ്പെടുത്തിയിട്ടുണ്ടെങ്കിലും അവിടെ 56% പേർ മാത്രമാണ് ദൈവവിശ്വാസികൾ / മതവിശ്വാസികൾ. ഒരു രാജ്യത്തെ സാമൂഹ്യജീവിതം, വരുമാനം ആയുർദൈർഘ്യം, സ്വാതന്ത്ര്യം എന്നിവ മുൻനിർത്തിയാണ് സന്തോഷ സൂചിക (happiness Index) തയ്യാറാക്കുന്നത്. ലോകത്തെ ഏറ്റവുമധികം സന്തുഷ്ട ജനത ജീവിക്കുന്നത് ദൈവ / മതവിശ്വാസം കുറവുള്ള രാജ്യങ്ങളിലാണെന്ന കണക്ക് നാസ്തികതയുടെ വിമോചന മൂല്യം വർദ്ധിപ്പിക്കുന്നതു തന്നെയാണ്. 2022-ലെ കണക്കു പ്രകാരം. ഏറ്റവും മുൻപന്തിയിൽ നിൽക്കുന്ന 7 രാജ്യങ്ങളുടെ സ്ഥിതിവിവരം ഇതാണ്.[9]

സൂചിക ക്രമം	രാജ്യം	വിശ്വാസികൾ	നാസ്തികർ
1	ഫിൻലന്റ്	38	62
2	ഡന്മാർക്ക്	32	68
3	സ്വിറ്റ്സർലന്റ്	61	31
4	ഐസ്‌ലന്റ്	46	54
5	നെതർലന്റ്	17	53
6	നോർവേ	30	70
7	സ്വീഡൻ	22	78

ദൈവങ്ങളുടെ വിളഭൂമിയായ ഇന്ത്യയുടെ സ്ഥാനം 139 ആണ്.

9 Source: WIN Gallup International

ഇറാൻ 118-ാം സ്ഥാനത്തും ഇറാക്ക് 111-ാം സ്ഥാനത്തുമാണ്. ദൈവവും മതവും ഒരു രാജ്യത്തെയും രക്ഷപ്പെടുത്തില്ലെന്നതിന്റെ തെളിവാണിത്.

ലോകത്തിലെ മുൻകിട രാജ്യങ്ങളുടെ കണക്കെടുത്താൽ അവിടെയും നാസ്തികർക്കാണ് മുൻതൂക്കം എന്നു വ്യക്തമാണ്.

1. ചൈന- 91 %
2. ജപ്പാൻ- 87%
3. സ്വീഡൻ - 78%
4. ചെക്റിപ്പബ്ലിക് - 76%
5. ബ്രിട്ടൻ - 73%
6. ബൽജിയം - 72%
7. എസ്റ്റോണി - 72%
8. നോർവേ - 70%
9.ആസ്ട്രേലിയ - 69%
10. ഡന്മാർക്ക് - 68%

ലോകപ്രസിദ്ധ സോഷ്യോളജിസ്റ്റ് ഫിൽസുക്കർമെൻ പറയുന്നത് ലോകമെമ്പാടുമായി പ്രഖ്യാപിത നാസ്തികർ 500 - 750 മില്യൺ വരുമെന്നാണ്. അതിൽ 6 രാജ്യങ്ങളിലായി കടുത്ത നാസ്തികർ (പ്രഖ്യാപിത നിരീശ്വരർ) ഇങ്ങനെയാണ്. ചൈന - 40-49 / ജപ്പാൻ 30-39 / ചെക് 30-39 / ഫ്രാൻസ് - 20 / ആസ്ട്രേലിയ 10-19 / ഐസ് ലന്റ് 10-19, (എല്ലാം ശതമാനം)

50 ശതമാനത്തിൽ ഏറെ നാസ്തികരായിട്ടുള്ള രാജ്യങ്ങളെക്കൂടി അറിയുന്നത് നിരീശ്വരതയുടെ വിശ്വ വ്യാപക അംഗീകാരത്തെ വ്യക്തമാക്കുന്നതാണ് (ശതമാനം)

രാജ്യം	വിശ്വാസി	നാസ്തികർ	മതരഹിതർ
ചൈന	9	91	23
ജപ്പാൻ	13	86	31
സ്വീഡൻ	22	75	47
ചെക്ക് റിപ്പബ്ലിക്	24	75	47
എസ്റ്റോണിയ	28	72	50
ബൽജിയം	28	72	43
ഇംഗ്ലണ്ട്	27	72	58
നോർവേ	30	70	50
ആസ്ട്രേലിയ	31	70	50
ഡന്മാർക്ക്	32	68	47
വിയ്റ്റനാം	33	67	57
ഹോങ്കോങ്	33	66	33

ജർമ്മനി	34	66	46
സൗത്ത് കൊറിയ	35	65	37
അസർ ബൈജാൻ	35	64	64
കാനഡ	37	63	47
സ്പെയിൻ	37	63	41
ലാത്വിയ	37	62	43
ഫിൻലന്റ്	39	62	47
ഇസ്രായേൽ	39	61	50
അയർലന്റ്	40	60	47
സ്ലോവേനിയ	41	59	25
ആസ്ട്രിയ	41	59	43
ഫ്രാൻസ്	45	55	29
ഐസ്‌ലന്റ്	46	54	32
ലിത്വാനിയ	47	52	34

ലോക ജനസംഖ്യയിലെ മതം തിരിച്ചുള്ള കണക്കും കാര്യങ്ങൾ ബോദ്ധ്യപ്പെടുത്തും. നൂറുകണക്കായി തമ്മിലടിക്കുന്ന മത വിഭാഗങ്ങൾ ഉൾപ്പടെയാണ് ഒരു മതമായി കണക്കാക്കുന്നത്. (ശതമാനം)

ക്രിസ്തുമതം	31.11
ഇസ്ലാംമതം	24.90
ഹിന്ദുമതം	15.16
ബുദ്ധമതം	6.62
മതരഹിതർ /നാസ്തികർ	15.58

എന്തായാലും മതരഹിതരും നാസ്തികരും സെക്കുലറിസ്റ്റുകളും അടക്കമുള്ള 15.58% ലോക ജനസംഖ്യ മൂന്നാം സ്ഥാനത്തുണ്ട്. അവരാണ് പ്രതീക്ഷയും.

പന്ത്രണ്ട്

ഇന്ത്യൻ നിരീശ്വരവാദം

'ഫിലോസഫി' എന്ന ഇംഗ്ലീഷ് വാക്കിന് തുല്യമായാണ് 'ദർശനം' എന്ന പദം നാം ഉപയോഗിക്കുന്നത്. കണാദന്റെ വൈശേഷിക സൂത്രത്തിലാണ് 'തത്വശാസ്ത്രം' എന്ന അർത്ഥത്തിൽ ഈ പ്രയോഗം ആദ്യമായികാണുന്നത്.

ദൃശ് എന്ന ധാതുവിൽനിന്നാണ് 'ദർശനം' എന്ന പദത്തിന്റെ നിഷ്പത്തി. 'ദൃഷ്ടിമാർഗ്ഗേണ ഉണ്ടാകുന്ന ബോധം' എന്നാണ് ദർശനത്തിന്റെ അർത്ഥം. ആ ആർത്ഥത്തിൽ അത് പ്രത്യക്ഷജ്ഞാനത്തെ മാത്രമേ സാക്ഷീകരിക്കുന്നുള്ളൂ. എന്നാൽ ഇന്ന് 'വിജ്ഞാനാന്വേഷണം' എന്നാണ് 'ദർശന'-ത്തിന്റെ അംഗീകൃത അർത്ഥം.

പ്രപഞ്ചത്തെ കാണുന്നതിലും വിലയിരുത്തുന്നതിലുമുള്ള ആത്മനിഷ്ഠവും വസ്തുനിഷ്ഠവുമായ സമീപനങ്ങൾകൊണ്ടാണ് വിവിധ ദർശനങ്ങൾ രൂപംകൊള്ളുന്നത്. പക്ഷേ ഇവയുടെയൊക്കെ ആത്യന്തിക ലക്ഷ്യം മനുഷ്യനായിരുന്നു. മനുഷ്യന്റെ സുഖവും ശ്രേയസ്സും ഉൽക്കർഷവുമായിരുന്നു പൊതുലക്ഷ്യം. മാനവദുരിതത്തെപറ്റിയുള്ള തത്വചിന്താപരമായ സമീപനങ്ങളായിരുന്നു അവ. വ്യത്യസ്ഥ സമീപനങ്ങളാൽ സമ്പന്നമായ ദാർശനിക പാരമ്പര്യം ഇന്ത്യയ്ക്കുണ്ട്. അവയിൽ പ്രമുഖമായ ദർശനങ്ങൾ ഒമ്പതെണ്ണമാണ്[1]. സാംഖ്യം, യോഗം, മീമാംസ (പൂർവ്വ മീമാംസ) ബൗദ്ധം, ജൈനം, ചാർവ്വാകം (ലോകായതം) ന്യായം, വൈശേഷികം,

1 ഇവ കൂടാതെ ശൈവം, ശാക്തേയം, കാപാലികം എന്നീ താന്ത്രിക മതങ്ങളുമുണ്ട് പരിമിതപരിധിയിലുള്ള ദർശനങ്ങളാണവ.

വേദാന്തം (ഉത്തരമീമാംസ) എന്നിവയാണ് നവദർശനങ്ങൾ ഇവയിൽ ആദ്യത്തെ ആറെണ്ണം (ഷഡ്ദർശനങ്ങൾ) നിരീശ്വരവാദപരമാണ്. ബാക്കി മൂന്നെണ്ണത്തിൽ വേദാന്തത്തെപ്പറ്റിയാണ് ആത്മീയവാദക്കാർ ഊറ്റം കൊള്ളുന്നത്, ഇവയൊക്കെ ഹൈന്ദവദർശനങ്ങളാക്കാൻ പലരും പാടുപെടുന്നുണ്ടെങ്കിലും, അവയ്ക്കോ, വേദോപനിഷത്തുകൾക്കോ ഹിന്ദുമതത്തോട് യാതൊരു ബന്ധവുമില്ല എന്നതാണ് സത്യം.[2]

പ്രപഞ്ച സ്രഷ്ടാവും, ധാർമ്മിക നിയന്താവും ഈശ്വരനാണെന്നും, സൃഷ്ടി സ്ഥിതിസംഹാരങ്ങൾ ഈശ്വരനിക്ഷിപ്തമാണെന്നുമുള്ള പൊതു വിശ്വാസത്തിന്റെ അടിത്തറയിലാണോ ദർശനത്തെ വീക്ഷിക്കേണ്ടത്.

പൊതുവേ ഈശ്വരാസ്തിത്വത്തിന്റെ അംഗീകാരമെന്ന നിലയിലാണല്ലോ ദർശനം അവതരിപ്പിക്കപ്പെട്ടുക. എങ്കിൽ ഇന്ത്യൻ ദർശനങ്ങളിൽ ഭൂരിപക്ഷവും നിരീശ്വരവാദപരമാണ്. എന്നാൽ ഡോ.രാധാകൃഷ്ണനെപ്പോലുള്ളവർ ഇവയെ ബ്രാഹ്മണദർശനങ്ങളായി അവതരിപ്പിക്കുകയാണ്. വേദപ്രാമാണ്യം സ്വീകരിക്കുന്നതുകൊണ്ട് ഇവ ബ്രാഹ്മണീയ പദ്ധതികൾ തന്നെയാണെന്ന് സമർത്ഥിക്കാൻ വിഫലശ്രമമാണ് അദ്ദേഹം നടത്തുന്നത്.[3] ഈ ദർശനങ്ങൾ വേദങ്ങളെ നിഷേധിക്കുന്നില്ല എന്നു വരുത്തിതീർക്കാൻ ശ്രമിക്കുമ്പോൾ രാധാകൃഷ്ണൻ കൗശലത്തോടെ, സൗകര്യപൂർവ്വം വിസ്മരിക്കുന്നത്, ന്യായ-വൈശേഷികവും, വേദാന്തവുമൊഴികെയുള്ള ദർശനങ്ങൾ നിരീശ്വരപരമാണെന്നാണ്. അതു മറച്ചുവെക്കുവാൻ വേദോപനിഷത്തുകളെ ആരാധനയുടെ പരകോടിയിലെത്തിക്കുവാനാണ് ഇത്തരക്കാർ ശ്രമിക്കുന്നത്.

ഋഗ്വേദം പോലും ഈശ്വരാന്വേഷണപരമായ ഒരു കൃതിയല്ല മോക്ഷത്തെപ്പറ്റി ഇതിൽ പരാമർശം പോലുമില്ല. ഇന്നുള്ള ദൈവങ്ങളുടെ യാതൊരു സാന്നിദ്ധ്യവും അതിലില്ല. മാത്രമല്ല. ഋഗ്വേദത്തിലെ മുഖ്യദേവതയായ ഇന്ദ്രനെ അവഹേളിക്കുന്നതും, നിഷേധിക്കുന്നതുമായ സൂക്തങ്ങൾ തന്നെ അതിലുണ്ട്.[4]

നവദർശനങ്ങളെപ്പറ്റിയുള്ള ഒരു അവലോകനം ഇന്ത്യൻ ആത്മീയവാദത്തിന്റെ മൂട്ടുപടമഴിക്കാൻ സഹായകരമാകും.

---

2 ഭാരതീയ ദർശനങ്ങൾ: സി.വി വാസുദേവ ഭട്ടതിരി (spcs)

3 ഭാരതീയ ദർശനം: വാല്യം-2 പേ: 4

4 ഋഗ്വേദം iv:24,10 x:119.

1. സാംഖ്യം

ബി.സി.ഇ. 6-ാം നൂറ്റാണ്ടിൽ ജീവിച്ചിരുന്ന കപിലനാണ് സാംഖ്യ ദർശനത്തിന്റെ ഉപജ്ഞാതാവ്, മഹാഭാരതത്തിലും, മനുസ്മൃതിയിലും പോലും സാംഖ്യ ദർശനത്തിന്റെ മിന്നലാട്ടങ്ങളുണ്ട്. ഇവയിലൊക്കെ നിറഞ്ഞുനിൽക്കുന്ന കപിലനെ നിഷേധിക്കാൻ പാടുപെട്ട ശങ്കരൻ ഒരു പുതിയ തന്ത്രം മെനഞ്ഞു. സാംഖ്യദർശകനായ കപിലനും മേൽകൃതി കളിലെ കപിലനും രണ്ടാളാത്രേ.[5]

സാംഖ്യ ദർശനത്തിന്റെ വ്യാഖ്യാനങ്ങളായ രണ്ടു മൗലിക ഗ്രന്ഥ ങ്ങളുണ്ട്. ഈശ്വരകൃഷ്ണൻ എഴുതിയ 'സാംഖ്യകാരിക'യും, കർത്തൃത്വം അറിയാത്ത' സാംഖ്യ സൂത്രവും. ലോകദാർശനിക ചരിത്രത്തിലെ ഏറ്റവും ചിട്ടയോടുകൂടിയ നിരീശ്വരവാദത്തിന്റെ പ്രാചീനമായ രൂപത്തെയാണ് സാംഖ്യം പ്രതിനിധീകരിക്കുന്നതെന്ന് ദേവീപ്രസാദ് ചതോപാദ്ധ്യായ നിരീക്ഷിക്കുന്നു.[6]

സാംഖ്യത്തിലെ പ്രധാനസിദ്ധാന്തങ്ങളെ ഏതാണ്ടിങ്ങനെ ക്രോഡീ കരിക്കാം

1. പ്രത്യക്ഷജ്ഞാനമെന്നാൽ ഇന്ദ്രിയങ്ങളിൽക്കൂടി (വസ്തുവിനെ) ബന്ധപ്പെടുത്തി അതിന്റെ രൂപത്തെ ചിത്രീകരിക്കുന്ന അറിവാണ്.
2. ഈശ്വരസങ്കൽപ്പം തെളിയിക്കപ്പെടാത്തതിനാൽ (ഈശ്വരാ സിദ്ധേ:) പ്രത്യക്ഷജ്ഞാന നിർവ്വചനം, ഈശ്വരജ്ഞാന നിർവ്വ ചനവുമായി പൊരുത്തപ്പെടുമോ എന്ന പ്രശ്നമേ ഉദിക്കുന്നില്ല.
3. ഈശ്വരനെ കേവല സ്വതന്ത്രനായ കർത്താവോ, നിബന്ധ നകൾക്ക് വിധേയനായി പ്രവർത്തിക്കുന്ന കർത്താവായോ സങ്കല്പിക്കുവാൻ സാദ്ധ്യമല്ല. കേവലസ്വാതന്ത്ര്യം എന്നാൽ ഇച്ഛ, ആസക്തി, വികാരം എന്നിവയിൽനിന്നുള്ള മുക്തിയാണ്. ഇച്ഛ യിൽനിന്നു മുക്തനാണെങ്കിൽ അദ്ദേഹത്തിന് സൃഷ്ടിക്കാനുള്ള ഇച്ഛ ഉണ്ടാകാൻ വയ്യ. ബന്ധനസ്ഥനായി പ്രവർത്തിക്കുന്നവനാ ണെങ്കിൽ അതു സർവ്വ ശക്തി മഹത്വത്തിന്റെ നിഷേധമാണ്, അതായത് സൃഷ്ടിക്കാനുള്ള ശക്തിയില്ല.
4. ഈശ്വരൻ തെളിയിക്കപ്പെട്ടിട്ടില്ല എന്നതിന്റെ അന്തിമാർത്ഥം ഈശ്വരൻ അയഥാർത്ഥമാണ് എന്നാണ്.

---

5 ഇന്ത്യൻ നിരീശ്വരവാദം: ദേവീപ്രസാദ് ചതോപാദ്ധ്യായ (ചിന്ത)

6 മേൽ കൃതി

5. ഈശ്വരന്റെ മേൽനോട്ടത്തിലല്ല കർമ്മഫലത്തിന്റെ ലബ്ധി, എന്തെന്നാൽ പ്രവൃത്തിയിൽ നിന്നുതന്നെയാണ് അതിന്റെ ലബ്ധി.
6. ഈശ്വരസങ്കൽപ്പം അപരിഹാര്യമായ വൈരുദ്ധ്യം കൊണ്ട് നിറഞ്ഞതാണ്.മാത്രമല്ല ഈശ്വരാസ്തിത്വത്തെ അംഗീകൃത പ്ര മാണങ്ങൾ തെളിയിച്ചിട്ടില്ല.
7. മൂലപ്രകൃതി (ആദിമഭൗതിക പദാർത്ഥം) പരിണമിച്ചാണ് ഈ ലോകത്തിലെ സകല ചരാചരങ്ങളുമുണ്ടായത്.
8. ഒന്നുമില്ലായ്മയിൽ നിന്ന് യാതൊന്നുമുണ്ടാകുന്നില്ല (നാ വസ്തുനോ വസ്തു സിദ്ധി)[7]

2. യോഗം

പതഞ്ജലിയുടേതാണ് യോഗദർശനം. കപിലദർശനത്തിന്റെ പ്രാ യോഗികതയാണ് യോഗം, 'ഏകം സാംഖ്യം ചയോഗം ച/യ:പശ്യതി സപശ്യതി (സാംഖ്യവും യോഗവും ഒന്നെന്ന കാഴ്ചയാണ് ശരിയായ കാഴ്ച) എന്നു ഭഗവത്ഗീതയിൽ തന്നെ പ്രസ്താവനയുണ്ട് (ഗീത 5:5) ഊർജ്ജം അഥവാ പ്രാണൻ ആണ് പരിണാമ കാരണം. പ്രാണനെ നിയന്ത്രിച്ചാൽ പ്രപഞ്ചത്തെ നിയന്ത്രിക്കാം. എല്ലാ ചലനവും, ശ്രവണ ദർശനങ്ങളും, ചിന്തയും പ്രാണന്റെ ചലനരൂപങ്ങളാണ്. ആത്മനിയന്ത്ര ണങ്ങളിലൂടെ മന:ശാന്തിയെ വർദ്ധിപ്പിക്കാം, അതിന് അഷ്ടാംഗങ്ങൾ പതഞ്ജലി നിർദ്ദേശിക്കുന്നു, യമം, നിയമം, ആസനം, പ്രാണായാമം, പ്രത്യാഹാരം, ധാരണ, ധ്യാനം, സമാധി എന്നിവയാണവ. സൃഷ്ടി കർത്താവായ ഒരു ഈശ്വരനെ പതഞ്ജലിയും അംഗീകരിക്കുന്നില്ല. എന്നാൽ കുണ്ഡലിനിയെ ഉണർത്തി അതീന്ദ്രിയ ജ്ഞാനം നേടാമെന്ന് പ്രസ്താവിക്കുന്നുണ്ട്.

3. മീമാംസ

മീമാംസ, ഉത്തരമീമാംസയും, പൂർവ്വ മീമാംസയുമുണ്ട്, വേദാന്ത മെന്നറിയപ്പെടുന്ന ഉത്തരമീമാംസ ആസ്തികദർശനമാണ്. എന്നാൽ

---

7 എന്നാൽ പിന്നീട് സാംഖ്യത്തിലും ഈശ്വരനെ പ്രതിഷ്ഠിക്കാനുള്ള ശ്രമങ്ങൾ നടന്നു. വിജ്ഞാനഭിക്ഷുവിനെപോലുള്ള വ്യാഖ്യാതക്കൾ ഇപ്രകാരം സ്വേശ്വര വാദം അവതരിപ്പിച്ചു. പ്രകൃതിയും പുരുഷനും-ഭൗതികസത്തയും ആത്മീയതത്വവും രണ്ടും സ്വതന്ത്രങ്ങളാണെന്നും, അവയുടെ ഐക്യത്തിൽനിന്നാണ് ലോകമുണ്ടാ യതെന്നും സമ്മതിച്ചാൽ അവയുണ്ടായത് എങ്ങനെ എന്നതിന് ഈശ്വരനിൽ നിന്ന് എന്നു വ്യഖ്യാനിച്ചു. ഇതിന് സാംഖ്യത്തിന്റെ അടിസ്ഥാനപ്രമാണങ്ങളുമായി ബന്ധമില്ല.

ജൈമിനിയുടെ പൂർവ്വമീമാംസ നിരീശ്വരവാദപരമാണ്. 2500 സൂത്രങ്ങ ളടങ്ങിയതാണ് ജൈമിനിയുടെ മീമാംസാസൂത്രം.

മീമാംസയുടെ ഏറ്റവും പ്രശസ്തരായ വക്താക്കൾ ശബരനും പ്രഭാക രനും കുമാരിലഭട്ടനുമായിരുന്നു. കുമാരിലഭട്ടൻ മീമാംസയെ വ്യാഖ്യാനി ച്ചുകൊണ്ടവതരിപ്പിച്ച പ്രധാന വാദഗതികൾ ഇവയായിരുന്നു.

1. സർവ്വശക്തനും കരുണാമയനുമായ ഈശ്വരൻ ദുരിതങ്ങളും അസമത്വവുംകൊണ്ടു നിറഞ്ഞ ഇത്തരമൊരു ലോകം സൃഷ്ടിച്ചു വെന്നത് മൂഢത്വമാണ്. ഈ ലോകത്തിൽ കാണുന്ന ദുരിതങ്ങൾ ഈശ്വരനില്ല എന്നതിന്റെ വ്യക്തമായ തെളിവാണ്.
2. പ്രപഞ്ചത്തിന് മൊത്തത്തിൽ കാലത്തിന്റെ ഒരു പ്രത്യേക ബിന്ദുവിൽ ആരംഭം ഉണ്ടായിരുന്നെന്നോ, കാലത്തിന്റെ പ്രത്യേ കമൊരു ബിന്ദുവിൽ അവസാനിക്കുമെന്നോ വിശ്വസിക്കുവാൻ ഒരു കാരണവുമില്ല.
3. പ്രപഞ്ച സൃഷ്ടിക്കുമുമ്പുണ്ടായിരുന്ന ഈശ്വരന്റെ അവസ്ഥയ്ക്ക് തൃപ്തികരമായ ഒരു മറുപടിയും ഈശ്വരവാദിക്കില്ല. എന്തെന്നാൽ സൃഷ്ടിക്കുമുമ്പ് യാതൊന്നും നിലനിന്നിരുന്നില്ല എന്ന് ഈശ്വരവാ ദിതന്നെ അംഗീകരിക്കുന്നു.
4. ഈശ്വരന് ലോകം സൃഷ്ടിക്കാൻ ഇച്ഛമാത്രം പോര. അതിനാ വശ്യമായ പദാർത്ഥങ്ങൾ വേണം. ഈശ്വരന് ഇവ എവിടെ നിന്നു ലഭിച്ചു? ശൂന്യതയിൽനിന്ന് ആർക്കും ഒന്നും സൃഷ്ടിക്കാൻ കഴിയില്ല.
5. ഭൂതദയകൊണ്ടാണ് ഈശ്വരൻ ലോകം സൃഷ്ടിച്ചതെങ്കിൽ സന്തു ഷ്ടജീവികളെ മാത്രമേ സൃഷ്ടിക്കുമായിരുന്നുള്ളു.
6. ലോകസൃഷ്ടി ഈശ്വരന്റെ ഒരു രസമായിരുന്നുവെങ്കിൽ അത് അദ്ദേഹത്തിന് അനന്തമായ പ്രയാസങ്ങളുടെ ഉറവിടമാക്കിയി രിക്കും.
7. ഈശ്വരൻ സൃഷ്ടിച്ച ജീവികൾക്ക് എവിടെനിന്നാണ് സൃഷ്ടിക്കപ്പെ ട്ടതെന്ന് അറിയാനിടയില്ല. ലോകസൃഷ്ടിയേപറ്റിയുള്ള പ്രധാന തെളിവ് വേദപുസ്തകങ്ങൾ മാത്രമാണ്.

4. ബൗദ്ധദർശനം

ഫിലോസഫിയുടെ അത്യുദാത്തമായ വഴിയാണ് ബുദ്ധൻ തെളിച്ചു കൊടുത്തത്. ഏഷ്യാ വൻകരയെ ഇളക്കിമറിച്ച ബൗദ്ധദർശനം തികച്ചും നിരീശ്വരവാദപരമായിരുന്നു. മനുഷ്യൻ സ്വന്തം വിധികർത്താവാണെന്ന്

പ്രഖ്യാപിച്ച ബുദ്ധൻ ലോകത്തിന്റെ കാര്യമായോ കാരണമായോ ഏതെങ്കിലുമൊരു ധാർമ്മിക പരിപാലകനെ കല്പിക്കുന്നില്ല.അഗാധവ്യാപ്തിയുള്ള ബൗദ്ധദർശനത്തെ വളരെ ചുരുക്കി ഇപ്രകാരം വിവരിക്കാം.[8]

1. ലൗകിക പ്രപഞ്ചത്തിലെ പഞ്ചബന്ധങ്ങൾ ദു:ഖകരമാണ്. ജനനം ദു:ഖമാണ്. വാർദ്ധക്യം ദു:ഖമാണ്. രോഗം ദു:ഖമാണ്, മരണം ദു:ഖമാണ്, പ്രിയമില്ലാത്തവരുടെ സംയോഗം ദു:ഖമാണ്, പ്രിയമുള്ളവരുടെ വിയോഗം ദു:ഖമാണ്, ആഗ്രഹിച്ചത് ലഭിക്കാത്തത് ദു:ഖമാണ്.
2. നാല് ശ്രേഷ്ഠസത്യങ്ങൾ (Four Noble Truths)ഇവയാണ്. (i) ജീവിതം ദു:ഖമയമാണ് (ii) അതിനു കാരണം തൃഷ്ണയാണ്, (iii) ദു:ഖ നിവാരണത്തിന് തൃഷ്ണ വെടിയുക, (iv)അതിനുള്ള വഴി അഷ്ടാംഗമാർഗ്ഗമാണ്.
3. പ്രപഞ്ചം ഈശ്വരനിർമ്മിതമായിരുന്നുവെങ്കിൽ ഇവിടെ പരിവർത്തനമോ, നാശമോ, ന്യായവും, അന്യായവും, ശുദ്ധവും അശുദ്ധവുമോ ഉണ്ടാകുമായിരുന്നില്ല. കാരണം ഇവ ഈശ്വരനിൽ നിന്നു തന്നെ ഉണ്ടാകണമല്ലോ.
4. പ്രാണികളിൽ കാണുന്ന ദു:ഖം, ആനന്ദം, പ്രേമം, വിദ്വേഷം എന്നിവ ദൈവപ്രവർത്തനങ്ങളാണെങ്കിൽ ആ ദൈവത്തിന്റെ പ്രവർത്തനങ്ങളിലും അത് കാണണം എങ്കിൽ ദൈവം പരിപൂർണ്ണനാകുന്നതെങ്ങനെ?
5. ഈലോകം ഈശ്വരന്റെ സൃഷ്ടിയാണെങ്കിൽ പിന്നെ പരിവർത്തനം, നാശം മുതലായവയൊന്നും ഉണ്ടാവുമായിരുന്നില്ല. ദു:ഖം, ന്യായം, അന്യായം പവിത്രം, അപവിത്രം എന്നിവയും ഉണ്ടാകുമായിരുന്നില്ല. കാരണം ഇവയെല്ലാം ഈശ്വരനിൽ നിന്ന് ഉണ്ടാകുന്നത് എന്നാണല്ലോ കരുതുന്നത്.
6. ഈശ്വരൻ സ്രഷ്ടാവാണെങ്കിൽ സൃഷ്ടിക്ക് ഒരുദ്ദേശം കാണണം. ഉദ്ദേശ്യത്തോടുകൂടിയാണ് സൃഷ്ടി നടത്തുന്നതെങ്കിൽ ഈശ്വരൻ പൂർണ്ണനല്ല. കാരണം ഉദ്ദേശ്യമെന്നാൽ അഭാവത്തിന്റെ പൂർ

---

8 ബുദ്ധന്റെ നാസ്തിക പരാമർശങ്ങൾ മാത്രമേ മുഖ്യമായി ഇവിടെ സൂചിപ്പിക്കുന്നുള്ളു. അഷ്ടാംഗമാർഗ്ഗം, സംസാരചക്രം, ധർമ്മം, സംഘം, കർമ്മം, പുനർജ്ജന്മം തുടങ്ങിയ അതിവിപുലസിദ്ധാന്തങ്ങളും, അശ്വഘോഷന്റെയും, നാഗാർജ്ജുനന്റെയും തത്സംബന്ധിയായ വ്യഖ്യാനങ്ങളും വിസ്താര ഭയത്താൽ ഒഴിവാക്കുന്നു. 'ധർമ്മം' എന്ന മാനവികതയെ സാക്ഷാത്ക്കരിച്ചതു ബുദ്ധനാണ്. ബുദ്ധഭാഷയിൽ അത് 'ധമ്മ'-മാണ് അതൊന്നുമാത്രം മതി ലോകത്തിന്റെ നിലനില്പിന് ദൈവമോ ആത്മീയതയോ ആവശ്യമില്ലെന്നു തെളിയാൻ-(എട്ടാം അദ്ധ്യായം കാണുക).

ത്തീകരണമാണ്. യാതൊരു ഉദ്ദേശ്യവുമില്ലാതെയാണ് സൃഷ്ടി യെങ്കിൽ ഈശ്വരൻ ഒരു ഭ്രാന്തനോ, മുല കുടിക്കുന്ന കുട്ടിയോ ആകണം.

7. പുഴകടക്കാനാഗ്രഹിക്കുന്നവർ ഇക്കരെനിന്ന് മറുകരയോട് "അല്ലയോ അക്കരെ ഇക്കരെയ്ക്ക് കടന്നുവരു'എന്നപേക്ഷിക്കു ന്നതുപോലെ നിഷ്പ്രയോജനമാണ് ഈശ്വരപ്രാർത്ഥന.

ബൗദ്ധദർശനത്തിലെ പില്ക്കാല, വൈഭാഷിക, മഹായാന വ്യാഖ്യാന ങ്ങൾ ന്യായവൈശേഷികന്മാർ അവതരിപ്പിച്ച ഈശ്വരവാദങ്ങൾക്കുള്ള ചുട്ടമറുപടിയായിരുന്നു.

5. ജൈനദർശനം

ബൗദ്ധംപോലെ തന്നെ ഭാരതത്തിൽനിന്ന് ഉയിർകൊണ്ട് ഏഷ്യ യെമ്പാടും വെളിച്ചം വിതറിയ മഹാവീരന്റെ ചിന്തകളും, ദാർശനിക രംഗത്ത് തികച്ചും നിരീശ്വരവാദപരമായിരുന്നു. സംഗ്രഹിക്കുന്നതിന്റെ പരിമിതിയ്ക്കുള്ളിൽ നിന്നുകൊണ്ട് ഇങ്ങനെ അവയെ സൂചിപ്പിക്കാം.

1. പ്രപഞ്ചം സൃഷ്ടിക്കപ്പെട്ടതല്ല, അതുകൊണ്ട് ഒരു സ്രഷ്ടാവുമില്ല.

2. പ്രപഞ്ചത്തിലുള്ളതെല്ലാം ജീവം, അജീവം എന്നു രണ്ടുതരം മാത്രമാണ്. അവയാകട്ടെ അനാദിയാണ്, നാശമില്ലാത്തതാണ്, എന്നാൽ പരിണാമവിധേയമാണ്.

3. ലോകം ആത്മാക്കളാൽ നിറഞ്ഞിരിക്കുന്നു. ശരീരവും ഇന്ദ്രിയ ങ്ങളും ആത്മാക്കളെ ബന്ധനത്തിലാക്കിയിരിക്കുന്നു. ഇതിൽനിന്നുള്ള മോചനമാണ് മോക്ഷം.

നാസ്തികപരമാണ് ജൈനദർശനമെങ്കിലും, ആത്മാവിലും മോക്ഷ ത്തിലും മഹാവീരൻ വിശ്വസിച്ചിരുന്നു. എന്നാൽ ആസ്തിക്യത്തിലെ മോക്ഷമല്ല ഇദ്ദേഹത്തിന്റെ വിഭാവന.

ജൈനദർശനത്തിന്റെ അടിസ്ഥാനഗ്രന്ഥം ഗുണരത്നന്റെ തർക്ക രഹസ്യദീപികയും, ഹരിഭദ്രന്റെ സദ്ദർശനസമുച്ചയഭാഷ്യവുമാണ്. ന്യായ വൈശേഷികരുടെ ഈശ്വരാനുമാനത്തിന്റെ അതിശക്തമായ നിഷേധമായിരുന്നു ഗുണരത്നന്റെ സിദ്ധാന്തങ്ങൾ

6. ലോകായതം

മറ്റു ദർശനങ്ങളൊക്കെ നഷ്ടപ്പെട്ടാലും ലോകായതം മാത്രം അവശേഷിച്ചാൽമതി ഇന്ത്യൻ ആത്മീയവാദത്തെ പൊളിച്ചുകാട്ടാൻ. 'ലോകായത' മെന്നാൽ 'ലോകത്തിൽ പ്രചരിച്ചിരുന്നത്' എന്നാണർ

ത്ഥം. അതായത് ഏറ്റവും ജനപ്രിയമായിരുന്നത്. സാധാരണക്കാർക്കുപോലും സുഗ്രഹമായിരുന്ന ലോകായതം ചാർവ്വാകം എന്നുകൂടി അറിയപ്പെട്ടിരുന്നു.ഇതിഹാസകാലത്തെ സാമൂഹ്യമനസ്സാക്ഷിയുടെ സൂക്ഷിപ്പുകാരായിരുന്നു ചാർവ്വാകന്മാർ. മഹാഭാരതത്തിൽ ചാർവ്വാകരെ പരാമർശിക്കുന്നുണ്ട്.[9]

അർത്ഥശാസ്ത്രകാരനായ കൗടില്യൻ ലോകായതത്തെ, സാംഖ്യ-യോഗസിദ്ധാന്തങ്ങൾക്കൊപ്പം ആന്വിഷികി (തികച്ചും യുക്ത്യധിഷ്ഠിതമായ തർക്കശാസ്ത്രം) എന്നാണ് വിശേഷിപ്പിക്കുന്നത്. ലോകായതമെന്ന പേര് പ്രാചീനമാണ്. ചാർവ്വാകം എന്ന പര്യായം ഇതിനുണ്ടായത് 8-ാം നൂറ്റാണ്ടിലോ 9-ാം നൂറ്റാണ്ടിലോ ആണ്.[10] ചാരുവായ (ആകർഷകമായ) വാക്കുപറയുന്നവർ ചാർവ്വാകൻ എന്നാണർത്ഥം[11]. ഈ ദർശനത്തിനുണ്ടായിരുന്ന ജനപ്രീതിയെയാണ് ഇതു സൂചിപ്പിക്കുന്നത്. 'ബൃഹസ്പതിയുടെ സിദ്ധാന്തം' എന്നർത്ഥത്തിൽ 'ബാർഹസ്പത്യം' എന്നും ഇതിനെ പറയുന്നുണ്ട്.

ലോകായതന്മാർ പ്രത്യക്ഷജ്ഞാനത്തെയാണ് അംഗീകരിക്കുന്നത്. അതുകൊണ്ട് അനുമാനത്തെ അപ്പാടെ തള്ളിപ്പറയുന്നില്ല. നാസ്തികന്മാർ അനുമാനം ഉപയോഗിച്ച് കാടുകയറിപ്പോകുന്നതിനെ ചാർവ്വാകർ എതിർക്കുന്നുണ്ട്. പുരന്ദരൻ എന്ന ചാർവ്വാകൻ പറയുന്നതിപ്രകാരമാണ്. ലോകപ്രസിദ്ധമായ അനുമാനം ചാർവ്വാകന്മാർക്കും സമ്മതമാണ്. എന്നാൽ പ്രായോഗിക ലൗകിക ജീവിതത്തിൽ നിന്നും വ്യതിരിക്തമായ കാര്യങ്ങൾക്ക് (അതായത് പരലോക-മരണാനന്തര സിദ്ധാന്ത സാധൂകരണത്തിന്) അത് ഉപയോഗിക്കുന്നത് ചാർവ്വാകർ നിഷേധിക്കുന്നു.[12]

ലോകായതത്തിലെ പ്രമുഖ ധാരകളെ ഇങ്ങനെ സംഗ്രഹിക്കാം[13]

1. ഭൂമി, വെള്ളം, അഗ്നി, വായു എന്നിവയാണ് അടിസ്ഥാന മൂലകങ്ങൾ. അവ നിത്യങ്ങളാണ്. അവയുടെ യഥോചിതമായ

---

9 പത്താം അദ്ധ്യായം

10 പ്രാചീന ഭാരതത്തിലെ ഭൗതികവാദം: ദേവി പ്രസാദ് ചതോപാദ്ധ്യായ

11 'ചർവ്വ്' (ചവയ്ക്കുക)എന്ന ധാതുവിൽ നിന്നും ഉണ്ടായതാണെന്നും ഒരഭിപ്രായമുണ്ട്. തിന്നും കുടിച്ചും കഴിയുന്നവർ എന്ന് അർത്ഥം വരും. എന്നാൽ 'ചർവ്വ്' ധാതുവിൽ നിന്ന് ചാർവ്വാക പദം ലഭിക്കില്ല എന്നാണ് പണ്ഡിതമതം. മേൽകൃതി നോക്കുക

12 ദർശനപ്രകാരം അനുഭവങ്ങൾ (അറിവ്) നാലുവിധമാണ്. (a) പ്രത്യക്ഷം: ജ്ഞാനേന്ദ്രിയങ്ങൾക്ക് അനുഭവപ്പെടുന്ന അറിവ്, (b) അനുമാനം: പ്രത്യക്ഷത്തിൽ നിന്നോ കേട്ടറിവിൽ നിന്നോ ഉള്ള നിഗമനം, (c) ഉപമാനം: സാദൃശ്യം നോക്കി തീരുമാനിക്കുന്നത്, (d) ശാബ്ദം: കേട്ടറിയുന്നതും വായിച്ചറിയുന്നതും

13 ലോകായതദർശനം: ഡോ. ധർമ്മരാജ് അടാട്ട് (കറന്റ് ബുക്സ്)

സമ്മേളനം കൊണ്ട് പ്രകൃതിയും മനുഷ്യനും രൂപപ്പെടുന്നു. ജഢപദാർത്ഥങ്ങൾ പ്രത്യേക രീതിയിലും അനുപാതത്തിലും ചേരുമ്പോൾ പ്രജ്ഞയുണ്ടാകുന്നു. മദ്യമുണ്ടാക്കാനുള്ള പദാർത്ഥ ങ്ങൾ കൂടിക്കലരുമ്പോൾ ലഹരിയുണ്ടാകുന്നതുപോലെ എന്ന് ഉപമ.

2. ശരീരത്തിൽ നിന്നും വേറിട്ടുനിൽക്കുന്ന ഒരു ആത്മാവില്ല. ആത്മാവ് ശരീരത്തിന്റെ പദാർത്ഥനിരതമായ ഒരു ഗുണം മാത്രമാണ്. ശരീരത്തിന്റെ നാശത്തോടെ ആത്മാവും നശിക്കു ന്നു.

3. കാണപ്പെടാത്ത ഒന്നിലും വിശ്വസിക്കാനാവില്ല. പരലോകവും ഈശ്വരനുമില്ല. വിധിയും കർമ്മഫലവും മോക്ഷവും കെട്ടുകഥക ളാണ്.

4. ചണ്ഡാളന്റെയും ബ്രാഹ്മണന്റെയും സിരകളിലൊഴുകുന്നത് ഒരേ നിറത്തിലുള്ള ചോരയാണ്. അവരുടെ രൂപഭംഗിയും വ്യത്യസ്ഥ മല്ല. ജാതിതിരിച്ചുള്ള പരിശുദ്ധികല്പന നിരർത്ഥകമാണ്. എല്ലാ ജാതിയിൽപ്പെട്ട മനുഷ്യർക്കും ജീവിതം ആസ്വദിക്കാനുള്ള സ്വാ തന്ത്ര്യവും അവകാശവുമുണ്ട്.

5. വേദങ്ങൾ അവ്യക്തമാണ്, ഭ്രാന്തജല്പനങ്ങളാണ്, യുക്തിഹീന വും ഭോഷ്ക്കമാണ്.

6. ഈ ലോകത്തിലെ ഐശ്വര്യമാണ് സ്വർഗ്ഗ സുഖം. സ്വർഗ്ഗമെന്ന പേരിൽ മറ്റൊരിടമില്ല. അത് ആനന്ദാനുഭൂതിയാണ്. നരകം എന്നത് ഈ ലോകത്തിലെ ദുരിതങ്ങളാണ്.

7. വിശ്വാസികൾ അവകാശപ്പെടുന്നതുപോലൊരു ദൈവമുണ്ടാ യിരുന്നെങ്കിൽ എന്തുകൊണ്ടാണ് പ്രാർത്ഥിക്കുന്നവരുടെ ദു:ഖ ങ്ങളെ അകറ്റി സന്തോഷിപ്പിക്കാത്തത്.

ചാർവ്വാകരുടെ കുറിക്കുകൊള്ളുന്ന ചോദ്യങ്ങൾക്ക് ആർക്കും ഉത്തരം പറയാൻ കഴിയില്ല. യാഗത്തിൽ കൊല്ലുന്ന മൃഗം സ്വർഗ്ഗത്തിൽ പോകുമെങ്കിൽ എന്തുകൊണ്ടാണ് യാഗത്തിൽ സ്വന്തം പിതാവിനെ അറുക്കാത്തത് എന്നചോദ്യത്തിന് എന്താണ് ന്യായമായ ഉത്തരം.

ആത്മീയ കാപട്യം

മനുഷ്യകർമ്മങ്ങൾ സ്വയം ഉചിതഫലങ്ങൾ സൃഷ്ടിക്കുന്നുവോ, അതോ ഈ ഫലങ്ങൾ ധാർമ്മിക നിയന്താവായ ഒരു മനുഷ്യാതീത പ്രവർത്തകന്റെ ഇച്ഛയ്ക്ക് വിധേയമാണോ എന്നതാണ് ആസ്തിക- നാസ്തി കവാദങ്ങളെ വേർതിരിക്കുന്ന അടിസ്ഥാനധാര.

അതായത് സ്വന്തം പ്രവൃത്തികളുടെ അനന്തരഫലങ്ങളുടെ ഉത്തരവാദിത്തം ദൈവത്തിന്റെ തലയിലും വിധിയിലും കൊണ്ടുവെച്ചും സ്വന്തം ഉത്തരവാദിത്തങ്ങളിൽ നിന്നും ദുഷ്ചെയ്തികളിൽനിന്നും തലയൂരുക എന്ന തന്ത്രമാണ് ഈശ്വരവാദികൾ ചെയ്തുവരുന്നത്. (അതിനുപരിയായ മറ്റൊരു രാഷ്ട്രീയ പരിപ്രേക്ഷ്യമിതിനുണ്ട്.) നാസ്തികന്മാരാകട്ടെ സ്വന്തം പ്രവൃത്തിയുടെ ധർമ്മാധർമ്മങ്ങളും, ന്യായാന്യായങ്ങളും സ്വയം വിലയിരുത്തുന്നു.

ആത്മാവിലധിഷ്ഠിതമായ ആശയവാദവും, പദാർത്ഥനിരതമായ ഭൗതികവാദവും തമ്മിലുള്ള അന്തരത്തിന്റെ അടിത്തറയിൽ വിലയിരുത്തുമ്പോൾ ഇന്ത്യൻ ദർശനങ്ങളിലെ ഒമ്പതിൽ ആറും ഭൗതികവാദമാണെന്നു കണ്ടു കഴിഞ്ഞു. ഇതിനെ പൂർണ്ണമായും തിരസ്ക്കരിച്ചും തമസ്ക്കരിച്ചുമാണ്, ഭാരതീയ ദർശനത്തിന്റെ കമ്പോട്ടുകമ്പ് ആത്മീയമാണെന്ന് വാദിച്ചു സ്ഥാപിക്കാൻ ബുദ്ധിജീവികൾ ശ്രമിച്ചുപോരുന്നത്. സ്വർണ്ണ പാത്രം കൊണ്ട് മൂടപ്പെട്ടിരിക്കുന്ന സത്യത്തിന്റെ മുഖം തുറക്കാൻ പ്രാർത്ഥിക്കുന്നവർ[14] തന്നെ അതിനുമീതെ പലതുംകൊണ്ടു മറയ്ക്കാൻ ശ്രമിക്കുന്നു. ആയിരക്കണക്കു വർഷങ്ങളുടെ പാരമ്പര്യമുള്ള ഭൗതിക ദർശനങ്ങളെ മനഃപൂർവ്വം തമസ്ക്കരിച്ചുകൊണ്ട് സത്യാന്വേഷണമാണ് ആത്മീയവാദദർശനങ്ങൾ എന്നു സ്ഥാപിക്കാൻ ശ്രമിക്കുന്നതിലെ പരിഹാസ്യത തിരിച്ചറിയേണ്ടതാണ്. ഇത് ആര്യാവർത്തസൃഷ്ടിയുടെ തന്ത്രപരമായ രാഷ്ട്രീയ താല്പര്യമാണ്. ഈ ആറു ദർശനങ്ങളെ ഒഴിവാക്കിക്കൊണ്ട് വേദോപനിഷത്തുകളുടെയും, പുരാണങ്ങളുടെയും ആധികാരികതയിൽനിന്നുകൊണ്ട് ആദ്ധ്യാത്മികതയുടെ മായാവാദം അവതരിപ്പിക്കുന്നത് ചരിത്രവിരുദ്ധം തന്നെയാണ്.

14 ഹിരണ്മയേന പാത്രേണ സത്യസ്യാപിഹിതം മുഖം
നത്വം പൂഷണ പാവൃണ സത്യധർമ്മായ ധൃഷ്ടതേ (ഈശം: 15)

അനുബന്ധം

ന്യായം, വൈശേഷികം, വേദാന്തം എന്നിവയെപ്പറ്റി ലഘുവായി വിശദീകരിക്കേണ്ടിയിരിക്കുന്നു.

ന്യായ-വൈശേഷികങ്ങൾ

പരസ്പരപൊരുത്തമുള്ളവയെന്ന നിലയിൽ ന്യായ വൈശേഷികങ്ങളെ സമന്വയിപ്പിക്കുകയാണ് അന്നംഭട്ടൻ ചെയ്തിരിക്കുന്നത്. അവയും ഒരു തരം യുക്തിവാദമായാണ് അവതരിപ്പിക്കാറുള്ളത്. ന്യായവൈശേഷികങ്ങളിലെ പ്രധാന പ്രശ്നങ്ങൾ ഇവയാണ്.

1. പദം കൊണ്ടു സൂചിപ്പിക്കുന്നതാണ് പദാർത്ഥം. ഇവ ഏഴെണ്ണം ദ്രവ്യം, ഗുണം, കർമ്മം, സാമാന്യം, വിശേഷം, സമവായം,അഭാവം
2. ദ്രവ്യങ്ങൾ ഒൻപതെണ്ണം: പൃഥിവി, അപ്, വായു,തേജസ്, ആകാശം, കാലം, ദിക്ക്, ആത്മാവ്, മനസ്സ്
3. ഗുണങ്ങൾ 24:രൂപം, രസം, ഗന്ധം,സ്പർശം, സംഖ്യ, പരിമാണം, പൃഥക്തം, സംയോഗം, വിഭാഗം, പരത്വം, അപരത്വം, ഗുരുത്വം, ദ്രവ്യത്വം, സ്നേഹം, ശബ്ദം, ബുദ്ധി, സുഖം, ദു:ഖം, ഇച്ഛ, ദ്വേഷം, പ്രയത്നം, ധർമ്മം, അധർമ്മം, സംസ്ക്കാരം
4. കർമ്മങ്ങൾ അഞ്ച്: ഉയർത്തൽ, താഴ്ത്തൽ, ചുരുങ്ങൽ, പരത്തൽ, ഗമനം
5. പൃഥ്വി രണ്ടുവിധം: നിത്യം, (പരമാണുരൂപമായത്) അനിത്യം

(കാര്യരൂപമായത്) രൂപം, രസം, സ്പർശം എന്നിവ പൃഥിവിയുടെ ഗുണങ്ങളാണെങ്കിലും ഗന്ധമാണ് വിശേഷഗുണം, ശരീരം ആത്മാവിന്റെ സുഖദു:ഖങ്ങൾ അറിയുന്ന ഉപകരണമാണ് (ഭോഗായതനം)

6. ജലം: നിത്യവും അനിത്യവുമാണ്. തേജസും ഇവ്വിധം തന്നെ.

7. വായു:ശരീരത്തിലെ വായുവാണ് പ്രാണൻ

8. ലോക സൃഷ്ടി: ഈശ്വരേച്ഛകൊണ്ടു പഞ്ചഭൂതപരമാണുക്കൾ ചേർന്ന് ദ്വാണുകങ്ങളും മുമ്മൂന്നു ദ്വണുകങ്ങളും ത്രുണ്യകങ്ങളും ഇതേ ക്രമത്തിൽ വലിയ പിണ്ഡങ്ങളുമുണ്ടാകുന്നു.

9. ആകാശം ശബ്ദഗുണമാണ്. അത് ഏകവും സർവ്വവ്യാപിയും നിത്യവുമാകുന്നു.

10 'കഴിഞ്ഞത്' തുടങ്ങിയ വ്യവഹാരത്തിന്റെ കാരണമാണ് കാലം. അത് ഏകവും വിഭുവും നിത്യവുമാണ്.

11. കിഴക്ക്തുടങ്ങിയവ്യഹാരങ്ങളുടെഅസാധാരണനിമിത്തമാണ് ദിക്ക്.

12. ആത്മാവ്: ജ്ഞാനത്തിന്റെ ആശ്രയം. ജീവാത്മാവ്, പരമാത്മാവ് എന്നു രണ്ടുവിധം. ഈശ്വരനും സർവ്വജ്ഞനുമായ പരമാത്മാവ് ഒന്നു മാത്രം . ജീവാത്മാവ് ഓരോ ശരീരത്തിനും വെവ്വേറെയുണ്ട്. (ഗൗതമനും കണാദനും പ്രശസ്തപാദനും ഈശ്വരനെപ്പറ്റി വ്യക്തമാക്കുന്നില്ല. അതുകൊണ്ട് ന്യായ- വൈശേഷികരെയും നിരീശ്വരരായി ഊഹിക്കുന്നു.)

13. ഏതു കാര്യത്തിനും കാരണം വേണമെന്ന അർത്ഥത്തിലാണ് ന്യായദർശനം ഈശ്വരാസ്തിത്വത്തെപ്പറ്റി പറയുന്നത്. പഞ്ചഭൂതസമന്വയത്തിന് സൃഷ്ടിയുടെ ആവശ്യമില്ലെന്നും ചിലർ യുക്തിവാദം നടത്തുന്നുണ്ട്.

14. സുഖദു:ഖങ്ങൾ അറിയാനുള്ള ഉപകരണമാണ് മനസ്സ്. ഓരോ ആത്മാവിനും ഓരോ മനസ്സാണ്.

15. പ്രമാണം: യഥാർത്ഥജ്ഞാനമാണ് പ്രമ. പ്രമാത്മാവ് പ്രമേയത്തെപ്പറ്റി പ്രമ നേടുന്ന മാർഗ്ഗമാണ് പ്രമാണം. പ്രത്യക്ഷം, അനുമാനം, ഉപമാനം, ശാബ്ദം, എന്നു നാലു പ്രമാണങ്ങൾ. ഇന്ദ്രിയങ്ങൾ വഴി നേരിട്ടു ലഭിക്കുന്നത് പ്രത്യക്ഷ ജ്ഞാനം. ഇത് ആറുവിധം. സംയോഗം, സംയുക്തസമവായം, സംയുക്തസമവേദസമവായം, സമവായം, സമവേദസമവായം,

വിശേഷണവിശേഷ്യഭാവം. അനുമാനം രണ്ടുവിധം:സ്വാർത്ഥം, പരാർത്ഥം. ഉപമിതിയുടെ കാരണമാണ് ഉപമാനം. ആപ്തന്റെ (ഉള്ളതും ഉള്ളതുപോലെ പറയുന്നവൻ) വാക്യമാണ് ശാബ്ദം (വൈശേഷികർ ശബ്ദം പ്രമാണമായംഗീകരിക്കുന്നില്ല)

വേദത്തെ ശബ്ദപ്രമാണമായംഗീകരിക്കുന്നത് വേദം അപൗരുഷേയം (പുരുഷ സൃഷ്ടമല്ലാത്തത്) ആയതുകൊണ്ടാണ്.

16 പ്രമപോലെ തന്നെ അപ്രമ (അയഥാർത്ഥജ്ഞാനം)യും മൂന്നു വിധമാണ് സംശയം, വിപര്യയം, തർക്കം,

ഒരു വസ്തുവിൽ ഒന്നിലധികം ധർമ്മങ്ങൾ തോന്നിക്കലാണ് സംശയം. തെറ്റിദ്ധാരണയാണ് വിപര്യയം (ഭ്രമം). തെറ്റായ സങ്കൽപം സ്വീകരിച്ച തെറ്റായ നിഗമനത്തിൽ എത്തിയശേഷം സങ്കല്പം തെറ്റായിരുന്നുവെന്നു കണ്ടെത്തലാണ് തർക്കം.

17. എല്ലാവരും അനുകൂലവികാരങ്ങളോടെ അനുഭവിക്കുന്നത് സുഖം. പ്രതികൂല വികാരങ്ങളോടെ അനുഭവിക്കുന്നതു ദു:ഖം, ധർമ്മം കർത്തവ്യ നിർവഹണത്തിന്റെ ഫലവും അധർമ്മം നിഷിദ്ധഫലവുമാണ് ബുദ്ധിയടക്കമുള്ള ഗുണങ്ങൾ ആത്മാവിന്റെ വിശേഷ ഗുണങ്ങളാണ്.

വേദാന്തം

ഉത്തരമീമാംസയെന്നറിയപ്പെടുന്ന വേദാന്ത ദർശനത്തിന്റെ പ്രാമാണികഗ്രന്ഥം ബാദരായണ (വ്യസൻ)ന്റെ ബ്രഹ്മസൂത്രമാണ്. വിശിഷ്ടാദ്വൈതം (രാമാനുജൻ) ദ്വൈതാദ്വൈതം (നിംബാർക്കർ) ശുദ്ധാദ്വൈതം (വല്ലഭൻ) ദ്വൈതസിദ്ധാന്തം (മാധ്വൻ) അദ്വൈതം (ശങ്കരൻ) എല്ലാം ബ്രഹ്മസൂത്രത്തെ ആശ്രയിച്ച വ്യഖ്യാനങ്ങളാണ്.

ബ്രഹ്മസത്യം ജഗന്മിഥ്യ

ജീവോബ്രഹ്മൈവനാപര: എന്ന ശ്ലോകാർദ്ധത്തിൽ വേദാന്തത്തെ ഒതുക്കാം എത്ര പറഞ്ഞാലും തീരാത്തത്ര ജാടപ്രകടനമാണ് വേദാന്തം.

ഈ അദ്ധ്യായം ലേഖകന്റെ 'ആര്യദ്രാവിഡ വിവാദവും ഭഗവത് ഗീതയുടെ രാഷ്ട്രീയവും' എന്ന കൃതിയുടെ പ്രഥമ അദ്ധ്യായത്തിൽ നിന്നാണ്.

സഹായകഗ്രന്ഥങ്ങൾ

1. Aspects of Western Civilization: perrymrojers: Prenticehall, Perry M. Rogers
2. A Skeptic's Guide to the New Age: Henry Edwards: Indian Skeptic
3. God is not great: Christopher Hitchens: Newyork Boston
4. God Market: Meera Nanda
5. History of World Civilization: J.E. Swain
6. Inquistion: Michael Baigent & Richard Leigh - Penguin
7. Introudction to Western Civilization: B.K. Gokhale: S. Chand & Co.
8. Marriage and Morals: Bertrand Russell
9. Science Vs miracles: B - Premanand: Indian Skeptic
10. The God Delusion: Richard Dawkins: Mariner Book
11. The Portable Atheist: Editor - Christopher Hitchens: Dacapo press
12. The Selfish Gene: Richarers Dawkins
13. The Culture and Civilization of Ancient Indian Historical outline: D.D. Kosambi: ICHR
14. The Declline and Fall of the Roman Empire: Gibbons: Washington Square press.
15. The age of Reasaon: Thomas Paine
16. The Renaissance: Will Durrant: simon & shunker.
17. Who Wrote the Gospels: Remdel MC crown: Millienium press
18. Out growing God: Richard Dawkins
19. അതീന്ദ്രീയ പ്രലോഭനം: പോൾകുർട്സ്: ഐ.എ.പി.
20. ഇന്ത്യൻ നിരീശ്വരവാദം: ദേവിപ്രസാദ് ചതോപദ്ധ്യായ: ചിന്ത
21. ഇന്ത്യയുടെ ആത്മാവ്: കെ.ദാമോദരൻ: പ്രഭാത് ബുക്ക്സ്
22. ഇന്ത്യാചരിത്രത്തിനൊരു മുഖവുര: ഡി.ഡി. കോസാംബി: മൈത്രി
23. ഇസ്ലാമിക ചരിത്രം: കെ.അസ്സൻ: കേരള ഭാഷാ ഇൻസ്റ്റിട്യൂട്ട്
24. ഇസ്ലാമിന്റെ വർഗ്ഗവും ലിംഗവും: ഇ.എ. ജബ്ബാർ: പ്രോഗ്രസ്സ് കോഴിക്കോട്
25. കൽക്കട്ട ഖുറാൻ കേസ്: ജി. ജയൻ: ഐ.എ.പി.
26. കുപ്രസിദ്ധരായ മാർപ്പാപ്പമാർ: പ്രൊഫ. കെ.എം. ഏബ്രഹാം: ദീപാ ബുക്സ് കുറവിലങ്ങാട്

27. കുസുമത്തിന്റെ കൃതികൾ: ഡോ. പി.പി. ആന്റണി: ഡി.സി.
28. ക്രിസ്തുമതം: ചരിത്രവും ദർശനവും: കെ.സി. വർഗീസ് -ഭാഷാ ഇൻസ്റ്റിട്യൂട്ട്
29. ചാർവ്വാകനും ബൗദ്ധനും: ഡോ. എൻ. സുന്ദരം: സാംസ്ക്കാരിക വകുപ്പ്
30. ജീവിവർഗങ്ങളുടെ ഉല്പത്തി: ചാൾസ് ഡാർവിൻ: ഐ.എ.പി.
31. തിരഞ്ഞെടുത്ത പ്രബന്ധങ്ങൾ (3 ഭാഗങ്ങൾ): കുറ്റിപ്പുഴ: സാഹിത്യ അക്കാഡമി
32. ക്രിസ്ത്യാനികൾ: ക്രിസ്തുമതത്തിനൊരു കൈപ്പുസ്തകം: ബോബി തോമസ്: ഡി.സി.
33. താന്ത്രികമതം: ഇടമറുക്: ഐ.എ.പി.
34. നാസ്തികനായ ദൈവം: സി. രവിചന്ദ്രൻ: ഡി.സി.
35. നവോത്ഥാനം ആംഗല ചരിത്രത്തിൽ: ബി. ഹൃദയകുമാരി: കേരള ഭാഷാ ഇൻസ്റ്റിറ്റ്യൂട്ട്
36. പീഢനമുറകൾ നൂറ്റാണ്ടുകളിലൂടെ: സനൽ ഇടമറുക്: ഐ.എ.പി.
37. പ്രകാശത്തിലേക്ക്: മത്തായിമാഞ്ഞൂരാൻ: മാഞ്ഞൂരാൻ അനുസ്മരണ സമിതി
38. പ്രാചീനഭാരതത്തിലെ ഭൗതികവാദം: ദേവിപ്രസാദ് ചതോപദ്ധ്യായ: ചിന്ത
39. പ്രായോഗിക വാദം: വില്യം ജയിംസ്: ഇന്നോവാ ബുക്സ്
40. ഭാരതീയ ചിന്ത: കെ. ദാമോദരൻ: കേരളഭാഷാ ഇസ്റ്റിറ്റ്യൂട്ട്
41. ഭാരതീദർശനങ്ങൾ: സി.വി. വാസുദേവ ഭട്ടതിരി: എസ്.പി.സി.എസ്.
42. ഭക്തിയും കാമവും: ജോൺസൺ ഐരൂർ: കറന്റ്
43. മന്ത്രവാദവും മതവും: സി.ആർ. കേരളവർമ്മ: സാഹിത്യ അക്കാഡമി
44. മെയ്ൻ കാംഫ്: ഹിറ്റ്ലർ
45. യുക്തി ദർശനം: കേരളയുക്തിവാദിസംഘം
46. യുക്തിവാദത്തിന് ഒരു മുഖവുര: പവനൻ: സഹോദരൻ പ്രസിദ്ധീകരണം
47. ലൈംഗിക മനഃശാസ്ത്രം: ഫ്രോയ്സ്: ഐ.എ.പി.
48. വിശ്വാസത്തിന്റെ ശരീരശാസ്ത്രം: ജീവൻ ജോബ് തോമസ്: ഡി.സി.
49. വിശുദ്ധരായ മതനിഷേധികൾ: പ്രൊഫ. കെ.എം. ഏബ്രഹാം: ദീപാ ബുക്സ്
50. വേട്ടക്കാരനും വിരുന്നുകാരനും: ആനന്ദ്: ഡി.സി.
51. ശാസ്ത്രവും ദർശനവും പ്രാചീന ഭാരതത്തിൽ: ദേവിപ്രസാദ് ചതോ പാദ്ധ്യായ: ചിന്ത
52. ശാസ്ത്രീയ ഭൗതികവാദരേഖ: രാഹുൽസംകൃത്യായനൻ: ഫേബിയൻ

ഋഗ്വേദം, ഭഗവദ്ഗീത, പുരാണങ്ങൾ, ബൈബിൾ, ഖുറാൻ, ഉപനിഷത്തു ക്കൾ, ഒപ്പം ലേഖകന്റെ ഇതര കൃതികളും.

www.ingramcontent.com/pod-product-compliance
Lightning Source LLC
LaVergne TN
LVHW090351051026
849518LV00006B/2106
* 9 7 8 9 3 5 5 1 7 2 9 6 9 *